Peponi

Abdulrazak Gurnah

Kimetafsiriwa na

Ida Hadjivayanis

MKUKI NA NYOTA

DAR – ES – SALAAM

KIMECHAPISHWA NA:
Mkuki na Nyota Publishers Ltd
P. O. Box 4246
Dar es Salaam, Tanzania
www.mkukinanyota.com

ISBN 978-9987-44-986-6

Hii ni kazi ya kubuni. Majina, wahusika, biashara, mahala
na matukio yoteyaliyotajwa ni matokeo ya kubuni kwa mtunzi tu.
Kufanana kwa aina yoyote na mtu yeyote wa kweli, aliye hai au aliyekufa,
matukio au maeneo ya kweli ni kwa bahati tu.

Tembelea tovuti yetu www.mkukinanyota.com, kujua zaidi kuhusu vitabu
vyetu na jinsi ya kuvipata. Vilevile, utaweza kusoma habari na mahojiano ya
waandishi pamoja na taarifa za matukio yote yanayohusu vitabu kwa ujumla.
Unaweza pia kujiunga na jarida pepe letuili uwe wa kwanza kupata taarifa za
matoleo mapya zitakazotumwa moja kwa moja kwenye sanduku
la barua pepe yako.

Vitabu vya Mkuki na Nyota husambazwa nje ya Afrika na African Books Collective.
www.africanbookscollective.com

Kutoka kwa Mfasiri

Nilichagua kutafsiri riwaya ya *Paradise* kwa Kiswahili kwa sababu nilitaka kuipeleka kazi hii nyumbani. Ninasema hivyo kwani Abdulrazak Gurnah anaandika ukweli usiopingika kuhusu maisha ya watu wa Afrika ya Mashariki kabla ya ukoloni, wakati wa ukoloni na pia baada ya uhuru na mapinduzi. Kazi zake zinaakisi vizuri sana nadharia za kumbukumbu, utambulisho, uhamiaji na maisha hasa ya Wazanzibari na Waswahili kiujumla. Pia ana uelewa na uwezo wa kuuonyesha ukweli na uhalisia wa dunia yetu kwa kutupa sisi silaha ya kujielewa na kuuelewa ulimwengu wetu kipekee.

Paradise ni kitabu kilichokuwa kimenikaa akilini japo nilikuwa nimeshasoma vitabu vyake vyote Abdulrazak, tena mara kadhaa. Nilianza kukitafisiri mwezi Aprili mwaka 2021 baada ya mama yangu, Salha Hamdani, anayefahamu fika kwamba mimi ni mpenzi na shabiki mahsusi wa kazi za Abdulrazak Gurnah, kunipa moyo sana. Nilijitosa bila ya kusita katika starehe na mvuto wa kutafsiri kazi hii ambayo nimekuwa nikiifundisha kwenye madarasa yangu ya fasihi ya Kiswahili na masomo ya tafsiri kule SOAS, University of London.

Kwangu mimi, kazi za Gurnah zina sehemu maalumu kwenye fasihi ya Kiswahili, na ninamwona Abdulrazak kama mwandishi anayeendeleza utamaduni wa waandishi wa fasihi za awali za Kiswahili. Yeye anatumia lugha ya Kiingereza kuzungumzia dunia na mada za Kiswahili. Nilikuwa nimeshatafsiri takriban nusu ya kitabu kabla ya kupata habari njema ya tuzo ya Nobel aliyotunukiwa. Nilifurahi mno na kuelewa kwamba taaluma yangu ya uhadhiri itafaidika sana kwa makala kuhusu tafsiri hii na pia kuchapishwa kwa tafsiri yenyewe. Muda ulivyozidi kwenda ndivyo nilivyokuwa na hamu kubwa ya kuwawezesha watu kukisoma kitabu hiki kwa lugha ya Kiswahili.

Kazi ya kutafsiri kitabu hiki haikuwa ndogo. Abdulrazak ni mwandishi aliyebobea na anayetumia lugha ya Kiingereza kwa ubingwa wa hali ya juu. Mimi niliamua kwamba nitatumia nadharia mbili kwenye tafsiri yangu; ya kwanza ni ile ninayoita ya 'kuzowesha' ambapo maudhui na lugha huwa ile iliyozoeleka katika jamii lengwa. Matukio huingizwa Uswahilini, yaani katika dunia ya Kiswahili. Hii inamwezesha msomaji kuelewa simulizi bila ufafanuzi kwani anayasoma ni yale yaliyomzunguka yaani anatumia uelewa wake wa mazingira yaliyomzunguka yeye mwenyewe. Mfano mmoja ni neno kama barza au kibarazani ambapo hadhira haihitaji ufafanuzi. Nadharia ya pili ni ile ya 'kugenisha' maudhui ambapo mageni yanaelezewa kama yalivyo. Hii imejumuisha misamiati, simulizi za kigeni ambazo nimezifasiri kama zilivyo na kutozibadilisha. Kwa njia hii, nahau nyingine nimeziwacha kama zilivyo, hasa kwa sababu mwandishi hutumia lugha ambayo huifanya hata hadhira ya kiingereza isite kidogo na kutafakari. Nadharia hii humwezesha msomaji kutafakari zaidi na kusoma simulizi huku akifahamu kwamba kazi hii ni tafsiri na hadhira iliyolengwa ni ile ya ulimwengu wote. Nimeongozwa pia na ufahamu mzuri wa tafsiri kwani katika kila tafsiri kuna mengi yanayoongezeka na mengine yanayopotea. Hiyo ndiyo hulka ya kufasiri.

Kazi kubwa ilikuwa ni ile ya kupata maneno sawia ambayo yangefaa kwa Kiswahili. Mara nyingine nilisita kutafsiri maneno na mawazo fulani fulani kwani nilihisi hadhira na utamaduni wa Kiswahili ulinihitaji mimi, kama mfasiri, kuelewesha zaidi. Nilizungumza na Abdulrazak kuhusu jambo hili. Kwa mfano, nilimwambia kwamba bila shaka ningewacha jina la utani ambalo Yusuf alipewa - 'Kipumbu' - lakini vipi kuhusu 'hairy arse' ya Kalasinga. Yeye alinipa jibu zuri kwa kusema hiyo ni kazi yangu kama mfasiri – niamue tu. Na nilifanya uamuzi niliouona kuwa sahihi.

Paradise imetumia maneno mengi ya Kiswahili ambayo yamebeba wajibu wa kuwa dira ya Kiswahili ulimwenguni. Jambo hili pia limefanya kitabu chenyewe kisomeke kama tafsiri kwani Abdulrazak hutupia maneno ya Kiswahili bila ya kuyatafsiri; pia riwaya hii ina wahusika ambao wanafanya kazi ya kutafsiri. Hawa ni muhimu na wanahitajika ili kufanya hadithi na matukio yasonge mbele; na hawa ni watu wanaozungumza Kiswahili, Kiarabu, Kihindi na lugha nyingine ambazo hazitajwi lakini tunaweza kukisia kwamba ni Kinyamwezi, Kisukuma na Kiha ikiwa ni pamoja na lugha nyingine nyingi. Pia, ulimwengu uliopo kwenye riwaya hii una watu wenye asili mbalimbali wanaokutana huku wakiwa na lugha tofauti, tamaduni tofauti, itikadi mbalimbali na rangi za kila aina.

Riwaya hii pia imejumlisha simulizi zetu za Kiswahili; simulizi ambazo nyingi zimesahauliwa. Kwa mfano, simulizi za safari za Salim bin Abakari, *Safari Yangu ya Urusi na ya Siberia* ambapo ndani ya kitabu hiki Abdulrazak anamwongelea msafiri mmoja aliyesafiri kuenda Urusi, Herat na Pietersburg – sehemu ambazo zimekuwa kwenye simulizi kwa miaka. Pia riwaya hii inajumuisha simulizi za *Alfu Lela Ulela*, kwa mfano, anamwongelea binti aliyefungwa kwenye pango na jinni na kupendwa na mchanja kuni. Jinni huyo anaweza kuwa ni mkoloni. Pia, hadithi yote ya Yusuf ni kama hadithi ya mtume Yusuf ambaye watoto wengi wanaokwenda chuoni huhadithiwa mara kwa mara. Kwa kweli tafsiri hii inairudisha kazi hii nyumbani.

Ni tumaini langu kwamba watakaosoma kitabu hiki watakipenda. Nachukua nafasi hii kuwashukuru wale walioniunga mkono katika safari hii ya kutafsiri kitabu hiki tangu awali. Kwanza kabisa ninatoa shukrani za dhati kwa wazazi wangu, Salha Hamdani na George Hadjivayanis, kwa kusoma nakala tofauti na kunisaidia kuzisahihisha. Bila yao nisingepata msukumo mkubwa wa kuniwezesha kumaliza tafsiri hii, na hawakukosea, tafsiri hii imenipa faraja kubwa. Ninamshukuru Bwana Walter Bgoya kwa mazungumzo muhimu kuhusu riwaya hii ambayo yamefanya tafsiri hii kuubeba ukweli wa maisha yetu kama Waafrika wa mashariki ya bara letu. Katika mazungumzo yetu tuliamua kwamba neno 'Mfanyabiashara' linahitaji kuwa na herufi kubwa na si herufi ndogo kama ilivyo kwenye kitabu cha Kiingereza. Tulielewa kwamba kazi ya kufanya biashara inafanywa na wengi kitabuni na si Ami Aziz pekee, hivyo tulihitaji kutambua hilo. Tena tulikumbuka kazi ya kutafsiri Mabepari wa Venisi aliyoifanya Mwalimu Nyerere na kuelewa kwamba haikuwa itikadi pekee iliyomfanya mwalimu awaone wahusika wengi mle kuwa wafanyabiashara, bali ulimwengu wetu wa Uswahilini unatufunza kwamba wote wanaohusika na biashara, ikiwa ni pamoja na kuuza duka, kukodisha gari, kukopesha watu - wote ni Wafanyabiashara.

Ninawashukuru pia rafiki zangu, Mkuki Bgoya na Farouk Topan kwa kusoma miswada na kutoa mawazo muhimu ambayo yamenisaidia sana. Abshir Warsame na vipenzi vyetu vya moyoni – Aaliyah, Hannah, Mikhail na Amin pamoja na mdogo wangu, Inessa Hadjivayanis na binti yake, Zenaida - ninawashukuru kwa upendo na ushirikiano mkubwa walionipa ili kumaliza tafsiri hii. Pia, bila shaka, ninamshukuru sana mwandishi mwenyewe, Abdulrazak, kwa yote. Ni tumaini langu kwamba wapenzi wote wa kazi za Abdulrazak watafurahi kusoma kazi hii kwa Kiswahili na wale ambao hawakupata nafasi ya kumsoma hapo awali, wataweza kufurahia ayasemayo kwa lugha ibebayo ukweli wa maisha yetu wenyewe.

Ida

Bustani Iliyozingirwa kwa Ukuta

1

Tuanze na mtoto wa kiume. Jina lake lilikuwa Yusuf, na aliondoka kwao ghafla alipokuwa na umri wa miaka kumi na mbili. Alikumbuka ilikuwa msimu wa ukame, wakati siku ziliposhabihiana na kufuatana mfululizo moja baada ya pili. Maua ambayo hayakutegemewa yalichanua na kupoteza uhai. Wadudu wa ajabu walitambaa kutoka chini ya mawe na kujikuta wakifurukuta kwa kutapatapa kabla ya kufa kutokana na mianzi ya jua iliyowaunguza na kuwachomelea mbali. Jua lilifanya miti iliyokuwa huko ukingoni isisimke hewani na pia lilifanya nyumba zitetemeke huku zikishusha pumzi. Mawingu ya vumbi yalipwita kila nyayo ilipogusa ardhi na utulivu madhubuti kabisa ulitanda wakati wa mchana. Ilitokea kwamba nyakati kama hizi zilikuwa zimerudi tena msimuni.

Palitokea siku hiyo ambapo aliwaona Wazungu wawili katika jukwaa la reli, kamwe hakuwahi kuwaona. Hakuogopa, hasa pale mwanzoni. Alizoea kwenda kwenye stesheni na kutizama gari moshi zilivyoingia kwa kelele na madaha, na alizisubiri hadi pale zilipojinyanyua na kuendelea na safari, zikifuata mipangilio maalumu ya kandawala Mhindi aliyeukunja uso huku akitoa ishara kwa kibendera na filimbi yake. Mara nyingi Yusuf alisubiri muda mrefu hadi gari moshi ilipowasili. Wale wazungu wawili walikuwa wakisubiri huku wakiwa wamesimama chini ya turubali na mizigo yao pamoja na bidhaa zilizoonekana kuwa muhimu zilipangwa katika rundo nadhifu, futi chache kutoka walipokuwa.

Mwanamme alikuwa mkubwa, tena mrefu hadi akalazimika kuin-amisha kichwa ili asiguse turubali lililomzinga kutokana na jua. Mwanamke alikuwa ndani zaidi kwenye kivuli, uso wake uliong'aa ukiwa umefunikwa kiasi na kofia mbili. Blauzi yake iliyokuwa na marinda ilifungwa kwa vifungo vilivyofika shingoni na vingine kwenye vifundo vya mkono; sketi yake ndefu ilifagia viatu vyake. Yeye pia alikuwa mpana na mrefu, lakini kitofauti. Yaani, mwanamke alionekana kama mpana na angeweza kubonyezeka bonyezeka, yaani angeweza kufinyangwa na kuwa na muundo mwingine, wakati mwanamme alionekana kama aliyechongwa kutokana na kipande kimoja tu cha ubao. Walikuwa wakitizama pande tofauti, kama watu wasiojuana. Alivyokuwa akiwaangalia, Yusuf alimwona yule mwanamke akipangusa midomo yake kwa kutumia leso iliyokwangua kwa kiasi fulani, chembechembe za ngozi iliyokakamaa midomoni mwake. Sura ya mwanamme ilikuwa kama imemwagiwa mabaka mabaka mekundu, na macho yake yalijipepesa polepole yakiangalia taswira ya stesheni iliyokuwa imeshehena. Alitizama ghala zilizojengwa kwa mbao zilizokuwa zimefungwa. Pia aliona bendera kubwa ya manjano iliyokuwa na picha kubwa ya ndege mweusi mwenye mwonekano wa hasira; hivyo Yusuf alimkodolea macho vizuri. Lakini mara yule aligeuka na kumkuta Yusuf akimtizama. Kwanza yule mwanamme aligeuza macho halafu akamtizama tena na kumkazia macho kwa muda. Yusuf aliganda na kushindwa kugeuza macho yake, akaendelea kumtizama. Ghafla yule mwanamme akakenua meno yake kama mtu ambaye hakutegemea kufanya hivyo, halafu akaunguruma kwa kukemea, huku akivikunja na kuvikunyata vidole vyake kwa namna ambayo hata haikufahamika. Papo hapo, Yusuf alilielewa onyo na alitoka mbio kama mshale huku akinong'ona maneno aliyofunzwa kusema pale alipohitaji msaada wa dharura kutoka kwa Mwenyezi Mungu.

Mwaka huo ambao aliondoka nyumbani ulikuwa ndiyo mwaka ambao mchwa walivamia nguzo za kibaraza chao kilichokuwa nyuma ya nyumba. Baba yake alizikung'uta nguzo hizo kwa hasira kila alipozipita kama akiwaarifu wadudu hao kwamba alishaufahamu mchezo wao. Mchwa waliwacha misururu ya vijia kwenye mihimili, na hii ilionekana kama ardhi iliyopinduliwa na kuwacha alama za upenyo kwa wanyama kwenye tuta lililo ukingoni mwa kijito kikavu. Kila Yusuf alipozipiga zile nguzo alihisi kama zilikuwa na sauti iliyokosa kishindo kutokana na uwazi uliokuwa ndani yake na ziliachilia vumbi duchu la uozo. Alipolilia chakula, mama yake alimwambia ale hao mchwa.

'Mie *nna* njaa,' alisononeka katika maombi fulani yaliyokosa mwelekeo ambayo alikuwa akiyaghani kwa sauti iliyozidi kukwaruza kila miaka iliposonga mbele.

'Si ule hao mchwa,' mama yake alimshauri akimkebehi kwa kucheka pale Yusuf alipomtupia jicho la chuki lililojaa kinyaa na karaha. 'Haya tena, wewe jishindilie ukijisikia tu. Usijali mie kukuona'.

Ili kumwonyesha kwamba mzaha wake ulikuwa wa ovyo, Yusuf alimtolea mguno wake mpya aliokuwa akiujaribu. Mguno ulimwonyesha kama mtu aliyebeba uzito wote wa dunia. Wakati mwingine walikula mifupa iliyochemshwa na mama yake ili kuten-geneza supu nyepesi, chukuchuku iliyong'aa kwa juu kutokana na rangi yake na mafuta yake, na ndani kabisa ya supu hiyo yalijaa mapande meusi laini yaliyotoka kwenye moyo wa mifupa. Siku mbaya zaidi, kulikuwa na mchuzi wa bamia tu, ambapo bila ya kujali njaa aliyokuwa nayo, Yusuf alishindwa kumeza mlenda ule.

Ami yake Aziz pia alikuja kuwatembelea wakati huo. Kawaida alipowatembelea hakukaa sana, na pia alikuja mara moja moja tu, huku akiwa amesindikizwa na kundi la wasafiri na wapagazi na wapiga muziki. Alikaa nao wakati wa safari zake ndefu zilizo-anzia baharini na kuelekea milimani, ziwani na maporini, huku akikata nyika, tambarare na vilima vyenye majabali ndani ya nchi. Misafara yake ilisindikizwa kwa ngoma na tambura na pembe na siwa. Msafara wake ulipowasili mjini, wanyama walikanyagana na kujikimbiza mbali kabisa, na watoto pia walikimbizana ovyo. Ami Aziz alikuwa na harufu ya ajabu ambayo haikuwa ya kawaida; ilikuwa ni mchanganyiko wa ngozi na manukato, na mali ghafi ya mpira na viungo, na harufu nyingine ambayo hakuweza kuitambua lakini ilimfanya Yusuf abaini hali ya hatari.

Mavazi yake ya kawaida yalikuwa kanzu moja ya msikitini iliyokuwa nyepesi na kofia iliyofumwa kwa mkono ambayo aliivaa kwa kuirudisha nyuma karibu na kisogo chake. Alikuwa na tabia za heshima na kiungwana, ambapo hakuingilika na hakuonyesha hisia zake. Taswira yake ilikuwa ya mtu aliyekuwa akizurura katika matembezi ya nyakati za alasiri au mswalihina aliyekuwa akielekea kwenye sala yake ya magharibi na si Mfanyabiashara aliyelazimika kukata nyika kwa kujiepusha na miba pamoja na mashimo ya nyoka watema sumu. Hata pale katika vurumai la kuwasili kwake, akiwa katikati ya fujo na purukushani ya mizigo iliyozagaa, huku amezungukwa na wapagazi waliochoka na wenye kelele, na wafanyabiashara waliomtizama kwa ujanja wa uangalifu, Ami Aziz alionekana mtulivu na asiye na wasiwasi. Safari hii alikuja peke yake.

Yusuf alipenda kutembelewa naye. Baba yake alisema kwamba ujio wake ulileta heshima kwao kwani alikuwa Mfanyabiashara – *tajiri mkubwa* – zaidi ya mengine mengi, ingawa aliipenda hiyo heshima. Ami Aziz hakusahau kamwe kumpa pesa ya sarafu yenye thamani ya anna kumi kila alipofikia kwao. Hakutakiwa kufanya lolote zaidi ya kujitokeza wakati ulipowadia. Ami Aziz alimtafuta kwa macho, akitabasamu na kumpa pesa hiyo. Yusuf alihisi kama alitamani kutabasamu pia kila wakati ulipowadia, lakini alijilazimisha kutofanya hivyo kwani alihisi kwamba haingekuwa sawa kwa yeye kutabasamu. Yusuf alistaajabu kuona jinsi ngozi ya Ami Aziz ilivyong'aa na ile harufu yake ya ajabu. Hata baada ya kuondoka kwake, harufu ya manukato yake mazuri ilibaki kwa siku kadhaa.

Ilipofika siku ya tatu tangu kuwasili kwake, ilikuwa wazi kwamba Ami Aziz alikaribia kuondoka. Kulikuwa na shughuli zisizokuwa za kawaida huko jikoni, na ile harufu ambayo huwezi kuikosea unapoinusa, harufu ya karamu yenye vyakula kemkem. Viungo vitamu vilivyokaangwa, rojo zito la nazi linalochemka, maandazi yaliyoumuka na mikate iliyosukumwa; vileja vilivyookwa, na nyama na chukuchuku iliyochemshwa. Yusuf alihakikisha hakukaa mbali na nyumbani siku nzima, iwapo mama yake angehitaji msaada wake alipokuwa akitayarisha vyakula, au kama alitaka ushauri wake kuhusu mlo mmoja wapo. Alijua kwamba alithamini mawazo yake katika mambo hayo. Au anaweza kusahau kukoroga mchuzi, au akaukosea ule muda ambapo mafuta ya moto yanapwita kwa aina yake, na ambapo mboga zinatakiwa ziwekwe kwenye sufuria. Ilikuwa kazi ngumu, kwani ingawa alitaka kutupia jicho jikoni, hakutaka mama yake amwone kama anayeranda tu akichungulia. Hapo kungekuwa na uhakika wa kumtuma huku na kule kutwa, kero tosha, lakini pia lingeweza kumfanya akose kumuaga Ami Aziz. Ilikuwa kila mara wakati wa kuondoka, ambapo alikabidhiwa mikononi pesa ya sarafu yenye thamani ya anna kumi. Ami Aziz humpa mkono wake ili aubusu halafu hupapasa kisogo cha Yusuf pale anapokuwa ameinama. Halafu kwa uzoefu aliokuwa nao huitumbukiza pesa kwenye mkono wa Yusuf.

Kawaida baba yake hukaa kazini hadi baada ya saa sita mchana. Yusuf alihisi kwamba, siku ile angerudi nyumbani na angefuatana na Ami Aziz, kwa hivyo yeye alikuwa na muda mrefu wa kufanya atakavyo. Baba yake alisimamia hoteli. Hii ilikuwa ni mojawapo kati ya biashara nyingi ambazo hakuisha kujaribu kufanya ili apate mali na kujenga jina lake. Alipopata hamu alihadithia miradi mingine aliyofikiri ingemletea mafanikio, na alihadithia huku akifanya tashtiti na kuonyesha ilikuwa miradi ya wazimu. Au Yusuf alimsikia akilalamika kuhusu jinsi maisha yake yalivyokwenda msamba, na jinsi kila alichojaribu kufanya hakikufanikiwa. Huo mkahawa ambao pia ulikuwa hoteli yenye vitanda vinne nadhifu vya kulala vilivyokuwa ghorofa ya juu, ulikuwa katika mji mdogo wa Kawa, ambapo walikuwa wakiishi kwa takriban miaka minne sasa.

Kabla ya hapo waliishi kusini katika mji mwingine mdogo uliokuwa kwenye eneo la kilimo. Baba yake alikuwa na duka hapo. Yusuf anakumbuka mlima wa kijani na vivuli vya milima ya mbali na pia mzee mmoja aliyekaa kwenye kigoda kilichokuwa kwenye kibaraza mbele ya duka huku akifuma kofia kwa uzi wa hariri. Walikuja Kawa kwa sababu ulikuwa mji ulioshamiri baada ya Wajerumani kuutumia kama bohari kwa ajili ya njia ya reli waliyokuwa wakiijenga kuelekea nyanda za juu huko ndani ya nchi.

Lakini haikuchukua muda kwa kushamiri kwake kuchuja, na sasa treni zilisimama ili kuchukua magogo na maji. Katika safari yake ya mwisho, Ami Aziz alichukua gari moshi hadi hapo Kawa kabla ya kukata mbuga kwa miguu akielekea magharibi. Katika safari yake iliyofuata, alisema angepanda gari moshi na kusafiri mbali iwezekanavyo kabla ya kuelekea kaskazini magharibi au kaskazini mashariki. Bado kulikuwa na uwezekano wa kufanya biashara nzuri tu katika sehemu hizo, alisema. Wakati mwingine Yusuf alimsikia baba yake akisema mji wote utaenda Jahanamu huko motoni.

Treni ya kuelekea pwani huondoka magharibi na Yusuf alifikiri Ami Aziz alipanga kuchukua hiyo. Kitu fulani katika mwenendo wa Ami Aziz kilimfanya Yusuf afikiri kwamba Ami Aziz anarudi nyumbani. Lakini mtu huwezi kuwa na uhakika maana binadamu hawatabiriki, inawezekana alikuwa amepanga kuchukua treni inayo-oondoka alasiri na kwenda juu huko milimani. Yusuf alijitayarisha kwa lolote ambalo lingalitokea. Baba yake alitegemea kwamba Yusuf angejitokeza pale hotelini kila mchana baada ya sala ya adhuhuri, ili ajifunze biashara, ndivyo baba yake alimwambia, na ati ajifunze kujitegemea yeye mwenyewe. Ingawa hasa, ilikuwa ili wale vijana wawili waliosaidia kazi pale na waliosafisha jiko; waliowahudumia wateja kwa kuwaletea vyakula, waweze kupumzika kidogo. Mpishi wa hoteli alikuwa mtu wa chupa na mvinyo na aliwaapiza na kuwatu-kana watu wote aliowaona isipokuwa Yusuf. Alipomwona tu Yusuf basi aliukatiza katikati msururu wake wa matusi na maneno machafu na kuanza kutabasamu, ingawa Yusuf alimwogopa na kutetemeka alipokuwa mbele yake. Siku hiyo hakuenda hotelini, na wala hakusali sala yake ya adhuhuri, na kutokana na lile joto kali la muda ule wa mchana hakudhani kwamba mtu yeyote angejihangaisha kumtafuta yeye. Kwa hivyo alirandaranda ukingoni kulipokuwa na vivuli, na pia nyuma ya nyumba ya kuku huko uwani hadi pale alipojikuta anakabwa na harufu ambazo zilianza kutawanyika hewani pamoja na vumbi la mchana ule. Alijificha kwenye eneo jirani lililokuwa na kiza ambalo lilihifadhi mbao nyuma ya nyumba yao. Sehemu hiyo ilikuwa na vivuli vizito vilivyokuwa na rangi ya zambarau na paa la makuti. Alipokuwa hapo aliwasikiliza mijusi waliokuwa wakikimbia kwa uangalifu. Muda wote huu alikuwa anasubiria ile sarafu ya anna kumi.

Hakukatishwa tamaa na ukimya na kule kutisha kwa ule uwanja wa mbao, kwani alishazoea kucheza akiwa peke yake. Baba yake hakupenda kumwona akicheza mbali na nyumbani. 'Tumezungukwa na washenzi' alisema. 'Washenzi ambao hawamwamini Mwenyezi Mungu na ambao wanaabudu mizimu na mashetani waishio kwenye miti na majabali. Hawana wanachopenda zaidi ya kuteka watoto wadogo na kuwafanyia watakavyo. Au utaenda na wale wengine ambao hawajali, wale malofa na watoto wa malofa, na hawatakujali na watawaruhusu mbwa mwitu wakutafune. 'Kaa hapa karibu penye usalama ili mtu aweze kukutupia jicho.' Baba yake Yusuf alipendelea kumwona akicheza na watoto wa dukawala wa kihindi aliyeishi hapo mtaani. Tatizo lilikuwa wale watoto wa kihindi waliomrushia mchanga na kumzomea pale alipojaribu kuwasogelea. 'Golo, golo' waliimba na kumtemea mate. Wakati mwingine alikaa na kundi la vijana wenye rika kubwa kidogo kwa sababu walitaniana na kucheka kutwa. Wazazi wao walipata ajira kama vibarua na waliwatumikia Wajerumani waliojenga reli. Wao walifanya kazi ya kulipwa pale walipopata ajira tu, na walitangulia na ujenzi wa reli, au walifanya kazi ya uchukuzi kwa wasafiri na wafanyabiashara waliosafiri. Walilipwa kutokana na kazi waliyoifanya, na wakati mwingine hawakuwa na kazi. Yusuf aliwasikia wale vijana wakisema kwamba Wajerumani waliwanyonga watu ambao hawakufanya kazi kwa bidii. Na kama walikuwa wadogo sana kunyongwa, basi walikata gololi zao. Wajerumani hawakuogopa kitu. Walifanya walivyotaka na hakuna aliyethubutu kufanya lolote. Mvulana mmoja alisema kwamba baba yake alimwona Mjerumani akitumbukiza mkono wake katikati kwenye moyo wa moto mkali na wala hakuungua, ni kama vile alikuwa zimwi.

Wazazi wao waliokuwa vibarua walitoka kote; wengine walitoka kanda za juu za Usambara, kaskazini ya Kawa; wengine walitoka kanda za ziwa ambazo zilivutia mno na zilikuwa magharibi ya milima, na wengine tena walitoka kwenye uwanda wa kusini uliogubikwa na vita; pia walikuwepo wengi waliotoka pwani. Wao wali-

wacheka wazee wao, walikashifu nyimbo zao za kazini na walisimu-
liana hadithi zilizolinganisha harufu kali zenye kinyaa ambazo wazee
wao walirudi nazo nyumbani. Waliunda majina ya sehemu ambazo
wazee wao walitoka, majina yaliyochekesha na kukera ambayo
waliyatumia kudhihakiana na kutukanana. Wakati mwingine walipi-
gana, wakirushiana mateke na kuporomoka huku wakibiringita na
kuumizana. Pale walipoweza, wale wavulana wakubwa walipata kazi
kama watumishi au walitumwa hapa na pale, ingawa muda mwingi
zaidi waliutumia wakipumzika na kurandaranda, huku wakisubiri
wakue ili wafanye kazi za wanaume. Yusuf alikaa nao pale walipom-
ruhusu, akisikiliza mazungumzo yao na walimtuma hapa na pale.

Kupoteza muda, walipiga soga na kucheza karata. Ilikuwa kutoka
kwao Yusuf aliposikia kwamba watoto wachanga wanaishi kwenye
uume. Pale mwanamme alipotaka mtoto, alimtumbukiza mtoto
ndani ya tumbo la mwanamke ambapo kuna nafasi kubwa zaidi kwa
mtoto kukua. Yeye hakuwa pekee kuona hadithi hii ni ya ajabu halafu
hivyo vidudu vyao vilifunuliwa na vililinganishwa, huku mjadala
ukipamba moto. Baada ya muda, watoto walisahauliwa na uume
zao zikawa ndiyo soga lenyewe. Wavulana wakubwa walihisi fahari
kujionyesha na waliwalazimisha wadogo waonyeshe *viabdala* vyao
ili wavicheke hivyo vibamia.

Wakati mwingine walicheza kipande. Yusuf alikuwa mdogo mno
kupata bahati ya kubutua kwani umri na nguvu ndivyo vilivyo-
amua orodha ya kubutua. Lakini pale aliporuhusiwa kujiunga nao,
yeye alikuwa na kundi la washambuliaji ambao walipagawa kwa
kukimbiza kipande cha ubao kilichorushwa hewani pale kwenye
uwanja uliojaa vumbi. Siku moja baba yake alimwona akikimbia
barabarani na kundi la watoto waliokuwa wakipiga kelele huku
wakikikimbiza kipande. Alimkazia macho kwa hasira na kumchapa
kibao kabla ya kumwamuru arudi nyumbani.

Yusuf alijitengenezea kipande, na kuuunda upya ule mchezo
ili aweze kucheza peke yake. Mchezo wake ulimruhusu kuamua
kuwa mchezaji yeyote aliyetaka, na raha yake ilikuwa uwezo wa
kubutua alivyotaka. Alikimbia juu na chini pale barabarani, mbele
ya nyumba yao, huku akipiga kelele kwa kusisimka na kujaribu

kukidaka kipande alichokibutua kwa nguvu na kukiwezesha kupaa juu ilivyowezekana na kujipa muda wa kukikimbilia na kukidaka.

2

Kwa hivyo siku ya safari ya Ami Aziz ilipowadia, Yusuf hakuwa na wahka kuhusu kupoteza saa chache huku akizivizia zile pesa za sarafu zenye thamani ya anna kumi. Baba yake na Ami Aziz walirudi pamoja nyumbani saa saba mchana. Aliona miili yao ilivyomeremeta kwenye mwangaza uliokumbatiwa na mianzi ya jua na kuonekana kama unyevunyevu wa aina fulani. Walikuwa wakitembea kwenye kijia cha mawe kilichoelekea kwao. Walitembea bila ya kuzungumza, vichwa vyao vikiwa vimejiinamia na mabega yao yameshuka huku yakipigwa jua. Chakula cha mchana kilikuwa kimeshaandaliwa juu ya busati zuri kuliko yote katika chumba cha wageni. Yusuf alisaidia dakika za mwisho, akirekebisha nafasi zilizotengwa sahani zingine na kuzifanya zionekane vizuri. Tena hapo alitunukiwa tabasamu lililojaa shukrani kutoka kwa mama yake ambaye alikuwa taabani kwa uchovu. Alipokuwa hapo, Yusuf aliamua kutizama tena vyakula vilivyojaa pale chini. Michuzi ya namna mbili; kuku na nyama ya kusaga. Wali wa pishori bora kuliko wote uling'aa kwa samli na zabibu kavu pamoja na lozi zilizorushiwa juu yake. Maandazi na mahamri yaliyojaa na kunukia yalifurika katika kapu lililofunikwa kwa kitambaa. Mchicha wa nazi. Sahani ya maharagwe. Vipande vya samaki mkavu vilivyochomwa kwenye moto uliofifia wa mkaa wa mwisho mwisho ambao ulishatumika kupikia vitu vingine vyote. Hamu ya kuvila vyakula hivyo karibu imlize machozi Yusuf. Kufurika kwa mapochopocho namna ile ilikuwa tofauti kabisa na milo yao ya kawaida wakati ule. Mama yake alikunja uso alipoangalia vile Yusuf anavyovikagua vyakula! Lakini mwishowe hakuweza kujizuia: akacheka alipouona uso wa Yusuf ulivyoongezeka masikitiko.

Baada ya wanaume kukaa, Yusuf aliingia na birika na bakuli la shaba pamoja na kitambaa cha kujifutia alichokitundika mkono wa kushoto. Alimmwagia maji Ami Aziz polepole ili aweze kunawa mikono yake, na baadaye baba yake alinawa. Aliwapenda wageni kama Ami Aziz, tena aliwapenda sana. Aliwaza jambo hili pale alipochutama nje ya chumba cha wageni huku akisubiri kuona kama huduma yake ingehitajika. Angalipenda kubaki mle ndani na kuwatizama, lakini baba yake alimtupia jicho la hasira na kumfukuzia mbali. Daima kulikuwa na jambo lililokuwa likiendelea pale Ami Aziz alipowatembelea. Alikula milo yake yote pale kwao ingawa alilala hotelini. Hii ilimaanisha kwamba kulikuwa na makombo ya kuvutia pale walipomaliza kula – nafasi hiyo ilitokea kama mama yake hakumwahi kwa kuingia mle ndani – kwani mama alihakikisha yote yaliishia nyumba ya jirani au kwenye tumbo la ombaomba mmojawapo aliyekuja kugonga pale kwao huku akinong'ona sifa za Mwenyezi Mungu na kuomboleza kwa sauti ya kujiliza. Mama yake alisema kwamba ilikuwa ni ukarimu kutoa chakula na kuwapa majirani au watu waliohitaji kuliko kuwa mlafi. Yusuf hakuelewa kabisa jambo hilo, lakini mama yake alisisitiza kwamba wema una thawabu zake. Alielewa kutokana na ukali wa sauti yake kwamba kama angalibisha, basi angalipewa khutba ndefu, na hizo alishazizoea na kuzichoka hasa kule kwa maalim wa chuoni.

Kulikuwa na ombaomba mmoja ambaye Yusuf hakujali kugawana naye makombo yake mwenyewe. Akiitwa Mohammed na alikuwa mwanamme aliyesinyaa na mwenye sauti kali kama mluzi upenyao kwenye majani makavu, na aliyenuka kama mzoga. Yusuf alimkuta ameketi kando ya nyumba mchana mmoja, huku akila matonge ya udongo mwekundu ambao aliutoa kwenye ukuta wa nje uliokuwa umepasuka. Shati lake lilikuwa chafu lenye madoa na alivaa kaptura mbovu kuliko zote ambazo Yusuf aliwahi kuona. Ukingo wa kofia yake ulikuwa rangi ya kahawia iliyokoza kwa jasho na uchafu. Yusuf alimtizama kwa dakika chache, akijiuliza kama alishawahi kumwona yeyote aliyeonekana mchafu zaidi, halafu akaenda kumchukulia bakuli la muhogo uliosalia. Baada ya matonge machache ambayo Mohammed aliyala huku alinong'ona shukrani, alimwambia kwamba balaa la maisha yake ni bangi. Hapo zamani za kale alikuwa akijiweza, alikuwa na ardhi aliyoimwagilia, na mifugo, na pia mama aliyempenda. Mchana alifanya kazi shambani kwake akiwa na raha ndani ya roho huku akitumia nguvu na uwezo wake wote, na jioni alipumzika na mama yake huku akighani utenzi wa kumsifu Mwenyezi Mungu na kumsimulia hadithi tamutamu kutoka kote duniani.

Halafu uovu ukamwingia, na ukamwingia kwa nguvu ya ajabu hata akamtupilia mbali mama na ardhi pia, akaisaka bangi. Na sasa anatangatanga kote duniani akitafuta kujivinjari na kula udongo. Katika mizunguko yake yote hakuwahi kula chakula kilichopikika na kuwa na ladha mahususi kama kile cha mama yake. Yaani, hali ilikuwa hivyo hadi pale alipouonja ule muhogo aliopewa na Yusuf. Pale walipokaa kando ya ukuta wa nyumba, alimhadithia Yusuf habari za safari zake, huku akipaza sauti yake kali, na uso wake uliogubikwa kwa uzee wakati angali kijana, ukionyesha tabasamu lililojaa bashasha na meno yaliyovunjikiana. 'Jifunze kutokana na mfano wangu mbaya, rafiki yangu mdogo. Epuka bangi, ninakusihi!' Alipokuja hakukaa muda mrefu, lakini Yusuf daima alifurahi kumwona na kusikia matukio mapya yaliyomkumba. Alifurahia zaidi kusikia maelezo ya shamba la Mohammed lililokuwa kusini ya Witu na maisha yake wakati huo uliojaa raha na fanaka. Hadithi ya pili aliyoipenda ni ile inayohusu mara ya kwanza Mohammed alipopelekwa nyumba ya vichaa Mombasa. 'Wallahi, sikudanganyi mtoto wee. Walifikiri mimi kichaa! Unaweza kuamini?' Pale waliujaza mdomo wake chumvi kemkem halafu walimwasha kibao cha shavu alipothubutu kuitema. Walimwacha peke yake alipotulia kimya huku akifyonza mawe ya chumvi iliyokuwa ikiyeyuka mdomoni mwake na kufanya matumbo yake yamomonyoke. Mohammed aliyazungumzia mateso huku akisisimka ingawa alifanya utani pia. Alikuwa na hadithi nyingine ambazo Yusuf hakuzipenda, zilihusu mbwa kipofu aliyemwona akipigwa kwa mawe hadi akafa na pia zile za watoto waliotelekezwa katika ukatili. Alimtaja binti mmoja aliyefahamiana naye kule Witu. Mama yake alitaka kumwozesha, alisema, halafu akatabasamu kipumbavupumbavu.

Mwanzoni Yusuf alijaribu kumficha kwani aliogopa mama yake angemfukuza, lakini Mohammed alitoa shukrani huku akitetemeka na kuomboleza kila alipotokeza hata akawa ombaomba wake ampendaye kuliko wote. 'Mheshimu mama yako, ninakusihi!' alipaza sauti kwa kujipigisha kelele ili asikilizane. 'Jifunze kutokana na mfano wangu mbaya kabisa.' Haikuwa ajabu kwa watu wenye hekima au mitume au masultani kujifanya ombaomba na kujichanganya na watu wa kawaida au wale wasiokuwa na riziki, mama yake alimwambia baadaye. Ni vyema wakati wote kuwapa heshima. Kila baba yake Yusuf alipotokeza, Mohammed alisimama na kuondoka huku akitoa sauti za staha na heshima.

Safari moja Yusuf aliiba pesa ya sarafu kutoka kwenye mfuko wa koti la baba yake. Hakujua kwa nini aliichukua. Wakati baba yake alipokuwa akikoga baada ya kurudi kutoka kazini, Yusuf alitumbukiza mkono kwenye koti lililokuwa na harufu ambalo lilikuwa limetundikwa kwenye msumari chumbani kwa wazazi wake na kuchukua sarafu. Hakuwa amepanga jambo hilo. Alipoitizama pesa hiyo baadaye, aligundua kwamba ilikuwa rupia ya fedha na aliogopa kuitumia. Alishangaa kwamba hakugunduliwa na alipata hamu ya kuirudisha. Mara nyingi aliwaza kumpa Mohammed lakini aliogopa maneno ya yule ombaombana pia vile ambavyo yule angemshutumu. Rupia ya fedha ni kiasi kikubwa zaidi ambacho aliwahi kukishika mkononi. Basi akaificha kwenye ufa uliokuwa kwa chini katika ukuta, na wakati mwingine aliitoa kwa kuchokonoa na kuisukuma sukuma nje kwa kutumia kijiti.

3

Ami Aziz alijipumzisha kwa *siesta*, yaani usingizi wa mchana, katika chumba cha wageni. Kwa Yusuf hii ilikuwa ni kero kwani ilibidi kusubiri. Baba yake pia alikwenda chumbani kwake, kama ilivyokuwa kawaida yake kila siku baada ya kula. Yusuf hakuelewa kwa nini watu walilala mchana; ilikuwa kama sheria fulani ambayo walilazimika kuifuata. Waliita jambo hili kujipumzisha, na wakati mwingine hata mama yake alifanya hivyo; aliingia chumbani na kufunga pazia. Alipojaribu yeye mara moja au mbili, alihisi doro kiasi kwamba alijikuta anapata wahka kwamba labda angalishindwa kuamka tena. Mara ya pili aliwaza kwamba bila shaka vile ndivyo kifo kilivyo, kulala kitandani huku ukiwa macho halafu ukashindwa kuamka, kama vile adhabu.

Wakati Ami Aziz alipokuwa amelala, Yusuf alitakiwa kusafisha jiko na uwa. Jambo hili lilikuwa halikwepeki kama alitaka apate madaraka kuhusu matumizi ya mabaki ya chakula kilichosalia. Ajabu mama yake alimwacha peke yake na kuenda kuzungumza na baba yake. Kawaida angesimamia vizuri, akitofautisha mabaki ya kweli ambayo ni makombo, na kile ambacho kingefaa kuwekwa kama mlo mwingine. Alijivinjari vizuri kwa kukipapia chakula kile na kukihifadhi kiasi alichoweza, pia alikosha na kusugua masufuria, akafagia uwa, halafu akaenda mlango wa nyuma ya nyumba na kukaa kitako kivulini akiwa tayari kwa lolote huku akipumua kwa nguvu kutokana na uzito wa maisha.

Mama yake alipomwuliza anafanya nini, alimjibu kuwa anapumzika. Alijaribu kutokusema kwa mbwembwe za kibwanyenye, lakini ilionekana hivyo na kumfanya mama yake atabasamu. Ghafla mama alimshika na kumkumbatia huku akimnyanyua, na yeye akaanza kupiga mateke kwa nguvu zake zote akitaka uhuru wake. Alichukia kufanywa kama mtoto mdogo, na yeye alifahamu hiyo. Alitaka kupata heshima ya kukanyaga ardhi kwa nyayo zake mwenyewe na hivyo akajaribu kuponyoka akiwa na hasira aliyojaribu kuizuwia. Kwa sababu yeye alionekana mdogo kwa umri wake ndiyo maana mama yake alifanya hivyo mara kwa mara – alimnyanyua, alimfinya mashavu, alimkumbatia na kumjaza mabusu – halafu alimcheka kama vile yeye alikuwa mtoto mdogo. Alikuwa na miaka kumi na miwili tayari. Kwa mshangao, mama yake hakumwachia safari hii. Kawaida angemwachia pale kufurukuta kwake kulipozidi, halafu angemchapa matako pale alipokimbia. Safari hii mama aliendelea kumshika na kumbana kwenye mwili wake uliojaajaa ulaini, huku akiwa kimya. Hakusema neno na wala hakucheka. Nyuma ya shimizi yake kulikuwa bado kumejaa unyevunyevu wa jasho, na mwili wake ulinuka moshi na uchovu. Baada ya muda akawacha kupambana na kumruhusu mama yake amkumbatie vizuri.

Hilo lilikuwa ndilo tishio la kwanza. Alipoyaona machozi yakilenga na kububujika kwenye macho ya mama yake, moyo wake ulipasuka kwa mshtuko akahisi tumbo joto. Hakuwahi kumwona mama yake akifanya hivyo hapo awali. Aliwahi kumwona akilia kwa kuomboleza kwa kelele kupita kiasi katika maziko ya jirani ambapo ilionekana kama vile kila kitu kilikuwa kimepoteza mwelekeo na hapo alimsikia akiuomba msamaha wa Mwenyezi Mungu kwa viumbe wake huku uso wake ukiwa umejaa wasiwasi; lakini hakuwahi kuyaona machozi haya ya kimya. Alifikiri kuna jambo lililokuwa limemtokea baba yake, labda alimgombeza. Labda, kwa Ami Aziz, chakula hakikuwa kizuri kama ilivyotakiwa.

'Ma' alimbembeleza, lakini mama alimnyamazisha.

Labda baba yake alisema jinsi gani familia yake ile nyingine ilivyokuwa nzuri. Yusuf aliwahi kumsikia akisema hivyo pale alipokuwa na hasira. Safari moja alimsikia akimwambia mama yake kwamba yeye alikuwa mtoto wa mshamba mmoja huko milimani kutoka kabila fulani nyuma ya maeneo ya Taita; tena aliishi kwenye kibanda kilichojaa moshi na alivaa ngozi za mbuzi zilizonuka; na kwamba alifikiri mbuzi watano na magunia mawili ya maharagwe yalikuwa bei nzuri kwa mwanamke yeyote. 'Kama lolote litakutokea, wataniuzia mwingine kama wewe kutoka kwenye mabanda yao,' alisema. Mwanamke asijidai kuringa ati kwa sababu amekulia pwani kati ya wastaarabu. Yusuf aliogopa walipogombana, alihisi maneno yao makali yalimchoma kwa ndani na alikumbuka hadithi za wale vijana wengine kuhusu ukatili na kutupwa.

Ilikuwa ni mama yake aliyemhadithia kuhusu mke wa kwanza, huku akitumia ile sauti yake ya kusimulia hadithi iliyojaa bashasha na tabasamu. Huyo mke alikuwa Mwarabu kutoka famila kongwe huko Kilwa. Hakuwa binti wa sultani lakini alikuwa ametoka katika familia iliyoheshimiwa. Baba yake Yusuf alimwoa bila ya idhini ya wazazi wake waliojaa fahari na waliodhani kwamba yeye hakuwa na hadhi au ukuu wa kutosha kwao. Kwani ingawa baba yake Yusuf alikuwa na jina kubwa, mtu yeyote mwenye macho angeweza kuona kwamba mama yake alikuwa mshenzi na kwamba yeye hakuba- hatika na mafanikio. Na ingawa jina haliwezi kupoteza heshima kutokana na damu ya mama, dunia ambayo walikuwa wakiishi ilikuwa na kanuni zake. Walikuwa na matarajio makubwa kwa binti yao kuliko kumwachia awe mama wa watoto masikini wenye sura za kishenzi. Walimwambia 'Bwana, tunamshukuru Mwenyezi Mungu kwa madhumuni yako mema, lakini binti yetu bado mdogo sana kufikiria ndoa. Mji umejaa wasichana watakaokufaa na kuwa na thamani zaidi kwako kuliko huyu binti yetu.'

Lakini baba yake Yusuf hakuweza kustahamili kwani alishamwona msichana na hakuweza kumsahau. Alishampenda kabisa! Alirowa mapenzi kabisa, hakujijua wala kujitambua na akafanya njama zote za kumpata. Alikuwa mgeni Kilwa kwani alikwenda kupeleka mitungi ya maji ambayo mwajiri wake alimtuma. Alijenga urafiki na nahodha mmoja aliyekuwa na ujuzi mkuu wa majahazi. Basi huyo nahodha akachekelea kusikia yaliyomkumba na akamwendekeza katika mapenzi yake na huyo binti na pia akamsaidia katika mipango ya kumpata. Ukiwacha yote, familia ya yule msichana ambayo ilikuwa ikijiona sana ingepata majonzi tosha, alisema nahodha. Baba yake Yusuf alifanya miadi ya siri na binti na mwishoni akamtorosha. Nahodha ambaye aliufahamu vizuri mwambao wote kutoka Faza kule kaskazini hadi Mtwara huko kusini aliwapeleka Bagamoyo ambapo palikuwa ndani zaidi kutoka mwambao. Baba yake Yusuf alipata kazi katika bohari ya pembe za ndovu iliyomilikiwa na Mfanyabiashara Mhindi. Kwanza alikuwa mlinzi, halafu akawa karani na Mfanyabiashara wa hisa. Baada ya miaka minane, yule mwanamke alifanya mipango kurudi Kilwa baada ya kuandika barua kwa wazazi wake kwanza akiwabembeleza wamsamehe. Wanawe wawili wa kiume walikuwa waende naye ili kufuta lawama zozote za wazazi. Jahazi ambalo walisafiria liliitwa Jicho. Baada ya kutoa nanga Bagamoyo, halikuonekana tena. Yusuf aliwahi kumsikia baba yake akiizungumzia hiyo familia na hii ilitokea alipopata hasira kuhusu kitu au wakati mambo yalipokuwa hayamwendei vyema na alihisi kukata tamaa. Alifahamu kwamba kumbukumbu zilimwumiza sana baba yake na kumpa hasira kuliko kifani.

Katika mojawapo ya ugomvi wao ambapo walikuwa wakirushiana maneno na kuonekana kusahau kwamba yeye alikuwa amejibanza nje ya mlango uliokuwa wazi, alimsikia baba yake akiguna kwamba,

'Mapenzi yangu kwake hayakuwa na radhi. Unafahamu maumivu ya hilo.'

'Nani asiyefahamu?' mama yake aliuliza. 'Nani asiyefahamu maumivu ya hilo? Au unafikiri sifahamu maumivu ya mapenzi yanayoharibika? Unafikiri mimi sihisi kitu?'

'Hapana, hapana, usinilaumu, wewe usinilaumu. Wewe ni nuru ya uso wangu,' alipiga kelele, sauti yake ikipanda juu na kukatika. 'Usinilaumu. Usianze kuhusu hilo upya tena.'

'Sitaanza,' alimjibu huku akishusha sauti na kusonya kwa kunong'ona.

Alijiuliza kama walikuwa wamegombana tena. Akamsubiri mama yake azungumze, akitamani aambiwe nini lilikuwa tatizo, akihisi kukereka kwa kutokuwa na uwezo wa kumlazimisha amwambie jambo lililomfanya alie.

'Baba yako atakuambia,' alisema, mwishoni akamwachia na kurudi ndani ya nyumba. Kufumba na kufumbua, kiza ya nyumba ilimmeza akatokomea zake ndani.

4

Baba yake alitoka ili kuja kumtafuta. Alikuwa ameamka kutoka usingizini na macho yake yalikuwa yamewiva kwa wekundu wa kulala. Shavu lake la kushoto lilionekana kuwiva kwa wekundu, labda alilalia upande huo. Alinyanyua ncha ya fulana yake ya ndani na kukuna kitambi chake wakati mkono wake mwingine ukipapasa uoto mfupi wa ndevu kwenye kidevu chake. Ndevu zake ziliota haraka na kawaida alizinyoa kila mchana baada ya kuamka. Alimpa tabasamu Yusuf na tabasamu lake likajaa usoni. Yusuf alikuwa bado ameketi katika mlango wa nyuma ambapo mama yake alimwacha. Sasa baba yake alikuja na kuchutama pembeni yake. Yusuf alielewa papo hapo kwamba baba yake alikuwa akijaribu kuonekana kama hakuwa na wasiwasi, jambo lililompa Yusuf wahka.

'Eti wee pweza mdogo, ungependa kusafiri kidogo?' baba yake alimwuliza huku akimvuta alikaribie jasho lake la kiume. Yusuf alihisi uzito wa mkono kwenye bega lake na akajizuia kuficha uso wake kwenye kifua cha baba yake. Sasa yeye alikuwa mkubwa mno kufanya mambo kama hayo. Macho yake yakarukia uso wa baba yake ili aelewe maana ya maneno aliyokuwa akiyasema. Baba yake alicheka, akambana dhidi ya mwili wake kwa muda, 'usifurahie kiasi hicho,' alisema.

'Lini?' Yusuf aliuliza akijichomoa ili awe huru.

'Leo,' Baba yake alijibu huku akipaza sauti kwa furaha na halafu akatabasamu huku akipiga mwayo mdogo, akijaribu kuonekana kama hana wasiwasi, 'Tena sasa hivi'.

Yusuf akasimamia vidole vya mguuni na kunyoosha magoti. Papo hapo alipata hisia ya kukimbilia chooni kujisaidia lakini akamwangalia baba yake kwa wasiwasi, akisubiri kusikia zaidi. 'Ninaenda wapi? Vipi kuhusu Ami Aziz?' Yusuf aliuliza. Woga alioupata ghafla ulipotea pale alipofikiria ile pesa kumi ya anna. Hakutaka kuenda popote bila ya kuipata ile pesa kumi ya anna kwanza.

'Utaenda na Ami Aziz,' baba yake alisema, halafu akatoa tabasamu dogo lililojaa uchungu. Kwa kawaida alifanya hivyo pale Yusuf aliposema kitu cha kipuuzi. Yusuf alisubiri lakini baba yake hakusema kitu. Baada ya muda baba yake alicheka na alijaribu kumdaka. Yusuf alichepuka na kucheka pia. 'Utaenda kwenye treni,' baba yake alisema. 'Utakwenda hadi pwani. Si unapenda treni? Utafurahi kuenda baharini.' Yusuf alisubiri ili baba yake aseme zaidi, na hakuweza kufikiri kwa nini hakupenda kabisa wazo la hii safari. Mwishoni, baba yake alimgonga kwenye paja na kumwambia amfuate mama yake ili wafungashe virago vyake.

Muda wa kuondoka ulipowasili alihisi kama ndoto. Alimuaga mama yake katika mlango wa mbele wa nyumba na kuanza kuwafuata baba yake na Ami Aziz kuelekea stesheni. Mama yake hakumkumbatia na kumbusu, na wala hakumwaga machozi juu yake. Yusuf aliogopa kwamba angalifanya hivyo. Baadaye, Yusuf alishindwa kukumbuka alichokifanya mama yake na pia alichokisema, lakini alikumbuka kwamba alionekana mgonjwa au kama aliyezubaa, akiegemea nguzo ya mlango. Alipofikiria muda wa kuondoka kwake, picha iliyomjia ni ile ya barabara iliyong'aa ambapo yeye alikuwa akitembea, na wanaume watu wazima walikuwa mbele yake.

Mbele ya kundi la watu wote hao, mpagazi aliyumbayumba huku akiwa amebeba mzigo wa Ami Aziz kwenye mabega yake. Yusuf aliruhusiwa kubeba kirago chake kidogo: suruali kipande mbili, kanzu yake ya Idi iliyopita ambayo bado ilikuwa mpya, shati moja, Msahafu na tasbihi kukuu ya mama yake. Vitu vyote, isipokuwa tasbihi, vilizingirwa kwenye shali la mtandio mmoja wa zamani ambalo ncha za pande zake nne zilivutwa na fundo pana kufungwa. Mama yake alifanya hivyo huku akitabasamu, na aliingiza fimbo katika fundo hilo ili Yusuf aweze kubeba kirago chake begani, kama wafanyavyo wapagazi. Ile tasbihi ya vito vya kahawia aliiminya kwenye kiganja mwishoni huku akimkabidhi kwa siri.

Haikumpitikia, hata kwa sekunde moja, kufikiri kwamba angeondoka kutoka kwa wazazi wake kwa muda mrefu, au kwamba asingaliwaona tena, milele. Haikumpitikia kuuliza lini angalirudi. Hakufikiria kuuliza kwa nini alikuwa akimsindikiza Ami Aziz kwenye hii safari, au kwa nini hii shughuli iliandaliwa kwa ghafla kiasi kile. Alipofika steshani Yusuf aligundua kwamba zaidi ya bendera ya manjano yenye ndege mweusi mwenye hasira, kulikuwa na bendera nyingine yenye msalaba uliokuwa na ncha za fedha. Hiyo ilipeperushwa pale maafisa wakuu Wajerumani walipokuwa safarini kwenye treni. Baba yake aliinama na kumshika mkono. Alizungumza naye kwa muda mrefu na mwishoni macho yake yalijaa machozi. Baadaye Yusuf hakukumbuka maneno aliyoambiwa, ingawa Mwenyezi Mungu alitajwa.

Treni ilikuwa ikienda kwa muda kabla ya msisimko wa kuipanda ulipoanza kufifia kwa Yusuf, halafu wazo la kuwa aliondoka nyumbani likaanza kumzonga. Akakumbuka kicheko cha mama yake alichopenda kuangua mara kwa mara, na hapo ndipo alipoanza kulia. Ami Aziz alikuwa amekaa kwenye benchi pembeni yake, na Yusuf akaanza kumtizama kwa jicho la woga. Ami Aziz alikuwa akisinzia huku amejichomeka kati ya benchi na mizigo. Baada ya muda mchache, Yusuf alifahamu kwamba machozi yalishasita ingawa hakutaka kuipoteza ile hisia ya huzuni iliyomzonga. Akafuta machozi na kuanza kumsoma Ami yake. Miaka ilipokwenda mbele, Yusuf alipata nafasi kama hizo nyingi tu, lakini hii ilikuwa ni mara ya kwanza tangu alipomfahamu ambapo alipata nafasi ya kuuangalia uso wake vizuri kabisa. Ami Aziz alivua kofia yake walipopanda treni na Yusuf alishangaa kuona jinsi alivyoonekana mkali. Bila ya kofia, uso wake ulionekana bapa, yaani mfupi na mpana na haukuwa sawia. Pale alipojiegemeza huku akiwa amepitiwa na usingizi, tabia zake za kiungwana ambazo zilimtofautisha na wengine hazikukuwepo. Bado alikuwa akinukia vizuri. Yusuf alivutiwa sana na jambo hilo kwake. Hilo na kanzu yake nyepesi iliyopepea pamoja na kofia iliyofumwa kwa uzi wa hariri. Alipoingia ndani ya chumba, kuwepo kwake kulijisambaza kama vile kitu kilichokuwa tofauti na mtu mwenyewe. Kuwepo huku kulitangaza utajiri na mafanikio na uthubutu. Sasa pale alipoegemea mizigo, kitambi kidogo cha mviringo kilijitokeza chini ya kifua. Yusuf hakuwahi kukiona kabla ya hapo. Alipokuwa akimtizama alikiona kitambi kikipanda na kushuka kufuatia pumzi zake, halafu akaona mtetemeko ukitetema juu ya tumbo.

Kama kawaida, kwenye eneo la nyonga yake, aliyafunga mapochi yake ya ngozi yaliyokuwa na pesa. Yalifanya kitanzi juu ya mifupa yake ya nyonga na kukutana kama komeo lililofungwa juu ya mapaja yake ambapo yalionekana kama silaha. Yusuf hakuwahi kuuona huo mkanda wa pesa ukiwa haujafungwa kiunoni hapo, hata pale alipojipumzisha kwa kulala mchana. Mara akakumbuka ile sarafu ya fedha ya Rupia aliyoificha kwenye ufa chini ya ukuta na akajikuta akitetemeka wazo la pesa hiyo kukutikana na hatia hii kutangazwa.

Treni ilikuwa na kelele. Vumbi na moshi viliingia kwa kupitia madirisha yaliyokuwa wazi, na harufu ya moto na nyama ya kuungua ilitapakaa. Upande wa kulia wa nchi ambayo walikuwa wakipita ulikuwa tambarare na ulionyesha vivuli virefu vilivyojitokeza jioni ile. Mashamba yaliyotapakaa na nyumba za watu zilikumbatia ardhi ambayo ilipitwa kwa kasi. Upande wa pili ulikuwa na vivuli vya taswira ya milima iliyotuna na kuonekana iking'aa pale vilele vyake vilipoguswa na jua lililokuwa likitua. Treni haikuwa na haraka, na ilijisogeza na kuunguruma huku ikihangaika na shughuli ya kujongea pwani. Kuna wakati ilipunguza mwendo na kuonekana kama ingesimama, lakini ilisonga mbele bila madaha ya kujionyesha, halafu ghafla ilipiga hatua mbele ikiandamana na kelele zilizokuwa na sauti kali ambazo zilitokeza kutoka kwenye magurudumu yake. Yusuf hakukumbuka kuona treni ikisimama kwenye stesheni yoyote walipokuwa safarini, lakini baadaye alielewa kwamba lazima ilisimama mahali. Alikaribishwa kula na Ami Aziz chakula alichokipika mama yake: maandazi, nyama ya kuchemsha na maharagwe. Ami yake alikifunua chakula kwa taratibu ya uzoefu huku akinong'ona Bismilahi na kutabasamu kiasi, halafu, akiwa amekipinda kiganja chake kiasi, alimfanyia Yusuf ishara ya kumwita kula naye. Ami yake alimwangalia kwa upole pale alipokuwa akila, na alimpa tabasamu huku akimwangalia kwa muda mrefu.

Hakuweza kulala. Mbavu za benchi ziliutonya mwili wake na alibakia macho. Mara moja moja alisinzia, au alilala macho wazi, akisumbuliwa na haja ya kutaka kujisaidia. Alipofungua macho usiku wa manane, muonekano wa behewa lenye kiza na lililojaa nusu ulimfanya apate hamu ya kupiga mayowe. Kiza kilichokuwa nje kilikuwa hakina mwisho, na alikuwa na wasiwasi kwamba treni ilikuwa imemezwa na hiyo kiza kiasi ambacho ingekuwa vigumu kuweza kurudi tena kwa usalama. Alijaribu kutuliza akili yake kwa kuzingatia kelele za magurudumu huku akiwa makini, lakini mapigo yake yalikuwa ya ajabu na yalimvuruga na kumfanya abaki macho. Aliota kwamba mama yake alikuwa mbwa mwenye chongo ambaye aliwahi kumwona amegongwa na magurudumu ya treni. Baadaye aliota kwamba aliuona woga wake ukimeremeta katika mwanga wa mbalamwezi, huku umegubikwa katika marenda ya uzazi. Alitambua kwamba huo ulikuwa woga wake kwa sababu mtu fulani aliyekuwa kasimama kwenye kivuli alimwambia ule ulikuwa woga na pia yeye aliuona woga ukipumua.

Asubuhi iliyofuata waliwasili mahali walipokuwa wakielekea, na Ami Aziz alimwongoza Yusuf kwa utulivu na kwa uthabiti kupita katikati ya umati wa wafanyabiashara waliokuwa wakipiga kelele ndani na nje ya kituo hicho cha treni. Hakuzungumza na Yusuf walipokuwa wakipita katika mitaa iliyoonekana ikiwa imetapakaa mabaki ya sherehe fulani iliyofanyika hapo karibuni. Kulikuwa na matawi ya minazi ambayo bado ilikuwa imefungwa kwenye milango na ilifumwa katika muundo wa upinde. Mataji ya maua ya manjano na asumini yalitapakaa njiani yakiwa yamevunjwavunjwa pamoja na maganda ya matunda yaliyomenywa ambayo yalionekana baraba-rani huku yakiwa yameanza kupata rangi ya kahawia. Mpagazi mmoja alikuwa mbele yao akiwa amebeba mizigo yao huku jasho likimtiririka na pia akihema kijuujuu kutokana na joto la asubuhi. Yusuf alilazimika kumpa mzigo wake. 'Mwache mpagazi aubebe,' Ami Aziz alisema, akimnyooshea mkono mwanamme aliyekuwa akikenua meno huku akionekana amebinuka na kuelemewa upande mmoja pale alipokuwa katikati ya ile mizigo. Mpagazi huyo alirukaruka huku akitembea na kujaribu kupunguza uzito upande mmoja wa mwili wake ambao ulionekana kuwa na maumivu kwenye nyonga. Barabara ilikuwa inawaka moto, na Yusuf ambaye miguu yake ilikuwa haikuhifadhiwa na kitu, alitamani kuruka pia, lakini alijua bila ya kuambiwa, kuwa Ami Aziz asingependa jambo hilo. Kutokana na jinsi ami yake alivyokuwa akisalimiwa njiani, Yusuf alielewa kuwa huyu alikuwa mtu mashuhuri. Mbeba mizigo alipiga kelele kwa watu kumpisha, 'Hebu mwacheni Seyyid apite, waungwana', na ingawa alikuwa mtu aliyeonekana kuwa kachakaa na asiyekuwa na taswira ya kuvutia, hakuna mtu aliyembishia. Mara kwa mara aligeuka kuwatizama huku akikenua meno, na Yusuf akaanza kufikiri kuwa mpagazi alifahamu jambo la hatari ambalo yeye hakulifahamu.

Nyumba ya Ami Aziz ilikuwa ndefu, ya mjengo wa chini na ilikuwa mwisho kabisa wa mji. Ilikuwa mbali kidogo na barabara na mbele yake kulikuwa na uwanja mkubwa uliozungukwa na miti. Kulikuwa na miti mifupi ya miarobaini, minazi, mti wa sufi na mwembe mkubwa kwenye pembe ya uwa. Pia kulikuwa na miti mingine ambayo Yusuf hakuitambua. Kwenye kivuli cha mwembe, watu wachache walikuwa wameshaketi asubuhi ile. Pembeni ya nyumba kulikuwa na ukuta mrefu mweupe uliopigwa ripu na ambao, kwa juu, Yusuf aliona vilele vya miti na minazi iliyozin-girwa. Wale wanaume waliokuwa wameketi chini ya mwembe wali-simama walipowaona wakiwasili, na walinyanyua mikono yao juu huku wakiwasabahi.

Walipokelewa na kijana aliyeitwa Khalil ambaye alitoka mbio katika duka lilikokuwa mbele ya nyumba huku akiropokwa maneno kwa kelele za kuwakaribisha. Aliubusu mkono wa Ami Aziz kwa heshima na taadhima, na angaliendelea kuubusu kama Ami Aziz asingeuchomoa mkono wake pale mwishoni. Halafu alisema kitu kama mtu aliyekereka, hapo tena Khalil akasimama kimya mkabala naye, huku akikunja mikono yake pamoja na akijaribu kujizuia kutoshika mikono ya Ami Aziz ili kuibusu tena. Walisalimiana na kupeana habari kwa Kiarabu huku Yusuf akiwatizama. Khalil alionekana kuwa na miaka kumi na saba au kumi na nane, mwembamba na kama mtu mwenye wasiwasi, pia alikuwa ameanza kuota masharubu. Yusuf alifahamu kuwa alitajwa kwenye mazungumzo, kwani Khalil aligeuka kumtizama na kutikisa kichwa kwa msisimko. Ami Aziz akaanza kutembea kuelekea pembezoni mwa nyumba ambapo Yusuf aliona uwazi fulani ambao bila shaka ulikuwa na mlango pale chini ya ukuta ule uliopakwa chokaa. Alipotupia macho upande wa pili wa ukuta, aliona sehemu ya bustani iliyojificha ndani ya uwazi ule ulioambatana na mlango, na alihisi kwamba aliona miti ya matunda, maua yaliyochanua na maji yaliyomeremeta. Alipoanza kumfuata, Ami Aziz alitoa ishara kwa kunyoosha kiganja chake na kukiwacha kibaki hewani kwa muda huku yeye mwenyewe akiendelea kutembea. Alifanya hivyo bila hata ya kugeuka. Yusuf hakuwahi kuona kitendo kama hicho kamwe, lakini alielewa kuwa alikuwa akikemewa na kuwa hakuwa na ruhusa ya kumfuata Ami Aziz. Alimgeukia Khalil na kumkuta kijana yule akimpima huku akiwa na tabasamu kubwa mdomoni. Alimwita Yusuf na kuanza kutembea kurudi dukani. Yusuf alikiokota kirago chake na fimbo ambayo mpagazi alishaibwaga pale alipoupeleka mzigo wa Ami Aziz ndani ya nyumba; halafu Yusuf akamfuata Khalil. Alishaipoteza tasbihi yake ya vito vya kahawia kwa kuisahau ndani ya treni. Wanaume watatu wazee walikuwa wamekaa kwenye ubao kibarazani pale mbele ya duka, na macho yao yalimfuata Yusuf kwa utulivu pale alipoinama na kupita chini ya kilango kilichoinuliwa na kushushwa ambacho kilimruhusu kuingia ndani ya duka.

5

'Huyu ni ndugu yangu wa kiume ambaye amekuja kufanya kazi kwetu,' Khalil aliwaambia wateja. 'Anaonekana mdogo na dhaifu kwa sababu ametoka nyikani, nyuma ya milima kule. Wanakula mihogo na mchunga tu kule. Ndiyo maana anaonekana kama mfu mtu. Wee, kifa urongo! Hebu mwangalieni masikini mtoto huyu. Angalieni vikono vyake vilivyokuwa dhaifu na jinsi anavyotizama kwa huruma. Lakini tutamjaza sasa hivi kwa kumpa samaki, halua na asali, na baada ya muda mfupi tu atakuwa kajaa kutosha kupewa binti yenu mmoja. Wee mtoto, hebu wasalimie wateja. Wape tabasamu moja kubwa.'

Siku za mwanzo kila mtu alimpa tabasamu, isipokuwa Ami Aziz, ambaye Yusuf alimwona mara moja au mbili kwa siku. Watu walimkimbilia Ami Aziz pale alipopita, ili kuubusu mkono wake kama aliwaruhusu au pale alipoonekana kisirani waliinama kwa heshima na taadhima na kumsabahi huku wakiwa yadi moja au zaidi mbali naye. Hakuonyesha hisia yoyote kwa watu waliojipendekeza kwa salamu na du'a, na baada ya kumsikiliza mtu kwa muda ambao yeye alihisi ulitosha kutoonekana mwenye kiburi, aliendelea na safari yake, huku akigawa sarafu chache kwa wale watumishi walioonekana kuwa fakiri zaidi.

Yusuf alitumia muda wake wote na Khalil, ambaye alimwelekeza kuhusu maisha yake mapya na kumhoji kuhusu maisha yake ya zamani. Khalil alishughulikia duka, aliishi dukani, na alionekana kutojali chochote zaidi ya duka. Amali yake yote na nafsi yake yote ilionekana kuwa dukani. Hata pale alipofanya kazi moja au nyingine, alitazama duka huku akiwa na taswira ya mtu mwenye wasiwasi, mwenye kuzungumza kwa haraka na kwa msisimko kuhusu maafa ambayo yangalilikumba duka kama yeye angetulia ili kushusha pumzi. *Utajitapisha kwa mazungumzo yako yaliyopita kikomo*, wateja walimwonya. *Usikimbizane hivyo, kijana wee, utakauka kabla ya wakati wako.* Lakini Khalil aliwacheka na kuendelea na porojo zake. Alizungumza kwa lafudhi ya mtu mwenye asili ya Kiarabu ingawa Kiswahili chake kilikuwa sanifu kabisa. Alijipa uhuru wa kutamka maneno kwa Kiarabu pale alipohisi yametoholewa au kuhamasishwa na lugha hiyo au alipohisi yana uajabu fulani. Akiwa na hasira na wasiwasi, yeye hujikuta akiingia kwenye midadi ya ajabu ambapo huzungumza Kiarabu haraka haraka na kuwalazimisha wateja kutulia huku wakimvumilia. Mara ya kwanza Alipomwona akifanya hivi, Yusuf alicheka kwa kuuona ule ukali wa midadi yake, na Khalil alisogea mbele na kumpiga kofi moja kali kwenye nyama ya shavu lake la kushoto. Wazee kwenye barza wakaangua vicheko vyenye mihemuko huku wakigongana na kutizamana kwa uelewa, kama vile walishafahamu muda wote kwamba hili lingetokea. Walikuja kila siku kukaa kwenye ubao wakizungumza wenyewe na kutabasamu walipoona visa vya Khalil. Pale wateja walipokuwapo Khalil aliwageukia kwa makini na kuwafanya wapambe wa visa vyake alivyotoa. Aliingilia kati mazungumzo yao ya sauti ya chini walimopeana habari na kunong'onezana uvumi uliokuwepo kuhusu vita, huku wakiulizana maswali ambayo hawakuweza kuyakwepa, na pia walijazana maarifa tele.

Mwalimu mpya wa Yusuf hakupoteza muda kumweka sawa katika mambo kadhaa. Siku ilianza alfajiri na haikumalizika hadi pale Khalil aliposema. Ndoto na kulia usiku ilikuwa ujinga kwa hivyo hawakupaswa kuendelea na matukio hayo tena. Mtu anaweza kudhani amerogwa halafu akapelekwa kwa fundi kuwekewa pasi ya moto mwekundu mgongoni. Kusinzia kwenye magunia ya sukari katika duka kulikuwa ni usaliti mwovu kuliko wote. Tuseme angejik-ojolea na kuchafua sukari. Pia mteja anapofanya mzaha, tabasamu hadi ujambe kama kuna umuhimu, lakini tabasamu na usithubutu kuonekana umechoka. 'Na kuhusu Ami Aziz, kwanza si ami yako,' alimwambia. 'Jambo hili ni muhimu sana kwako. Huyu si ami yako, si baba yako mdogo wala baba yako mkubwa, na si mjomba wako. Nisikilize, wee, kifa urongo. Huyu si ami yako.' Hilo ndilo jina Khalil alilompachika enzi hizo. Kifa urongo, mtu mfu. Walilala kwenye sakafu pale barazani mbele ya duka wakiwa wauza duka mchana na usiku wakiwa walinzi, huku wamejifunika mashuka ya kaniki yaliyokakamaa. Vichwa vyao vilikaribiana ingawa miili yao ilikuwa mbali mbali. Walizungumza polepole bila ya kukaribiana mno huku wakiwa wamelala.

Kila Yusuf alipoviringika usingizini na kumkaribia Khalil, Khalil alimkung'uta kikatili hasa. Mbu waliwazingira huku wakitoa vilio vya hali ya juu vilivyosindikiza unyonyaji wa damu. Pale shuka lilipowateleza tu, mbu walirundana kwenye karamu yao iliyojaa dhambi. Yusuf aliota kwamba alikuwa akiona mapanga yao yenye ncha zilizoshonana kama msumeno yakikata nyama za mwili wake.

Khalil alimwambia, 'Uko hapa kwa sababu Ba wako anadaiwa pesa na Seyyid. Niko hapa kwa sababu Ba wangu ana deni lake la pesa, ingawa wangu ameshafariki sasa, Mwenyezi Mungu airehemu roho yake.'

'Mwenyezi Mungu amrehemu,' Yusuf alisema.

'Ba wako lazima ni Mfanyabiashara ovyo…'

'Hapana,' Yusuf aligutuka kwa yowe, hakujua lolote kuhusu hilo lakini hakuwa tayari kuvumilia kashfa hiyo.

'Lakini hawezi kuwa mbaya kama marehemu baba yangu, Mwenyezi Mungu amrehemu,' Khalil aliendelea, bila kujali kelele za Yusuf. 'Hakuna mtu anayeweza kumfikia.'

'Yeye huyu akimdai baba yako kiasi gani?' Yusuf aliuliza

'Si heshima kuuliza,' Khalil alisema kwa ucheshi kisha akamzabua kibao cha uso kwa upuuzi wake. 'Na usimseme *yeye*, sema Seyyid.' Yusuf hakuelewa maelezo yote, lakini hakuona kwamba kulikuwa na ubaya kwake kumfanyia kazi Ami Aziz ili kulipia deni la baba yake. Atakapomaliza kulilipa lote angeweza kurudi nyumbani. Ingawa labda wangeweza kumwonya kabla ya kuondoka. Hakuweza kukumbuka mtu yeyote akitaja madeni, na walionekana kuishi vizuri kiasi ukilinganisha na jirani zao. Alimwambia hivyo Khalil, ambaye alikaa kimya kwa muda mrefu.

'Nitakuambia jambo moja,' alisema mwishowe, akizungumza kwa upole. 'Wewe ni mvulana mjinga na huelewi chochote. Unalialia usiku katika ndoto zako. Uliweka wapi macho na masikio yako wali-pokuwa wakifanya mipangilio? Baba yako ana deni kubwa kwake, vinginevyo hungekuwa hapa. Ba wako angemlipa ili uendelee kula malai na mofa kila asubuhi, ehe? Na kutumwatumwa na mama yako na mambo kama hayo. Hata hakuhitaji hapa, huyu Seyyid. Hakuna kazi za kutosha…

Baada ya muda aliendelea kwa sauti ya chini sana hata Yusuf alifahamu kwamba hakukusudiwa kusikia au kuelewa. 'Huna dada, labda, au angemchukua huyo.'

Yusuf alinyamaza kwa muda mrefu kiasi ili kuonyesha kuwa hakuwa na nia iliyokuwa na utovu wa nidhamu, ingawa nia hiyo alikuwa nayo. Mama yake alimgombeza mara nyingi kwa umbea, kwa kuuliza maswali kuhusu majirani. Akawaza mama yake alikuwa akifanya nini wakati ule. 'Itabidi ufanye kazi kwa muda gani kwa Ami Aziz?'

'Si Ami yako,' Khalil alimkata maneno, na Yusuf alijongea kwa midadi akijitayarisha kukwepa kofi jingine ambalo alilitegemea. Baada ya muda mfupi Khalil alicheka kwa upole, kisha akatoa mkono chini ya shuka na kulivuta sikio la Yusuf. 'Afadhali ujifunze haraka haraka, zuma. Ni muhimu kwako. Hapendi ombaomba wadogo kama wewe kumwita Ami, Ami, Ami. Anapenda uubusu mkono wake na kumwita Seyyid. Na kama hufahamu maana yake, maana yake ni bwana mkuu. Unanisikia wewe, kipumbu we, kinyangarika? Ni Seyyid, unamwita hivyo. Seyyid!'

'Ndiyo,' Yusuf alisema haraka, sikio lake likiwaka moto kutokana na kile kipigo cha mwisho. 'Lakini ni muda gani unapaswa kumfanyia kazi kabla ya kuondoka? Nitakaa hapa kwa muda gani?'

'Mpaka Ba wako atakapokuwa hana deni tena, au labda atakapokufa,' Khalil alisema kwa furaha. 'Kwani kuna shida gani? Wewe hupapendi hapa? Yeye ni mtu mzuri, Seyyid. Hakupigi au kitu kama hicho. Ukimwonyesha heshima atakutunza wewe na atahakikisha kwamba huendi pabaya. Maisha yako yote. Lakini ukilia usiku na kuota hizo ndoto za kutisha…Wewe lazima ujifunze Kiarabu, kisha atakupenda zaidi.'

6

Kulikuwa na usiku ambapo walisumbuliwa na mijibwa iliyozizunguka barabara zenye kiza. Mbwa walizurura wakiwa katika makundi, huku wakiruka na wakiwa makini wakati wakichakura na kufanya chokochoko vivulini na vichakani. Yusuf aliamshwa na kurupushani zao walipopita, huku miguu yao ikikwaruza barabara. Halafu akaona maumbile ya kikatili yaliyokosa huruma ambayo miili yao ilishabihiana nayo pale walipokuwa wakipita kwa kukimbia. Usiku mmoja yeye alifumbua macho kutoka kwenye usingizi mzito na kukuta mbwa wanne wamesimama tuli hawatikisiki upande wa pili wa barabara. Yusuf alikaa kitako kwa hofu. Ilikuwa ni macho yao yaliyomtisha zaidi na kumshtua kutoka usingizini. Mwangaza wao katika nuru ya nusu mwezi usiokuwa na uhai, ulionyesha aina moja tu ya ujuzi : ule uliolenga kuchukua maisha yake. Ujuzi huu ulikuwa na asili kwenye umakini wa mahesabu makali yaliyojaa subira ya kummaliza.

Kugutuka kwake kwa ghafla kuliwafanya mbwa wabweke na waondoke. Lakini walirudi usiku uliofuata, wakasimama kimya kwa muda na kisha wakageuka kama walioenda kusuka mipango. Usiku baada ya usiku walirudi, shauku yao ikizidi kuwa wazi kila mwezi ulivyokua. Kila usiku walizidi kukaribia, wakauzunguka uwanja na kubweka kwa kuomboleza huku wakifichwa na vichaka.

Waliijaza akili ya Yusuf na jinamizi. Hofu yake ilichanganyika na aibu, kwani aliona kuwa Khalil hakuwajali wale mbwa. Alipowaona wakivizia, aliwarushia jiwe nao walikimbia. Pale alipokuwa karibu nao vya kutosha, aliwarushia vumbi machoni. Ilionekana kwamba walipokuja usiku, walimjia Yusuf. Katika ndoto zake walisimama kwa miguu miwili juu yake, midomo yao mirefu ikiwa nusu wazi huku wakitokwa mate, macho yao yaliyokosa huruma yakikabili mwili wake laini.

Usiku mmoja waliingia, kama alivyofahamu kuwa iko siku wangalifanya hivyo, wakajipanga mbali mbali, mmoja baada ya mwingine na kulazimisha macho ya Yusuf yawatazame kutoka mmoja hadi mwingine. Mwangaza ulikuwa mkali kama mchana. Mbwa mkubwa kuliko wote alisogea karibu kuliko wote, akasimama uwanjani mbele ya duka. Mngurumo mrefu na wa chini ulitoka kwenye mwili wake alioukaza na ukajibiwa na miguu waliyoikwaruza polepole huku wakijiunga ili kuunda safu iliyounda umbo la upinde pale uwanjani. Yusuf aliweza kusikia mihemuko yao na kuona midomo yao ikipanuka huku wakikenua bila ya kutoa sauti. Bila kutafakari au kujionya, alijikuta amejiharishia. Alipiga yowe kwa mshangao na kumwona mbwa aliyewaongoza wenziwe akishtuka ghafla. Kilio chake kilimwamsha Khalil, ambaye aliketi kwa hofu baada ya kuona jinsi mbwa walivyokuwa karibu. Walikuwa wakibweka kwa kelele na hasira, wakijitayarisha kushambulia. Khalil alikimbia uwanjani huku akipiga kelele na kuwarushia mikono mbwa waliopata wazimu, akawarushia mawe na mchanga alioujaza kwenye viganja na pia aliokota chochote alichokiona na kuwarushia. Mbwa waligeuka na kukimbia huku wakibweka kwa manung'uniko na kuonekana wakikaripiana kama wanyama waliopata woga. Kwa dakika moja ndefu, Khalil alisimama kwenye uwanja uliojaa nuru ya mbalamwezi huku akiwalaani mbwa kwa kelele katika lugha ya Kiarabu; mbwa walikimbia na yeye alipunga ngumi hewani. Akarudi mbio, na kumkuta Yusuf akitetemeka mikononi. Alisimama mbele ya Yusuf na kumwonyeshea ngumi mbili za hasira huku akiongea kwa haraka kwa Kiarabu na akimwonyeshea ishara mbalimbali zilizoashiria ghadhabu. Kisha yeye akageuka na kunyooshea kidole kule walikoelekea mbwa.

'Unataka wakuume? Unafikiri wamekuja hapa kucheza na wewe? Wewe hufai hata zaidi ya kifa urongo, wewe ni mtoto dhaifu usiyekuwa na ari yoyote. Ulikuwa unasubiri nini? Sema wewe maluuni.'

Hatimaye Khalil aliacha kusema, akanusa na kumsaidia Yusuf kupapasa njia ili kuelekea kwenye bomba la maji lililokuwa nje ya ukuta wa bustani ambayo hakukuwa na ruhusa kuingia. Kulikuwa na kibanda kando ya nyumba ambacho walitumia kama choo, lakini Yusuf alikataa kukitumia kizani endapo angekosea hatua na kutumbukia kwenye shimo ovu lisilokuwa na mwisho. Khalil alimnyamazisha kwa kidole kwenye midomo yake na kumpapasa kwa upole kichwani, na kwa vile Yusuf bado hakuweza kusimama, alipapasa nywele zake na kumpangusa machozi usoni. Akamsaidia kwa kumvua nguo na kusimama karibu huku Yusuf akifanya awezavyo kujisafisha kwenye bomba.

Mbwa walirudi usiku kwa siku kadhaa baada ya hapo, wakisimama umbali fulani kutoka kwenye uwanja huku wakibweka na kuunguruma kwa ukali kwenye vivuli. Hata katika usiku ambao hawakuweza kuwaona, waliweza kuwahisi mbwa wakitembea na kuizunguka nyumba, na waliweza kuwasikia vichakani. Khalil alimhadithia Yusuf hadithi za mbwa mwitu na mbweha walioiba watoto wachanga wa binadamu na kuwalea kama wanyama kwa kuwanyonyesha titi la mbwa na nyama iliyotapikwa. Waliwafundisha jinsi ya kuzungumza lugha yao na jinsi ya kuwinda. Walipokua, walikuwa nao kimwili na wakawazalisha mbwa mwitu-watu ambao waliishi ndani misituni na hawakula chochote ila mizoga ya nyama. Mazimwi pia hula mizoga, hasa nyama ya binadamu, ingawa ni ile tu ya wale ambao hawakuswaliwa baada ya kifo. Kwa vyovyote vile, ni majini walioumbwa kwa moto na wasichanganywe na mbwa mwitu-watu ambao wameumbwa kutumia udongo kama wanyama wote. Kama ungependa kufahamu, basi utambue kwamba Malaika, waliumbwa kutokana na mwanga, na ndiyo sababu hawaonekani. Hata hivyo, mbwa mwitu-watu wakati mwingine huja kati ya watu halisi.

'Je, umewahi kumwona mmoja?' Yusuf aliuliza.

Khalil alionekana akiwaza. 'Sina hakika,' alisema. 'Lakini ninadhani labda nimewahi. Wao huja kwa kujificha, unajua hilo. Usiku mmoja nilimwona mtu mrefu sana akiwa ameegemea mti wa sufi ule pale, mrefu kama nyumba na mweupe kabisa. Aling'aa kama mwanga ...lakini ni kama moto siyo nuru.'

'Labda alikuwa malaika,' Yusuf alipendekeza, akitamani iwe kweli.

'Mungu akusamehe. Huwezi kumwona malaika. Alikuwa akicheka, akiegemea mti na kama mwenye njaa.'

'Kwa njaa?' Yusuf aliuliza.

'Nilifunga macho yangu na kusoma du'a. Hupaswi kuangalia ndani ya macho ya mbwa mwitu-mtu, vinginevyo ndo kwa heri, wanang'ata, wanamega, wanatafuna halafu wanameza. Nilipofumbua macho tena alikuwa ameshaondoka. Wakati mwingine kikapu kitupu kilinifuata kwa saa moja. Niliposimama, nacho kilisimama, nilipopinda kona, kilifanya hivyo pia. Nilipojongea mbele kutembea nilimsikia mbwa akibweka. Nilipotazama kote nikaona kikapu kitupu kikinifuata.'

'Kwa nini hukukimbia?' Yusuf aliuliza huku sauti yake ikinong'ona kwa mshangao.

'Isingesaidia chochote. Mbwa mwitu-watu hukimbia kwa kasi zaidi kuliko pundamilia, haraka zaidi kuliko fikra. Kitu pekee cha haraka zaidi kuliko mbwa mwitu-watu ni sala. Ukikimbia, wanakugeuza kuwa mnyama au mtumwa. Baada ya kiyama, baada ya siku ya mwisho duniani wakati Mwenyezi Mungu atakapowaita waja wake kwake ... baada ya kiyama mbwa-mwitu watu wataishi katika mbingu ya kwanza ya Jahanamu, na kutakuwa na zaidi ya maelfu yao na watawala madhalimu wenye dhambi wasiomtii Allah.

'Je, mazimwi wataishi huko pia?'

'Labda,' Khalil alisema baada ya kufikiria sana.

'Nani mwingine?'

'Sijui,' Khalil alisema. 'Lakini hakika ni mahali pa kuepuka. Kwa upande mwingine, mbingu nyenginezo mbaya zaidi, kwa hivyo labda ni bora kukwepa mahali hapo kabisa. Lala sasa, vinginevyo utasinzia wakati wa kazi.'

Khalil alimfundisha mbinu na njama za kuendesha duka. Akamwonyesha jinsi ya kuinua magunia bila kujiumiza na jinsi ya kutumbukiza nafaka ndani ya beseni bila ya kumwaga. Akamwonyesha jinsi ya kuhesabu pesa haraka na jinsi ya kurudisha chenji, jinsi ya kuzifahamu sarafu na majina yao, kutofautisha zenye thamani kubwa na ndogo. Yusuf alijifunza jinsi ya kupokea pesa kutoka kwa wateja, na jinsi ya kushika noti ili iwe salama baina ya vidole vyake. Khalil aliushika mkono wake ili usitikisike wakati yeye alipomfundisha kupima mafuta ya nazi kwa kutumia upawa na jinsi ya kukata vipande vya sabuni ndefu kwa kutumia waya. Alimchekea kwa kuonyesha fahari yake pale Yusuf alipojifunza vyema, na kumpiga makofi makali yaliyofurukuta kwa uchungu pale aliposhindwa, wakati mwingine alifanya hivi mbele ya wateja.

Wateja walikicheka kila kitu Khalil alichokifanya, lakini vicheko vilionekana kutomsumbua. Walimtania kutwa kucha kuhusu lafudhi yake, huku wakimwiga na kuangua vicheko. Ndugu yake mdogo alikuwa akimfundisha kuzungumza vizuri, aliwaambia. Na ataka-poweza kuongea vizuri kutosha, yeye angejipatia mke Mswahili aliyenona na kuishi maisha ya kumcha Mungu. Wazee kwenye barza walipenda mazungumzo ya wanawake vichinchiri waliokuwa wanene, na Khalil alifurahi kuwajibika. Wanunuzi walimfanya arudie maneno na misemo ambayo wao walitarajia angekuwa na shida nayo, na Khalil aliyarudia kwa uzembe kama alivyoweza, na kisha akajiunga katika kuangua kicheko, huku macho yake yaki-meremeta kwa furaha.

Wanunuzi walikuwa watu wanaoishi karibu, au watu kutoka mashambani waliokuwa safarini kuenda nje ya mji. Walinung'unika kuhusu umaskini na gharama zote za maisha, walinyamaza kuhusu uongo na ukatili wao, kama watu wengine wote. Pale wazee wali-pokuwa wameketi kwenye ubao wao, wanunuzi walisimama ili kuzungumza nao au walimwita muuza kahawa awahudumie baba zao kwa vikombe kutoka kwenye dele lake. Wanunuzi wa kike walitokea kumpenda Yusuf, na walijikuta wakimlea na kumdekeza kama wafanyavyo akina mama wapatapo fursa, huku wakicheka kwa furaha pale alipoonyesha tabia iliyosheheni heshima huku akiwatazama kwa sura yake nzuri iliyovutia. Mmoja wa wanawake, aliyekuwa na ngozi nyeusi iliyong'aa na sura iliyojaa midadi, alimhu-sudu sana. Jina lake lilikuwa Ma Ajuza, mkubwa na mwenye maguvu na sauti iliyopaa mapaani. Kwa Yusuf, huyu alionekana mkongwe hasa, tena mzito, mpana, na aliyeonekana kama mja aliyeishi matesoni pale alipojisahau. Mwili wake ulisisimka na kutetemeka na kujikuta ukinyooka bila ya kukusudia kila alipomwona Yusuf na pia sauti ndogo ilimchomoka bila yeye kutambua. Kama Yusuf alikuwa hakumwona, basi alimnyemelea hadi alipomkaribia na kumminya kwa kumbana kwenye mikono yake. Halafu, pale Yusuf alipojitahidi kuponyoka kwa kupiga mateke, yeye alipiga vigelegele kwa furaha ya ushindi. Wakati aliposhindwa kumnyemelea, alim-sogelea kwa kelele za furaha, akimwita *mume wangu, bwana wangu.* Kisha alimdanganyia kwa kumpaka mafuta kwa mgongo wa chupa huku akimmwagia sifa na ahadi kemkem, akimtamanisha kwa halua na utamu wa furaha ambao hangeweza kuamini; laiti kama angalikuja nyumbani kwake pamoja naye. Nionee huruma, mume wangu, alilia. Wanaume wengine waliokuwa karibu walijitolea badala yake kwa sababu hawakuweza kustahamili taabu yake, lakini yeye aliwafurumushia mbali kwa kuwaonyesha sura ya dharau. Yusuf alikimbia mara tu alipomwona, tena alijificha kwenye kiza cha ndani kabisa dukani wakati Ma Ajuza akiomboleza Yusuf atokee. Khalil alifanya kila alichoweza kumsaidia mwanamke huyo. Wakati mwingine alifungua komeo la kilango cha kaunta, kama kwa bahati mbaya vile, ili huyo aweze kuingia dukani mwenyewe na kumfuata Yusuf miongoni mwa magunia na madebe. Au Khalil alimtuma kwenye ghala mojawapo pembeni ya duka ambapo mwanamke alikuwa akimvizia. Kila alipomkamata, alimrukia kwa kelele huku mwili wake ukitikisika katika mishtuko ya kutetemeka na kupiga chafya. Alinuka tumbaku aliyoitafuna na kukumbatia kwake pamoja na kelele zake zilikuwa fedheha tupu. Kila mtu aliona kama mkasa huu wote ulikuwa ni kichekesho – ingawa Yusuf hakuweza kuuelewa mzaha huo – kwa hivyo wao walimwambia Ma Ajuza mahali alipokuwa amejificha.

'Ni mzee sana,' alilalamika kwa Khalil.

'Mzee!' Khalil alisema. 'Kwani mapenzi yana uhusiano gani na umri? Na huyo mwanamke anakupenda, lakini unamsababishia mateso ya mara kwa mara. Huwezi kuona jinsi moyo wake unavyovunjika? Huna macho? Huna hisia? Wewe kifa urongo, mpuuzi, wewe kijana dhaifu na mwoga. Unamaanisha nini mzee? Angalia mwili huo, angalia mapaja hayo… Habari njema kibao humo. Yeye ni sawa kabisa kwa ajili yako.'

'Ana mvi.'

'Akipaka hina kiduchu tu… mvi hazitakuwapo tena. Unajali nini kuhusu nywele? Uzuri uko ndani kabisa ya mtu, ndani rohoni,' Khalil alisema. 'Si juu juu tu.'

'Meno yake ni mekundu kwa tumbaku, kama wale wakongwe. Kwa nini hamtaki mmoja wao?'

'Mnunulie mswaki,' Khalil alipendekeza.

'Tumbo lake ni kubwa sana,' Yusuf alisema kwa kulalamika, akitamani mzaha uishe.

'Nywee nywee,' Khalil alimdhihaki.' Labda siku moja binti mfalme mzuri na mwembamba kutoka Uajemi atakuja dukani na kukukaribisha wewe kwenye kasri yake. Mdogo wangu, huyo mwanamke mzuri na mkubwa anakupenda.'

'Je, yeye ni tajiri?' Yusuf aliuliza.

Khalil alicheka na kumkumbatia Yusuf kwa furaha ya ghafla. 'Si tajiri wa kutosha kukutoa kwenye shimo hili,' alisema.

7

Walimwona Ami Aziz angalau mara moja kila siku alipokuja kukusanya pesa za mauzo wakati wa jioni. Alitupia macho mfuko wa pesa wa kitambaa ambao Khalil alimpa, pia alitazama daftari ambamo Khalil aliingiza mahesabu ya kila siku kabla ya kuchukua kila kitu na kufanya hesabu za kina. Wakati mwingine walimwona mara nyingi zaidi, lakini kwa kupita tu. Alikuwa daima ameshughulika, hupita dukani asubuhi akiwa na sura yenye mawazo wakati akielekea mjini. Hurudi na sura hiyo hiyo ya mawazo, huku akionekana kana kwamba ana mambo mazito akilini mwake. Wazee kwenye barza walitazama kwa utulivu jinsi Ami Aziz alivyojichanganya kwa mawazo yake. Yusuf alijua majina yao sasa: Ba Tembo, Mzee Tamim, Ali Mafuta, lakini bado aliwafikiria kama jambo moja. Aliwaza kwamba angalifumba macho wakati walipokuwa wakiongea, asingaliweza kuwatofautisha.

Hakuweza kumwita Ami Aziz Seyyid ingawa Khalil alimpiga kila alipomwita ami. 'Yeye si ami yako, wewe kijana Mswahili mjinga. Hivi karibuni itakubidi ujifunze kujidhalilisha kwa kujipendekeza kwa mwanamume huyo. Seyyid, Seyyid, si Ami, Ami. Haya, rudia baada yangu, Seyyid.' Lakini yeye hakufanya hivyo. Alipolazimishwa kumzungumzia Ami Aziz alisema Yeye, au aliruhusu upenyo kutokea kwenye mazungumzo ambao Khalil aliujaza kwa hasira.

Miezi kadhaa baada ya kuwasili kwa Yusuf – aliweza kujifunza kujisahaulisha, na haya yalikuwa mafanikio potovu yaliyomwezesha kuelewa kwamba siku zinaweza kuwa ndefu kama wiki, pindipo mtu hana hamu nazo – maandalizi yalianza kufanywa kwa ajili ya safari ya kwenda bara. Ami Aziz alizungumza na Khalil kwa muda mrefu nyakati za jioni, akiwa ameketi kwenye ubao uliokuwa mbele ya duka ambapo wazee walikalia wakati wa mchana. Taa ya kandili iliwaka vizuri baina yao, kusababisha sura zao zilizokabiliana ili kupeana ukweli, zionekane kama vile vinyago vilivyobabataa. Yusuf alifikiri kwamba alielewa Kiarabu kiasi lakini hakujali. Walipitia kile kitabu kidogo ambamo Khalil aliandika biashara ya siku na kugeuza kurasa nyuma mbele, mbele nyuma huku wakijumlisha hesabu. Yusuf alichutama karibu yao akiwasikiliza wawili hao wakiongea kwa sauti za wasiwasi kana kwamba wao walihofia usalama wao. Khalil hakutulia wakati wa mazungumzo haya; alizungumza kwa umakini na nguvu ambayo hakuweza kuidhibiti wakati macho yake yakiwaka kama moto. Wakati mwingine Ami Aziz alicheka bila kutarajia, na kumfanya Khalil aruke kwa mshangao. Vinginevyo alisikiliza kwa njia yake ya kawaida, bila kuonyesha hisia na alionekana kama mawazo yake hayapo pale. Alipozungumza, ilikuwa ni kwa sauti ya utulivu aliyoiwekea mkazo pale ilipohitajika.

Halafu maandalizi yalishamiri na kuleta vurugu mechi. Vifurushi na mizigo iliwasilishwa katika mida ya kushangaza, na kila kitu kili-pelekwa kwenye ghala zilizokuwa kando ya nyumba. Magunia na vifurushi vilivyofumwa vilirundikwa dukani. Mizigo yenye maumbo na harufu mbalimbali ilianza kutokea katika kila pembe ya barza, huku imefunikwa kwa gunia na turubali ili vumbi lisiingie. Pamoja na mizigo hiyo walikuja wahifadhi mizigo wasiozungumza ambao waliketi huku wakilinda, wakawasogeza wazee kutoka kwenye ubao wao na kuwafukuza watoto na wanunuzi ambao walitaka kudadisi mizigo iliyofunikwa. Wahifadhi mizigo hawa walikuwa Wasomali na Wanyamwezi, waliojihami kwa fimbo na mijeledi myembamba. Hawakuwa kimya hasa, walizungumza maneno ambayo yalieleweka kati yao wenyewe tu. Kwa Yusuf walionekana watu wakali na waovu waliokuwa tayari kwa vita.

Hakuthubutu kuwaangalia machoni, na walionekana kama vile hawakumwona. Mnyapara wa safari alikuwa akiwangojea mahala fulani huko bara, Khalil alimtaarifu. Seyyid alikuwa Mfanyabiashara tajiri sana h@aaingefaa kwake kuandaa na kuendesha safari mwenyewe.

Kwa kawaida mnyapara angetakiwa awe hapo mwanzo wa safari, kuwaajiri wapagazi na kukusanya vifaa, lakini alikuwa na biashara fulani ya kumalizia. Khalil alipepesa na kuzungusha macho huku akisema kuwa biashara haikuwa rahisi la sivyo angekuwa hapa. Uwezekano mkubwa zaidi ulikuwa ni kitu cha utovu wa nidhamu au sifa mbaya. Labda ana shughuli ya kurekebisha kitu, kuandaa magendo au kulipiza kisasi – jambo moja au jingine la uovu. Daima kuna kitu kilichokuwa siyo sawa huyo mtu anapokuwepo. Jina la mnyapara huyo lilikuwa Mohammed Abdalla, Khalil alisema, huku akijitetemesha kwa dhihaka pale alipolitaja jina hilo. 'Shetani!' alisema. 'Mwenye moyo mgumu anayepindua nafsi, asiyekuwa na hekima wala huruma. Lakini Seyyid anamwenzi sana licha ya maovu yake yote.'

'Wanaenda wapi?' Yusuf aliuliza.

"Kufanya biashara na washenzi," Khalil alisema. 'Hayo ndiyo maisha ya Seyyid. Hilo ndilo jambo ambalo yupo hapa kulifanya. Anakwenda kwa washamba huko porini na kuwauzia bidhaa zote hizi na kisha ananunua kutoka kwao. Ananunua chochote ... isipokuwa watumwa, hiyo ilikuwa hata kabla ya serikali kusema lazima utumwa ukome. Biashara ya watumwa ni hatari, na wala hakuna heshima kwenye kazi hiyo.

'Wanaenda mbali kwa muda gani?'

"Miezi, wakati mwingine miaka," Khalil alisema, akitabasamu huku akihisi fahari na husuda. 'Hii ni biashara. Hawasemi safari itachukua muda gani? Wanapita tu juu ya vilima pande zote na hawarudi hadi wafanye biashara. Seyyid ni bingwa, kwa hivyo yeye hufanya biashara nzuri na hurudi haraka. Sidhani kama hii ni safari ndefu, ni kwa pesa kidogo za matumizi.'

Wakati wa mchana wanaume walikuja kutafuta kazi, kujadiliana kuhusu makubaliano yao na Ami Aziz. Wengine walikuja na barua za utumishi wao wa awali, miongoni mwao walikuwapo wazee waliokodoa macho yaliyokata tamaa pale walipokataliwa.

Kisha asubuhi moja, wakati purukushani ilipofikia kilele, waliondoka zao. Waliongozwa na ngoma, pembe na tamburi, ambazo zilipigwa kwa shangwe na shamrashamra iliyovutia. Nyuma ya wanamuziki safu ya wapagazi walibeba vifurushi na magunia, huku wakitukanana wao kwa wao na pia wakiwarushia maneno watazamaji waliokuja kuwaona wanavyoondoka. Pamoja na wapagazi, Wasomali na Wanyamwezi, walichezesha viboko na mijeledi ili kuwatishia waliokuja kudadisi. Ami Aziz alisimama na kuwatazama watu hao wakipita mbele yake, huku akitabasamu kwa kicheko kilichoficha uchungu. Pale maandamano yalipokaribia kutokomea kutoka mboni za macho, akawageukia Khalil na Yusuf. Kwa wakati mfupi, ikiwa ni kama ishara zaidi kuliko kitendo, aliutazama mlango uliokuwa mbali katika bustani kwa kupitia bega lake, kana kwamba alimsikia mtu akimwita. Kisha akampa tabasamu Yusuf na kumpa mkono wake aubusu. Pale Yusuf alipoinama juu ya mkono, akitumbukia ndani ya mlipuko wa manukato na udi, Ami Aziz aliutoa mkono wake mwingine na kumpapasa shingoni. Yusuf aliziwaza zile sarafu za anna kumi na kujikuta akivamiwa na kumbukumbu ya harufu ya banda la kuku na uwanja wa magogo. Katika dakika ya mwisho, kana kwamba haikuwa muhimu kwake, Ami Aziz aliikubali salamu ya Khalil iliyokuwa imejaa ghasia. Akampa mkono wake kuubusu kisha akageuka kuondoka zake.

Walimwangalia yule bwana alivyokuwa akitokomea mpaka alipopotea kwenye mboni za macho yao. Kisha Khalil akatazama pande zote na kumpa tabasamu Yusuf. 'Labda atamleta mvulana mwingine mdogo atakaporudi. Au binti mdogo,' alisema.

Kwa kutokuwepo kwa Ami Aziz, ghasia za Khalil zilipungua kabisa. Wazee walirudi kwenye barza lao, wakinong'onezana maneno yaliyokuwa na hekima ya hapa na pale na wakimtania Khalil kuhusu kuwa bwana tena. Alichukua jukumu la kushughulikia na kuendesha mambo ya nyumba. Aliingia ndani kila asubuhi, ingawa hakufungua mdomo kuhusu jambo hilo pale Yusuf alipotaka kudadisi. Alimlipa mzee wa mboga ambaye alikuja kila siku na alipitia mlango wa bustanini, mabega yake yakishuka kwa uzito wa vikapu. Wakati fulani asubuhi alimpa pesa mvulana mmoja pale mtaani na kumworodheshea mahitaji ya kununua sokoni. Mvulana huyo aliyeitwa Kisimamajongoo alipiga miluzi ya nyimbo kupitia pua yake pale alipokuwa akitembea kutoka kazi moja hadi nyingine, akiwafanyia watu shughuli zao. Ubabe wake ulikuwa ni utani wa ubishi, uliowachekesha watu wote, kwa sababu alikuwa amefubaa na mgonjwa, alivaa matambara, na mara nyingi alipigwa mitaani na wavulana wengine. Hakuna aliyejua alilala wapi kwani alikuwa hana kwao. Khalil alimwita kifa urongo pia. 'Mwingine. Asilia,' alisema.

Kila asubuhi, mhudumu wa kitalu mzee Hamdani alikuja kushughulikia miti ya siri na vichaka, na kusafisha dimbwi na mitaro ya maji. Hakuzungumza na mtu yeyote na alishughulikia kazi yake bila kutabasamu huku akighani kasida na utenzi. Saa sita mchana alitawadha, aliswali pale bustanini, na baadaye kidogo aliondoka kimyakimya. Wanunuzi walimzungumzia yeye kama mtakatifu ambaye alikuwa na ujuzi wa siri wa tiba, na kwamba aliponya.

Wakati wa mlo, Khalil aliingia ndani ya nyumba na kutoka nje na sahani mbili za chakula kwa ajili yao, na baadaye alizirudisha ndani sahani tupu. Jioni alikipeleka ndani ya nyumba kigunia cha pesa na daftari. Wakati mwingine, usiku wa manane Yusuf alisikia sauti kali zikizungumza. Alijua kuna wanawake waliofichwa ndani ya nyumba. Walikuwepo daima. Hilo lilikuwa jambo la kutegemewa kote. Hakuwahi kuenda mbali zaidi ya ule mfereji wa maji ambao ulikuwa umepachikwa kwenye ukuta wa bustani, ingawa tokea hapo, aliwahi kuona nguo zilizoanikwa, kanzu za rangi rangi na mashuka, na alishangaa ni lini sauti alizozisikia zilitoka nje kuzining'iniza. Wageni wa kike walikuja wakiwa wamejigubika buibui nyeusi kutoka kichwani hadi nyayoni. Wao walimsalimia Khalil kwa Kiarabu walipopita, na kuuliza maswali kuhusu Yusuf. Khalil alijibu bila kuwaangalia usoni moja kwa moja. Wakati mwingine mkono uliojaa nakshi za hina ulitokeza kutoka chini ya mikunjo myeusi ya maguo na kumpapasa Yusuf shavu. Wanawake walinukia manukato mazito ambayo yalimkumbusha Yusuf kasha la nguo la mama yake. Aliyaita manukato hayo udi, na akamwambia kuwa yalitengenezwa kwa mshubiri, kaharabu na miski, majina ambayo yaliufanya moyo wa Yusuf kusisimka katika hali ambayo hakuitarajia.

'Nani anaishi ndani?' mwishoni Yusuf alimwuliza Khalil. Alisitasita kuuliza maswali wakati Ami Aziz alipokuwapo. Hakuwaza kuwa na matamanio isipokuwa yale yaliyoamriwa kutokana na jinsi walivyoishi, na hilo lilionekana kuwa ni bahati na lenye uwezo wa kuleta mabadiliko yasiyotarajiwa. Alikuwa ni Ami Aziz aliyechukua nafasi ya kiini, ya kuyabeba maana hasa ya maisha hayo, yaani kila kitu kilimhusisha na kumzunguka yeye tu. Yusuf bado hakuwa na njia ya kumwelezea Ami Aziz nje ya mabano hayo, na ilikuwa ni sasa tu, katika kutokuwepo kwake, ambapo aliweza kuanza kupata hisia ya ami kuwa nje tena.

'Nani anaishi ndani?' aliuliza. Walikuwa wamefunga kwa ajili ya usiku lakini bado walikuwa dukani, wakipima na kufungasha sukari. Yusuf aliweka sukari kwenye mizani huku Khalil akivingirisha karatasi mithali ya pia na kuzijaza. Kwa muda ilionekana kana kwamba Khalil hakusikia swali lililorudiwa na Yusuf, kisha akasimama na kumtazama Yusuf kwa mashaka kidogo. Lilikuwa swali ambalo hakupaswa kuliulizia, alitambua, na akaanza kujikunyata kujitayarisha kumzuia Khalil asimrushie ngumi aliyotegemea kupata baada ya kufanya kosa, lakini Khalil alitabasamu na kuangalia pembeni mwa macho ya Yusuf yaliyojaa hofu. 'Bibie,' Khalil alisema na kisha akaweka kidole chake mdomoni ili kumzuia Yusuf kuuliza maswali yoyote zaidi. Akatupia macho kwenye ukuta wa nyuma ya duka kama onyo. Baada ya hapo, wakafungasha sukari ndani ya karatasi zilizofungwa mithili ya pia wakiwa katika ukimya.

Baadaye, walikaa chini ya mti wa sufi ng'ambo ya uwanja, ndani ya pango la mwanga uliotokana na taa ya kandili. Wadudu waligonga miili yao dhidi ya kioo, wakipata wazimu kwa kushindwa kujitosa wenyewe ndani ya moto. 'Bibie ana wazimu,' Khalil alisema ghafla, na kisha akacheka kusikia mshangao mdogo wa Yusuf. 'Shangazi yako. Kwa nini usimwite Shangazi? Yeye ni tajiri sana, lakini yeye ni mwanamke mzee mgonjwa. Ukimsalimia vizuri labda atakuachia pesa zake zote. Seyyid alipomwoa, miaka mingi iliyopita, ghafla na yeye akawa tajiri. Lakini Bibie ni mbovu mno. Ana maradhi. Kwa miaka mingi madaktari wamekuwa wakija, mashekhe werevu wenye ndevu ndefu zilizojaa mvi wamemsomea du'a na waganga kutoka juu milimani wameleta dawa lakini haikufaa kitu. Hata waganga wa ng'ombe na waganga wa ngamia wamekuja. Maradhi yake ni kama jeraha la moyo. Si jeraha linalotokana na mkono wa mwanadamu. Umenifahamu? Kitu kibaya kimemgusa. Anajificha kutoka kwa watu.'

Khalil alisita na hakukubali kuendelea baada ya hapo. Yusuf aliihisi dhihaka ya Khalil ikigeuka kuwa mateso alipokuwa akizungumza, na akajaribu kufikiria jambo la kusema ambalo lingemfanya awe mchangamfu. Kuwapo kibibi kizee chenye wazimu ndani ya nyumba hakikumshangaza yeye kabisa. Ilikuwa kama ambavyo ingalikuwa katika hadithi za mama yake. Katika hadithi hizo wazimu ungeto-kana na mapenzi kwenda kombo, au kurogwa ili kuiba urithi, au kisasi kisichotimizwa. Hakuna jambo ambalo lingeweza kufanyika kuhusu mambo hayo isipokuwa pale ambapo kila kitu kingali-wekwa sawa ndipo laana ingaliondolewa. Alitaka kumwambia hivyo Khalil. Usijali sana juu ya hayo, yote yatawekwa sawa kabla ya hadithi kuisha. Alishaamua kwamba kama angekumbana na Bibie mwendawazimu, angetazama pembeni na kuomba du'a. Hakutaka kumfikiria mama yake, au jinsi alivyomsimulia hadithi. Huzuni ya Khalil ilimfanya awe mnyonge, na akasema jambo la kwanza lililomjia kichwani mwake, ili tu kumfanya azungumze tena. 'Je, mama yako alikuwa akikusimulia hadithi?' aliuliza.

'Mama yangu!' Khalil alisema huku akipigwa na mshangao.

Baada ya muda mfupi, pale Khalil alipokuwa bado hajasema lolote zaidi, Yusuf akauliza, 'Sasa je, alikuhadithia?'

'Usimzungumzie kwangu. Ameshaondoka. Kama wengine wote. Kila mtu ameshakwenda,' Khalil alisema. Kisha akazungumza kwa Kiarabu kwa kasi sana na alionekana kana kwamba angempiga Yusuf. 'Ameondoka, wewe bumla mmoja, kifa urongo. Kila mtu amekwenda Uarabuni. Wameniwacha mimi hapa. Kaka zangu, mama yangu... kila mtu.'

Machozi yalianza kumtoka Yusuf. Alitamani kurudi nyumbani na alihisi kama aliyetupwa, lakini akajitahidi kujizuia kulia. Baada ya muda Khalil alishusha pumzi halafu akanyoosha mkono na kumpiga konzi Yusuf kisogoni. 'Isipokuwa kaka yangu mdogo,' alisema, na kisha akacheka pale Yusuf alipoangua kilio cha kujihurumia.

Kawaida walifunga duka kwa saa moja au mbili siku ya Ijumaa mchana, lakini kwa kutokuwepo Ami Aziz, Yusuf alimwuliza Khalil kama wangeweza kukaa mchana mzima mjini. Aliona bahari kwa mbali katika joto la mchana, na aliwasikia wanunuzi wakizungumzia maajabu yaliyoletwa na wavuvi kila siku. Khalil alimwambia hamjui mtu yeyote katika mji huo, na aliwahi kuiona bandari mara moja tu baada ya ile mara ya kwanza, wakati aliposhushwa kutoka kwenye mashua usiku wa manane na kupokelewa na Seyyid.

Hata baada ya muda wote huu hakumjua mtu yeyote ambaye angeweza kumtembelea, alisema. Hakuwahi kuingia ndani ya nyumba ya mtu yeyote. Kila sikukuu ya Idi alikwenda na Seyyid msikiti wa Ijumaa kwa sala ya Idi, na mara moja alipelekwa mazikoni, lakini hakufahamu yalikuwa ya nani.

'Basi tunapaswa kwenda na kutazama huku na huko,' Yusuf alisema. 'Tunaweza kwenda bandarini.'

"Tutapotea," Khalil alisema, akicheka kwa wasiwasi.

'Hatuwezi,' Yusuf alisema kwa uthabiti.

'Shabash! Wewe ni kaka mdogo jasiri hasa," Khalil alisema, akimgonga Yusuf mgongoni. 'Utanilinda, eti eeh.'

Mara tu baada ya kuondoka dukani walikutana na baadhi ya wanunuzi wao ambao waliwasalimia. Walijiunga na wimbi la miili ya umati wa watu mitaani na kujikuta wakielekea msikitini kwa ajili ya sala ya Ijumaa. Yusuf hakuweza kujizuia kuona kwamba Khalil alikuwa hana uhakika wa maneno na matendo sahihi. Baadaye wali-tembea ufukweni kutazama majahazi na mashua. Yusuf hakuwahi kuwa karibu kiasi hicho na bahari, na akajikuta hana la kusema kwa kupigwa na butwaa ya ukubwa wake. Alitarajia hewa ingekuwa safi na chachu ufukweni, lakini harufu ilikuwa ya choo na tumbaku na kuni mbichi. Pia kulikuwa na harufu kali iliyochoma ambayo baadaye aligundua kuwa ni mwani. Mitumbwi na ngalawa tofauti zilikuwa zimevutwa pale ufukweni, na mbali zaidi wavuvi wenye mali walikuwa wamejikusanya chini ya paa tofauti karibu na moto wa kupikia. Walikuwa wakingojea maji yaliyokupwa yarudi na kujaa. Ingekuwa hivyo baada ya takriban saa mbili kabla ya jua kuzama. Waliwaachia nafasi na Khalil akakaa kati yao bila dhiki yoyote, akimvuta Yusuf karibu yake. Mlo uliokuwa ukitayarishwa katika vyungu viwili vilivyojaa mashinzi ulikuwa wali na mchicha.

Ulipakuliwa kwenye sinia lililogongwa gongwa kila upande na wote walikula pamoja.

'Nilikuwa nikiishi katika kijiji cha wavuvi kando ya pwani kusini mwa hapa,' Khalil alisema walipoondoka.

Walitumia mchana kutembea, wakivicheka vitu vyote walivyothubutu kuvicheka. Katika uzururaji wao walinunua kipande cha muwa na karanga zilizofungashiwa kwenye karatasi iliyozungushiwa mithili ya pia, kisha wakasimama kuwatazama wavulana wakicheza kipande. Yusuf alimwuliza Khalil kama na wao wajiunge na Khalil akaitikia kwa kutingisha kichwa kama vile yeye ni mtu muhimu. Hakufahamu kwa kina jinsi ya kucheza, lakini alikuwa ameona vya kutosha katika dakika chache alizokuwa hapo ili kupata maelekezo ya kijumla. Alikunja saruni yake kwenye kiuno na kukikimbiza kipande kama mwendawazimu. Wavulana walicheka na kumtungia majina. Alitumia nguvu kupata kigogo mapema alivyoweza na kumpa Yusuf ambaye alifunga mapigo moja baada ya mengine huku akijiamini kwamba yeye ni gwiji. Khalil alimpongeza kwa kila goli na mwishoni ambapo hatimaye Yusuf alikamatwa, Khalil alimbeba juu ya mabega na kumtoa nje ya mchezo huku Yusuf akijitahidi kushuka chini.

Walipokuwa njiani kuelekea nyumbani wakawaona mbwa walioanza kuzurura mapema jioni mitaani. Katika mwangaza, miili yao ilionekana kuwa na vidonda na pia iliyojaa ukavu, na manyoya yao yalikuwa yamekakamaa na machafu. Macho yao, yaliyoonekana katili sana chini ya mwangaza wa mbalamwezi, yalikuwa yanamiminika machozi na yameganda matongotongo. Nzi kibao walizunguka madonda yao mekundu yaliyojaa miilini mwao.

Baada ya mchezo wa kipande, uchezaji wa kishujaa wa Yusuf uliimbwa kwa wateja. Kila aliposimulia Khalil alizidi kuongezea chumvi matendo ya Yusuf na kuihadithia nafasi yake kama ya chale aliyekithiri zaidi na zaidi. Kama kawaida yake na wateja, kila kitu kilikuwa utani, hasa walipokuwapo wasichana wowote au wanawake vijana karibu. Hata Ma Ajuza alipokuja kusikia hadithi, mchezo ulikuwa umegeuka kuwa mauaji na machinjo ambayo Yusuf alijitokeza kuwa mshindi na mpambe wake aliyejaa vichekesho alikuwa akitamba kando yake akimwimbia nyimbo zake za kumsifu. Yusuf

Mtukufu, aliyebarikiwa na Mwenyezi Mungu, Dhul Kurnain mpya, mwuuaji wa Gogu na Magogu! Ma Ajuza alishtuka kwa furaha na kupiga makofi katika sehemu zote zilizofaa kila aliposikia adui wa kuwazwa, mmoja baada ya mwingine, waliwekwa chini na upanga wa Yusuf uliong'aa. Kisha mwisho wa masimulizi, kama Yusuf alivyotabiri, Ma Ajuza alipiga vigelegele na kumfuata. Wateja na wazee katika barza walishangilia na kucheka, wakimchokonoa Ma Ajuza. Hakukuwa na kutoroka. Alimkamata na kumburuta mpaka kwenye mti wa sufi, akitetemeka kwa shauku kabla ya Yusuf kuweza kujichomoa na kuwa huru.

'Hao Majog wote uliowataja kwa Ma Ajuza ni akina nani? Ni hadithi gani?' Yusuf aliuliza baadaye.

Khalil alimpuuzia kwanza, akiwa na wasiwasi baada ya kuingia ndani ya nyumba jioni ile. Baadaye akasema, 'Dhul Kurnain ni farasi mdogo anayeruka. Ukiweza kumkamata na kumwoka juu ya moto wa kuni za karafuu, ukala kipande kutoka katika kila kiungo chake, ikiwa ni pamoja na mbawa zake, unapata nguvu dhidi ya wachawi, mashetani na maruhani. Halafu unaweza kuwatuma, ukitaka, wakakuletea binti mfalme mwembamba kutoka Uchina, Uajemi au India. Lakini malipo yake ni kwamba unakuwa mfungwa wa Gogu na Magogu, milele.'

Yusuf akasubiri kimya, hakuamini.

'Haya basi, nitakuambia ukweli,' Khalil akasema, akimkenulia meno. Sikutanii. Dhul Kurnain inamaanisha Iskanda Mvamizi, ambaye alishinda dunia nzima kwenye vita. Umewahi kumsikia Iskanda Mvamizi? Wakati wa ushindi wake wa dunia, mara moja alikuwa akisafiri ukingoni mwa dunia na akafika mahali ambapo baadhi ya watu walimwambia kwamba kaskazini mwao waliishi Gogu na Magogu, makatili ambao hawakuwa na lugha na ambao waliharibu ardhi ya majirani zao wote wakati wote. Hivyo Dhul Kurnain akajenga ukuta ambao Gogu na Magogu hawakuweza kuupanda wala kuuchimba. Huo ndio ukuta unaoashiria mwisho wa dunia. Zaidi ya hapo wanaishi washenzi na pepo.'

'Ukuta ulijengwa na nini? Je, Gogu na Magogu bado wako huko?' Yusuf aliuliza.

'Unatarajia mimi ningejuaje?' Khalil alisema kwa hasira. 'Yaani, siwezi kupata pumziko lolote kutoka kwako? Unataka hadithi tu. Hebu niwache nipate usingizi sasa.'

Kwa kutokuwepo kwa Ami Aziz, Khalil hakuvutiwa sana na duka. Aliingia ndani ya nyumba mara nyingi zaidi, na hakumkasirikia Yusuf pale alipojitoa fahamu na kuingia bustanini. Bustani ilikuwa imefungiwa kabisa, isipokuwa kulikuwa na mlango mpana uliokuwa karibu na roshani ya mbele ya nyumba. Ukimya na ubaridi wa bustani, ambao ulikuwa dhahiri hata kwa mbali, ulimvutia Yusuf tangu alipowasili mara ya kwanza. Kwa kutokuwepo ami yake yeye akauvuka ukuta na kukuta kwamba bustani iligawanywa katika robo nne, pamoja na dimbwi katikati na michirizi ya maji iliyojitokeza kuelekea pande nne za mahali pale. Hizo robo nne zilipandwa miti na vichaka, na baadhi zilikuwa na maua: mrijuani, hina, rozimeri na shubiri. Katika nafasi za ardhi kati ya vichaka kulikuwa na klova na nyasi, na makundi ya maua ya yungiyungi na irisi yalitawanyika. Mbele zaidi ya dimbwi, kuelekea juu ya bustani, ardhi iliinuka kwenye tuta lililopandwa mipopi, miwardi ya manjano na asumini, zilizotawanywa ili paonekane kana kwamba palichanua mimea katika mazingira ya pori la asili. Yusuf aliota kwamba wakati wa usiku harufu nzuri ilipaa na kuingia hewani na kumpa kizunguzungu. Katika msisimko wake, alifikiri kwamba yeye alisikia muziki.

Miti ya michungwa na mikomamanga ilitawanyika katika sehemu za bustani, na Yusuf alipokuwa akitembea chini ya vivuli vyao alijihisi kama mvamizi, na alinusa maua yao kwa hisia ya hatia. Vioo vilining'inia kutoka kwenye mashina ya miti, lakini viliwekwa juu kwa Yusuf kuweza kujiona. Wakiwa wamelala juu ya sakafu yao pale barazani mbele ya duka, walizungumza kuhusu bustani na uzuri wake. Ingawa hakusema hivyo, wakati walipoongea kihivyo Yusuf hakutamani kitu isipokuwa kufukuzwa kwa muda mrefu katika shamba lililojaa miti na ukimya. Komamanga, Khalil akamwambia, lilikuwa ni tunda kamili kuliko matunda yote. Halikuwa chungwa, wala pichi, wala aprikoti lakini kitu chenye yote. Ulikuwa mti wa uzazi wenyewe, shina lake na matunda vikiwa imara na nono kama wepesi wa maisha. Mbegu ngumu, zisizo na juisi ambazo Yusuf aligawiwa kama uthibitisho wa falsafa hii, kutoka kwenye tunda lililochumwa kwa ujasiri kutoka bustanini, halikuwa na ladha ya machungwa, ambayo Yusuf hata hakuyapenda. Hakuwahi kusikia mapichi. 'Aprikoti ni nini?' aliuliza.

'Si mazuri kama makomamanga,' Khalil alisema, akionekana kukereka.

'Basi siyapendi maaprikoti,' Yusuf alisema kwa uthabiti. Khalil alimpuuza.

Lakini hakukuwa na ubishi kwamba alitumia muda mwingi ndani ya nyumba. Kila alipoweza, Yusuf aliingia bustanini, ingawa alifahamu pale alipotakiwa kuondoka. Alisikia sauti ya kulalamika ndani ya uwanja wa nyumba ikipaa na alijua kwamba ilipaishwa kusudi kuvuka ukuta ili asikie. Bibie huyo.

'Amekuona,' Khalil alimwambia. 'Anasema wewe ni kijana mzuri. Anakutizama kwenye vioo vyake kwenye miti unapotembea kwenye bustani. Umeviona vioo?'

Yusuf alitarajia Khalil angemcheka, kama alivyomcheka kuhusu Ma Ajuza, lakini alikuwa na huzuni na kero, alikuwa ana mawazo.

'Je, yeye ni mzee sana?' alimwuliza Khalil, akijaribu kumchokoza ili wataniane. 'Bibie. Je, yeye ni mzee sana?'

'Ndiyo.'

'Na mbovu?'

'Ndiyo.'

'Na mnene?'

'Hapana.'

'Je, yeye ana wazimu?' Yusuf alimwuliza huku akimwangalia kwa mshangao jinsi Khalil alivyokuwa kavurugikiwa akili. 'Anaye mtumishi? Nani anapika?'

Khalil alimpiga kofi mara kadhaa, kisha akampiga ngumi kichwani kwa nguvu. Alikishindilia kichwa cha Yusuf chini kwa kukilazimisha kiwe kati ya magoti yake halafu akakibana hapo kwa kukishikilia kwa muda kabla ya kumsukumia mbali kwa ghafla. 'Wewe ni mtumishi wake. Mimi ni mtumishi wake. Watumwa wake. Hutumii kichwa chako? Mswahili mpumbavu wewe, wewe bumla dhaifu…Ana maradhi. Huwezi kutumia macho yako? Wewe ni bora ufe kuliko kuwa hai. Yaani utaruhusu kila kitu kikutokee tu kila wakati? Toka hapa, niondokee!' Khalil alipiga kelele, povu likimtoka pembeni mwa midomo yake na mwili wake mwembamba ukitetemeka kwa hasira aliyokuwa akiizuia.

Mji Ulio Milimani

1

Safari yake ya kwanza kuelekea bara, ilitokea bila kutarajia. Alishaanza kuzoea matukio yaliyojitokeza ghafla tu utadhani ajali. Maandalizi yalikuwa yakiendelea kabla ya Yusuf kugundua kwamba na yeye alikuwa anakwenda safarini pia. Mahitaji kwa ajili ya safari yalikuwa yamekusanywa nyuma ya duka na kwenye kibaraza. Magunia yaliyonukia tende na mifuko ya matunda yaliyokaushwa yalihifadhiwa kwenye ghala mojawapo kati ya zile zilizokuwa pembeni ya duka. Nyuki na nyigu waliingia ndani kupitia madirisha yaliyozibwa, wakivutiwa na manukato na unyevu mtamu uliotiririka kutoka kwenye makapu yaliyofumwa. Mizigo mingine, iliyokuwa na harufu ya kwato na ngozi, ilipitishwa haraka haraka ndani ya nyumba yenyewe. Ilikuwa na maumbile ya kiajabu ajabu na ilifunikwa kwa magunia ya katani. Magendo, Khalil alinong'ona. Magendo yanayokwenda mpakani. Kitita cha pesa hasa. Wanunuzi walinyanyua nyuso zao kwa mshangao waliposhuhudia kuwasili kwa mizigo iliyofunikwa kwenye magunia ya katani. Walitizamana na wale wazee waliofukuzwa kwenye ubao wao pale barazani huku wakichekelea kwa njama. Wazee walitizama kwa utulivu huku wakiwa chini ya miti, na walitikisa vichwa na kucheka kana kwamba walishirikishwa katika kila kitu kilichokuwa kikiendelea. Kila Yusuf alipobanwa na mzee mmoja wapo, ilimbidi asikilize mazungumzo ya kifahari yaliyojaa uangalifu kuhusu ugonjwa wa bawasili na shughuli za matumbo na kuvimbiwa, kukosa choo, hadithi zilitegemea

msimulizi aliyembana kumsikiliza. Lakini alipovumilia mazung-
umzo ya mateso ya miili inayodhoofika kwa umri, aliweza kusikia
hadithi za safari nyingine, na kutizama jinsi wazee walivyojisahau
katika msisimko wa haya maandalizi mapya.

Mazingira ya pale yalijaa harufu yenye minong'ono ya safari za
mahali pengine, na zilivuma sauti zilizoamrisha. Jinsi siku ya safari
ilivyokaribia ndivyo vurugu zilivyopungua polepole. Tabasamu
tulivu la kujichekesha la Ami Aziz, na uso wake mkali usio na
huruma, ulisisitiza kwamba kila mtu anapaswa kuweka heshima
mbele. Mwishowe msafara uliondoka katika mazingira ya utulivu,
ukiongozwa na mpuliza pembe aliyepuliza wimbo wa kikorofi na
mpiga ngoma aliyepiga mdundo wa kuvutia. Watu mitaani walisi-
mama kimya wakiwatizama walivyopita, wakitabasamu na kuwa-
pungia mkono kwa huzuni. Hakuna hata mmoja wao ambaye ange-
fikiria kubisha kwamba msafara huu wa kuelekea bara ndiyo sababu
yao ya kuwa pale, na walijua aina ya maneno ambayo yangefanya
safari kama hizo kuonekana kuwa muhimu. Yusuf aliwahi kush-
uhudia misafara mingi kama hii hapo awali, na alifurahia kuharak-
ishwa na mbwembwe za maandalizi. Yeye na Khalil walitakiwa kuwa-
saidia wapagazi na walinzi, kufuata na kubeba, kulinda, kuhesabu.
Ami Aziz mwenyewe alishiriki kidogo katika mipango hiyo. Maelezo
yaliwachwa mikononi mwa mnyapara wake, Mohammed Abdalla.
Shetani! Wakati wowote Ami Aziz alipokuwa tayari kwa moja wapo
ya safari zake ndefu za kuingia bara, alituma mnyapara kutoka
mahali fulani huko bara aje kwake. Siku zote alikuja, kwa kuwa
Ami Aziz alikuwa Mfanyabiashara wa maana aliyeweza kujilipia
mwenyewe bila ya kulazimika kuomba mkopo kutoka kwa Muki
wa Kihindi. Kulikuwa na heshima kwa kufanya kazi na mtu kama
huyo. Ilikuwa ni Mohammed Abdalla ambaye aliwaajiri wapagazi
na walinzi, na kukubaliana nao malipo kutokana na faida ya uuzaji.
Pia ni yeye aliyewaweka katika mstari. Wengi wao walikuwa watu
wa mwambao, kutoka sehemu za mbali kama Kilifi na Lindi na
Mrima. Mnyapara aliwatia wote hofu. Mwonekano wake wa kuka-
sirika, kufoka, na ule mwanga usio na huruma ndani ya macho yake
haukuahidi chochote ila maumivu kwa yeyote atakayemjaribu. Hata

ishara zake za kawaida kabisa ambazo zilikuwa rahisi, zilitendwa kwa ujuzi na furaha ya ubabe ulioshehena maguvu. Alikuwa ni mtu mrefu, mwenye taswira ya maguvu, ambaye alitembea huku na huko mabega yake yakiwa yamerudishwa nyuma, kana kwamba alitarajia kukumbana na changamoto. Uso wake ulikuwa na mfupa mrefu ndani ya mashavu uliosimama vizuri ingawa ulikuwa umetuna na ulionekana ukichemka kwa misukumo mwilini mwake iliyokosa utulivu. Alibeba fimbo nyembamba ya henzirani ambayo aliitumia kwa msisitizo, aliivumisha hewani pale alipokuwa amechukizwa na jambo, na kuituliza juu ya tako la mvivu pale hasira yake inapocho-konolewa. Alikuwa na sifa ya kuwa basha, mlawiti asiye na huruma na mara nyingi aliweza kuonekana akijipapasa sehemu za chini ya nyonga huku akili yake ikiwa mbali. Ilisemekana, hasa na wale ambao Mohammed Abdalla alikataa kuwaajiri, kwamba alichagua wapagazi ambao wangekuwa radhi kumbinulia wakati wa safari.

Wakati mwingine alimtizama Yusuf kwa tabasamu la kutisha, akitikisa kichwa kwa furaha ya chini kwa chini. Mashaallah, angesema. Ajabu ya Mungu. Macho yake yalilainika kwa furaha nyakati hizi, na mdomo wake kufunguka katika kicheko kisicho cha kawaida huku yakifichua meno yaliyokuwa yamechafuliwa na tumbaku aliyoitafuna. Pale dhiki hii ilipomjia, alitoa miguno mizito ya matamanio na alitabasamu huku akinong'ona wimbo kuhusu asili ya urembo. Ni yeye aliyemwambia Yusuf kwamba angekuja nao safarini, na kuyafanya hata maagizo mepesi kama haya kuonekana ya kutisha.

Kwa Yusuf huu ulikuwa ni usumbufu asioutarajia katika ile hali yake ya kukubali maisha yake ya miaka mingi utumwani. Pamoja na yote, hakukosa furaha kuwa katika duka la Ami Aziz. Alikuja kuelewa kabisa kwamba alikuwa pale kama rehani, aliyewekezwa kwa Ami Aziz ili kulipia deni la baba yake kwa Mfanyabiashara. Haikuwa vigumu kukisia kuwa baba yake alikopa sana miaka ilivyoenda, hata zaidi ya mauzo ambayo angaliweza kupata kwa kuuza hoteli. Au hakuwa na bahati. Au alikuwa ametumia kijinga pesa ambazo hakumiliki. Khalil alimwambia hivyo ndivyo Seyyid alivyokuwa, ili wakati alipohitaji chochote kulikuwa na watu ambao wangeweza kuambiwa kufanya kile kilichotakiwa.

Pale Seyyid alipohitaji pesa mno, aliwatoa mhanga wadai wake ili kuzipata.

Labda siku moja, pale baba yake atakapopata kitu katika maisha yake mwenyewe, angekuja kumkomboa. Aliwalilia mama na baba alipoweza. Wakati fulani aliogopa pale alipodhani kwamba picha zao zilikuwa zikififia katika kumbukumbu zake. Jinsi sauti zao zili-vyosikilizana au sifa yenye ubora fulani waliyokuwa nayo - kicheko cha mama yake, ukenuaji wa kusita wa baba yake – ulimrudia na kumtuliza. Sio kwamba aliwakosa sana, na kwa vyovyote kuwata-mani kulipungua kidogo kidogo muda ulivyosonga mbele, isipokuwa yeye kutengwa na wao kulikuwa ni tukio lenye kumbu-kumbu kubwa zaidi katika uwepo wake. Basi aliliweka moyoni, akapata huzuni kwa hasara hii kuu kwake. Alifikiria vitu ambavyo angepaswa kujua juu yao au angeweza kuwauliza. Ugomvi mkali ambao ulimtisha. Majina ya wale wavulana wawili waliozama baada ya kutoka Bagamoyo. Majina ya miti. Labda angalikuwa amefikiria kuwauliza kuhusu mambo kama hayo, labda asingejihisi mpumbavu kiasi kile na kama aliyetengwa kabisa na kutohusika na chochote. Alifanya kazi aliyopewa, akatekeleza yale maagizo ambayo Khalil alimpa na akamtegemea 'kaka' yake. Aliporuhusiwa, alifanya kazi katika bustani.

Upendo wake wa bustani ulimvutia yule mzee aliyekuja kuitunza asubuhi na alasiri, Mzee Hamdani. Mzee alizungumza kwa nadra, na aliudhika alipolazimika kuacha kughani tenzi zake za kumsifu Mungu, zingine ambazo alizitunga yeye mwenyewe, halafu akatakiwa kumsikiliza mtu anayemsemesha. Kila asubuhi alianza kazi bila ya kusalimiana na mtu, alijaza ndoo zake na kumwagilia kwa mkono wake huku akitembea kwenye vijia, kama vile hakukuwa na kitu kingine kilichokuwepo zaidi ya bustani hii na kazi hii. Pale jua lilipokuwa kali sana, alikaa kwenye kivuli cha mti mmoja wapo na alisoma kitabu kidogo huku akinong'ona na kujiyumbisha kimya-kimya, akiwa amezama katika ibada yake iliyompa furaha. Alasiri, baada ya sala, alinawa miguu na kuondoka. Mzee Hamdani alimruhusu Yusuf amsaidie pale apendapo, si kwa kumwelekeza katika kazi yoyote, lakini kwa kutokumfukuza.

Jioni, jua lilipozama, Yusuf alikuwa peke yake bustanini. Alipunguza matawi na kumwagilia maji na kutembea chini ya miti na kati ya vichaka. Sauti ya ugomvi iliyotokea juu ya ukuta bado ilisikika ikimfukuza pale ilipoingia kiza, ingawa mara nyingine pia alisikia kushushwa kwa pumzi na vipande vya wimbo katika kiza iliyokuwa ikijikusanya. Sauti ile ilimjaza huzuni. Safari moja alisikia kilio kilichojaa uchungu na kilichokata tamaa ambacho kilimfanya amfikirie mama yake, na kumfanya asimame chini ya ukuta akisikiliza huku akitetemeka kwa hofu.

Yusuf aliacha kuulizia kuhusu Bibie. Ilimkasirisha Khalil. *Hii haikuhusu na usiulize maswali yasiyo na maana. Utaleta… kisirani… bahati mbaya. Unataka kutuletea nuksi.* Alifahamu kwamba hasira ya Khalil ilimhitaji anyamaze kuhusu Bibie, ingawa hakushindwa kuona wanunuzi walivyoangaliana pale walipouliza hali ya wote nyumbani kama ilivyokuwa desturi za heshima. Katika matembezi yao ya mchana mjini hapo, Khalil na Yusuf waliona majumba makubwa yaliyojaa ukimya na yenye kuta zisizonakshiwa mbele ya nyumba ambapo koo tajiri za Kimanga ziliishi. 'Huwaoza binti zao kwa wapwa wao tu,' mmoja kati ya wanunuzi aliwaambia. 'Katika baadhi ya hizo ngome zilizojaa, kuna watoto dhaifu waliofungiwa na kamwe hawazungumziwi. Wakati mwingine unaweza kuona nyuso za viumbe hao masikini dhidi ya vyuma vya madirisha katika ghorofa za juu. Mungu tu anayejua wanavyochanganyikiwa pale wanapoitizama dunia yetu hii duni. Au labda wanaelewa kuwa hivyo ndivyo ilivyo adhabu ya Mwenyezi Mungu kwa dhambi za baba zao.'

Walitembelea mji huo kila Ijumaa ili kusali katika Msikiti wa Ijumaa, na kucheza kipande na mpira mitaani. Wapita njia walimfokea Khalil, wakimwambia alikuwa karibu kuwa baba na hapaswi kucheza na watoto. Watu watakuzungumzia na kukupa majina machafu, walimpigia kelele. Siku moja mwanamke mzee alisimama kutizama mchezo kwa dakika chache, mpaka Khalil alipokaribia kisha akatema mate chini na kuondoka. Wakati wa jioni walitembea kwa miguu hadi forodhani na kuzungumza na wavuvi kama walikuwapo ambao hawakuenda baharini. Waliwapa walichokuwa wakivuta na Khalil alikubali lakini akamkataza Yusuf. Yeye ni mzuri mno kuvuta, wavuvi walisema.

Itamharibu tu. Kuvuta sigara ni biashara ya shetani, ni dhambi. Lakini ni jinsi gani maskini ataweza kuishi vinginevyo? Yusuf alikumbuka hadithi za kusikitisha ambazo Mohammed, yule ombaomba mganga alimsimulia; jinsi alivyopoteza upendo wa mama yake na shamba lake lililojaa maji ya kumwagilia kule kusini mwa Witu, na hakuhisi kunyimwa katika marufuku yao. Wavuvi walisimulia hadithi za matukio yao, na za kutembelewa na dhiki zilizowakuta baharini. Kwa utulivu mkuu walizungumzia pepo wanaowashukia kutoka katika anga safi kabisa. Pepo hawa hujibadilisha na kuwa dhoruba za kutisha, au hujitokeza katika kiza ya bahari ya usiku wakiwa na umbo la samaki aina ya taa wakubwa wanaong'aa. Hujiachia tu kwa kusikilizana na kusimuliana hadithi za kumbukumbu za vita walivyopigana dhidi ya maadui wenye nguvu na ujasiri.

Baadaye walitizama mchezo wa karata nje ya mkahawa, au walinunua chakula na kukila hadharani. Wakati mwingine kulikuwa na ngoma na matamasha ambayo yaliendelea hadi alfajiri, kusherehekea sikukuu ya msimu fulani au kusherehekea bahati njema. Yusuf alijisikia raha mjini, na angependa kwenda huko mara nyingi zaidi, lakini alihisi kwamba Khalil hakuwa na raha sana. Khalil alikuwa na furaha zaidi nyuma ya meza dukani kwake, huku akipiga porojo na wanunuzi katika lafudhi yake nzito. Furaha yake nao haikuwa na unafiki. Aliuchekea utani wao na dhihaka zao kwake kwa raha kama wao walivyomfanyia, na alisikiliza hadithi zao za ugumu wa maisha na uchungu usiokwisha na maumivu kwa umakini na huruma. Ma Ajuza alimwambia kuwa kama yeye asingalikuwa amechumbiwa na Yusuf, angaliweza kumfikiria yeye Khalil, ingawa aligubikwa na wasiwasi na alikuwa kimbaumbau kama mwiko wa pilau.

Jioni moja walikwenda kwenye sherehe ya harusi ya Wahindi iliyokuwa katikati ya mji mkongwe, si kama wageni waalikwa, lakini kama sehemu ya umati ambao haukuwa nadhifu lakini uliojikusanya tu ili kutizama maonyesho ya kufanikiwa na kuenziwa kwa mapenzi.

Walipigwa na butwaa kuona fahari ya mavazi ya hariri yaliyofumwa na mapambo ya dhahabu yaliyovaliwa na waalikwa, na walipigia makofi vilemba vya rangirangi ambavyo wanaume walivaa. Harufu nzito za asili ya kale zilielea hewani na moshi mnene wa udi wa kufukizwa ulijaa kutoka kwenye vyetezo vya shaba vilivyowekwa barabarani mbele ya nyumba. Hivi viliziba harufu za mitaro iliyo-funikwa ambayo ilipita katikati ya barabara. Msafara uliomsindikiza bibi harusi uliongozwa na wanaume wawili waliokuwa wamebeba taa kubwa ya kijani mfano wa kasri lenye umbo la kitunguu na lenye mapaa kadhaa yenye maumbile ya makuba. Upande wa bi harusi ulikuwa na safu mbili za vijana walioimba na kunyunyizia marashi ya waridi kwenye misururu ya watu waliojaa barabarani. Baadhi ya vijana waliona haya kidogo. Umati ulihisi hivyo na ulipiga kelele kwa maneno ya dhihaka na matusi ili kuongeza aibu yao. Bibi harusi alionekana mdogo, kisichana kiduchu. Alikuwa amefunikwa maveli ya hariri kutoka kichwani hadi nyayoni. Maveli hayo yalikuwa na dhahabu iliyometameta na kung'aa kila alipofanya kitu. Bangili nzito mikononi na kwenye vifundo vya miguu ziling'aa, na hereni zake kubwa zilizunguka kama vivuli vilivyomeremeta nyuma ya veli lake. Mwonekano wa uso wake ulioinama ulionekana kama kivuli cha mwanga mkali wa taa ya kandili pale alipoingia kwenye lango jembamba la nyumba ya bwana harusi.

Baadaye, masinia ya vyakula yaliletwa mitaani ili kuwalisha watizamaji: sambusa na ladu na halua badam. Muziki ulichezwa hadi usiku, vyombo vya muziki vilivyotumia nyuzi na midundo iliyoambatana na sauti zilipaa vizuri kwa uwazi na uhakika. Hakuna hata mmoja katika umati uliokuwa hapo nje ya nyumba aliyeelewa maneno hayo lakini, hata hivyo, walibakia kusikiliza. Nyimbo zikazidi kuwa na huzuni usiku ulivyoendelea, hadi mwishoni watu waliokuwa nje wakaanza kutawanyika kimya kimya, wakiongozwa na huzuni ambayo nyimbo ziliahidi.

2

'Kijana mzuri. Mvulana anayependeza', Mohammed Abdalla alisema, akasimama kando ya Yusuf na kushika kidevu chake kwa mkono ambao alihisi kana kwamba ulikuwa umejaa madoadoa na mabaka. Yusuf alitingisha kichwa chake ili ajichomoe, akahisi kidevu chake kikidundadunda. 'Unakuja. Seyyid anataka uwe tayari asubuhi. Utakuja na kufanya biashara nasi, na kujifunza tofauti kati ya njia za ustaarabu na njia za kishenzi. Ni wakati wa kukua na kuona dunia ikoje… badala ya kucheza kwenye maduka machafu.' Tabasamu lilizidi kukua usoni mwake pale alipoongea huku aking'ong'a kama mnyama, jambo lililomfanya Yusuf awafikirie wale mbwa waliokuwa wakiranda randa kwenye vichochoro ndani ya ndoto zake za kutisha.

Khalil, ambaye Yusuf alimkimbilia ili apate huruma, alikataa kusikitika au kuomboleza naye kuhusu hatima yake. Alicheka na kumgonga mkono wake kwa namna iliyoonekana kuwa kama mchezo ingawa Yusuf aliumia. 'Unataka kujipweteka na kucheza kwenye bustani hapa? Na kuimba kasida namna ya huyo mwendawazimu Mzee Hamdani? Kuna bustani kibao huko. Unaweza kuazima jembe kutoka kwa Seyyid. Atabeba dazeni kadhaa kwa ajili ya kufanya biashara na washenzi. Wanapenda majembe wale watu washenzi. Hivi yupo anayejua hiyo ni kwa nini? Nasikia wanapenda vita pia. Lakini unajua yote hayo huhitaji mimi kukuambia. Wewe ni sehemu ya nchi ya washenzi huko. Unaogopa nini? Utafurahia. Waambie tu wewe ni mmoja wa watoto wa wafalme wao unayerudi nyumbani kutafuta mke.' Usiku huo Khalil alimkwepa, akajishughulisha na duka na kujiingiza katika mazungumzo yaliyojaa wasiwasi na aliyozungumza na wapagazi. Pale alipoposhindwa kabisa kumkwepa, kwa sababu walikuwa wamejilaza kwenye majamvi yao ya kulalia, alifanyia mzaha maswali yote ambayo Yusuf alijaribu kuuliza. 'Labda utakutana na mmoja wa mababu zako ukiwa safarini. Hiyo itaku-sisimua … na vivutio vyote vya ajabu na wanyama wa porini. Au unaogopa mtu atamwiba Ma Ajuza ukiwa safarini? Usijali, kaka yangu Mswahili, yeye ni wako wa maisha. Nitamwambia kuwa wewe ulimlilia kabla ya kuondoka kwa sababu uliogopa huko hakutakuwa na mtu wa kubonyeza zub yako huko ushenzini. Atakungoja, na ukirudi atakuja kukuimbia. Utakuwa Mfanyabiashara tajiri hivi karibuni, na utavaa hariri na manukato kama Seyyid, na utabeba mifuko ya pesa tumboni na utavaa tasbihi kwenye kifundo cha mkono wako,' alisema.

'Una tatizo gani wewe?' Yusuf aliuliza kwa hasira sauti yake ikitetemeka kwa maumivu na kujisikitikia.

'Unataka nifanye nini? Nilie?' Khalil aliuliza huku akicheka.

'Nitaondoka kesho, nitasafiri na mtu huyo na majambazi wake -'

Khalil alimfunika mdomo Yusuf kwa mkono wake. Walikuwa wamelala ndani, nyuma ya duka, kwa sababu baraza lilishachukuliwa muda mrefu na Mohammed Abdalla na wale wanaume, ambao pia waligeuza vichaka kwenye ukingo wa uwanja kuwa vyoo vilivyo wazi. Khalil aliweka kidole chake kinywani, na kumwonya anyamaze. Yusuf alipojaribu kusema zaidi, Khalil alimpiga ngumi nzito ya tumbo, na kumfanya augue kwa uchungu. Alihisi kana kwamba anatelekezwa, na akahisi anatuhumiwa kuwa msaliti lakini hakufahamu. Khalil alimvuta karibu naye na kumshika kwa kumkumbatia kwa muda mrefu halafu akamwachia ende zake. 'Ni bora kwako,' alisema.

Asubuhi, vifurushi vilivyofunikwa kwa magunia ya katani vilipakiwa kwenye gari la mizigo kuukuu ili vitangulie kwenye safari ya kuelekea bara. Safu ingeungana navyo baadaye. Dereva wa gari la mizigo aliitwa Bachus na alikuwa amechanganya, nusu Mgiriki na nusu Mhindi. Alikuwa na nywele ndefu nyeusi na masharubu yaliyokatwa vizuri. Baba yake alikuwa na biashara ndogo ya chupa na pia alitengeneza barafu mjini, na wakati mwingine aliwakodisha wafanyabiashara gari lake la mizigo pamoja na mwanawe. Bachus aliketi kwenye nafasi ya dereva, mlango wazi, mwili wake laini uliojajaajaa ukijipweteka kitini. Kinywani mwake yalitoka matusi mfululizo yaliyomtiririka kwa sauti nyepesi na uso usiotabasamu. Kati ya yote aliimba nyimbo za mapenzi huku akivuta sigara ya biri. 'Tafadhali kuweni na huruma na mie angalau mara hii, nyinyi waparamia mbuzi. Nisingependa kitu zaidi ya kuwashika shika tu hapo kutwa nzima, lakini nina mizigo mingine ya kuchukua, bob. Kwa hivyo mnaweza kujishughulisha kidogo na muwache kunusananusana hapo.

Niufikiriapo ukweli huiona sura yako,
Na kila sura nyingine ni uongo si chochote.
Niotapo furaha huhisi bembeleza yako
Na wivu huuona uwakavu machoni mwa wote.

Wah, wah, janab! Maharaja angalinisikia nikiimba angaliweza kutoa kipande cha nyama akipendacho kuliko vyote na akanipa kwa usiku mmoja. Kuna harufu ya ajabu mahali hapa. Nina hakika nasikia harufu ya vijogoo vilivyooza, lakini labda ndicho chakula wanachowapa. Wee, baba! Wanakupa nini hapa? Mbona kuna mafuta mengi hivyo ndani ya jasho linalowatiririka migongoni mwenu. Wanapenda nyama za mafuta huko mnakoenda, bob, kwa hivyo angalieni mtakapowatumbukiza hao wajomba zenu. Haya wee ndugu yangu acha kujikuna hapo. Mwachie mtu mwingine akukune. Hata hivyo, haitafaa. Kuna dawa moja tu kwa kidonda cha aina hiyo. Njoo nyuma ya ukuta hapa unikande. nitakupa pesa yenye thamani ya anna tano.' Wapagazi waliangua vicheko vya kelele kwa mdomo mchafu wa dereva. Yaani huyu alithubutu kutumia lugha kama hiyo mbele ya Mfanyabiashara! Alipoyumba, walimdhihaki kwa matusi kuhusu mama na baba yake, na maneno machafu juu ya wanawe yeye mwenyewe. 'Njoo njoo umnyonye jogoo wangu,' angesema, akishika sehemu zake za siri. Kisha angeanza tena.

Bidhaa zingine ambazo zingechukuliwa kwenye safari zilikokotwa kwa rikwama refu lililosukumwa na wapagazi hadi kwenye stesheni ya treni. Hadi dakika za mwisho, Ami Aziz alikuwa akiongea kimya kimya na Khalil, ambaye alikuwa akipepesuka pembeni yake huku akikubali maagizo yake. Wapagazi walisimama ndani ya makundi yaliyokuwa waziwazi, wakizungumza na kubishana, na kuangua vicheko vya ghafla na kugongana mikono.

'Haya, tupeleke ndani nchini,' alisema Ami Aziz hatimaye, akitoa ishara ya kusonga mbele. Mpiga ngoma na mpuliza pembe wakaanza kazi moja kwa moja wakiwa na shauku ya kuwa mbele ya safu.

Mohammed Abdalla alitembea hatua chache nyuma yao, kichwa juu huku mkongojo wake akiupeperusha kuchora nusu mduara hewani. Yusuf alisaidia kusukuma mkokoteni huku akiwa amekazia macho magurudumu ya mbao ambayo yangeweza kuponda miguu inayojiendea kishaghala baghala na alijiunga na midundo ya miguno ya wapagazi. Dakika za mwisho, aliona aibu kumtizama Khalil akiramba mkono wa Ami Aziz huku akionekana kana kwamba angeumeza kabisa kama angalipewa nafasi. Alifanya hivyo kila mara, lakini Yusuf alichukia zaidi asubuhi ya leo. Yusuf alimsikia Khalil akisema kitu kwa kelele kuhusu *Mswahili*, lakini hakutizama nyuma. Ami Aziz alikuwa nyuma, mara kwa mara alisimama kusalimiana na kuwaaga marafiki zake mashuhuri zaidi kati ya watu waliosimama barabarani.

3

Wapagazi na walinzi walisafiri kwa gari la daraja la tatu, na walijitandaza kwenye viti vya mbao kana kwamba walimiliki eneo hilo. Yusuf alikuwa pamoja nao. Abiria wengine walihamia kwenye mabehewa tofauti au walijiweka nyumanyuma kwenye korido kwa kuogopeshwa na kelele zao na utovu wao wa nidhamu. Mohammed Abdalla alikuja kuwatembelea kutoka sehemu nyingine ya treni, akionyesha dharau huku akisikiliza manung'uniko yao ya wazimu na mazungumzo yao ya kipumbavu. Behewa lilikuwa limesheheni na halikuwa na raha huku likitoa harufu ya udongo na moshi wa kuni. Alipofunga macho yake, Yusufu alihisi kumbukumbu ya safari yake ya kwanza ya treni. Walisafiri kwa siku mbili na usiku, wakisimama mara kwa mara na ilikuwa nadra kwa treni kuenda kasi. Mwanzoni ardhi ilisongwa na minazi na miti ya matunda, na kwa kupitia uoto wa pembeni mwao waliweza kuona mashamba madogo na mashamba makubwa. Wakati wowote treni iliposimama, wapagazi na walinzi walimiminika kwenye jukwaa la treni kuona nini kinaendelea. Baadhi yao waliwahi kupita kwenye njia hii hapo awali na waliwajua wafanyakazi wa kituo au wafanyabiashara pale kwenye jukwaa la treni, hivyo hawakupoteza muda na walijenga urafiki upya. Walipewa ujumbe na zawadi za kuwapa wengine mbele ya safari. Katika kituo kimojawapo ambapo walisimama, Yusuf alihisi kwamba alisikia sauti ya maji yanayoporomoka katika utulivu wa joto la alasiri. Katikati ya alasiri treni ilisimama Kawa, na akajibanza katika hali ya utulivu uliofurukuta sakafuni mwa behewa, ili mtu asimwone na kuwatia aibu wazazi wake. Baadaye, nchi ilipoinuka na safari yao kuelekea mashariki, miti na mashamba ikawa nadra zaidi kuonekana. Mara kwa mara nyasi zilijaa na kuonekana kama marundo ya misitu minene.

Wapagazi na walinzi walipiga kelele na kushambuliana. Walizungumza sana juu ya chakula, wakibishana kuhusu mapishi matamu ambayo wasingeyapata asilan pale walipokuwa, tena wakigombania ubora wa vyakula vyao kutoka mikoa tofauti. Walipokwisha kupeana njaa na hasira, walibishana juu ya mambo mengine: kuhusu ukweli wa maana ya maneno, kuhusu ukubwa wa mahari iliyopokelewa na binti wa Mfanyabiashara mashuhuri, kuhusu ujasiri wa nahodha maarufu baharini, kuhusu maelezo ya ngozi mbichi za Wazungu. Kwa nusu saa ya ubishi uliokithiri hawakuweza kukubaliana kuhusu uzito wa mapumbu ya wanyama mbalimbali: ng'ombe, Simba, sokwe, wote walikuwa na wafuasi wao. Walibishana kuhusu nafasi zao za kulala, ambazo walihisi zinaingiliwa. Waliapiza na kunung'unika huku wakisukumana kutafuta nafasi. Jinsi walivyosisimka, miili yao ilitoa harufu kali ya jasho lenye harufu ya mkojo na tumbaku iliyochakaa. Punde si punde, ugomvi ulianza. Yusuf alifunika kichwa chake kwa mikono yake, akiupenyeza mgongo wake dhidi ya upande mmoja wa behewa, na pia alipiga mateke kwa nguvu zake zote pale yeyote alipomkaribia. Usiku wa manane alisikia minong'ono, na kisha harakati ndogondogo. Baada ya muda alitambua sauti za kubembelezana zisizo na maana, na baadaye alisikia vicheko vya chini kwa chini na minong'ono ya furaha iliyonong'onwa.

Wakati wa mchana alitizama nje ya dirisha, akitazama nchi na kubainisha mabadiliko yake. Upande wao wa kulia, vilima vilikuwa vikipanda tena, vikionekana vya kijani kabisa na vyenye kiza. Hewa juu ya vilima ilikuwa nzito na ilijaa kama iliyoweka ahadi ya siri. Kwenye uwanda uliokauka, ambapo treni ilikuwa ikihangaika, mwanga ulikuwa wazi. Jua lilipochomoza hewa ilijaa vumbi. Uwanda uliokauka na ukame bado ulikuwa umefunikwa na mabaka ya nyasi zilizokufa ambazo mvua ingezibadilisha na kufanya zistawi. Makundi ya miti ya miiba yenye mikunjo yalienea uwandani, na kutupiwa giza na miamba ya mawe meusi iliyotawanyika. Mawimbi ya joto na mvuke yalipanda kutoka ardhini, yakajaa mdomoni mwa Yusuf na kumfanya ashikwe na pumzi. Katika kituo kimoja, ambapo walisimama kwa muda mrefu, mti wa jakaranda ulisimama peke yake na ulikuwa umejaa maua. Petali za zambarau isiyokoza na zambarau iliyokoza zilitanda ardhini kama zulia lililong'aa. Kando ya mti huo kulikuwa na stoo ya vyumba viwili. Juu ya milango yake kulikuwa na kufuli kubwa zenye kutu na kuta zake zilizopakwa chokaa zilitapakaa tope la rangi ya udongo mwekundu.

Alimwaza Khalil mara kadhaa, na kuhuzunishwa na kumbukumbu ya urafiki wao na mnuno wake pale ilipobidi aondoke kwa ghafla. Lakini Khalil alionekana kama aliyefurahishwa kumwona akiondoka zake. Alipafikiria Kawa na wazazi wake pale, alijiuliza kama angaliweza kufanya matendo tofauti na yale aliyofanya alipopapita.

Walishuka kutoka kwenye gari moshi alasiri, katika mji mdogo chini ya mlima mkubwa uliokuwa na vilele vya theluji. Hewa ilikuwa baridi na ya kupendeza, na mwanga ulikuwa na mianzi ya jua la jioni iliyoonekana juu ya maji yaliyoonekana kutokuwa na kikomo. Alipofika tu, Ami Aziz alimsalimia mkuu wa kituo ambaye alikuwa Mhindi na aliyeonekana kuwa rafiki yake wa zamani.

'Mohun Sidhwa, hujambo bwana wangu. Natumaini afya yako ni njema, na wanao na mama yao wote wazima. Alhamdulillahi rabi-l alamin, tuombe nini cha zaidi?'

'Karibu, Bwana Aziz. Karibu, karibu. Natumaini kila mtu kwako ni mzima. Kuna habari gani? Vipi biashara?' alisema mkuu wa stesheni ambaye alikuwa na mwili mpana huku akiutonyatonya mkono wa Ami Aziz. Alishindwa kuzuia furaha na msisimko wake.

'Tunamshukuru Mungu kwa lolote alilotubarikia, sahib yangu wa miaka tele,' alisema Ami Aziz. 'Lakini usijali kuhusu mimi, niambie jinsi mambo yalivyo hapa. Bila shaka shughuli zako zote hapa zimefanikiwa.'

Wawili hao walitokomea kwenye jumba la chini ambalo lilionekana kama banda na ndilo lililokuwa ofisi ya mkuu wa stesheni. Walienda huku wakitabasamu na kupiga soga na kujaribu kupeana heshima kabla ya kuzungumzia biashara. Bendera kubwa ya manjano ilipepea juu ya jengo huku ikivumisha sauti ya kuchanika na kubanwa na upepo uliovuma. Hii ilimfanya ndege mweusi mwenye hasira aliyeonekana juu yake atoe hisia ya kutaka kupasuka kwa ghadhabu. Wapagazi walichekelea miongoni mwao, wakifahamu kwamba Seyyid wao alikuwa ameenda kupanga hongo ifaayo na yule mfanyakazi wa reli ili gharama zao za mizigo zipunguzwe. Katika muda mfupi karani mkuu wa kituo alitokezea, na aliuegemea ukuta huku akionekana kama hakuwa na kero duniani pale alipotembea tembea na kutizama mandhari ya tukio. Yeye pia alikuwa Mhindi, kijana mfupi na mwembamba aliyehakikisha hagongeshi mboni za macho yake na zile za mtu mwingine yeyote. Wapagazi walikonyezana kumwona akijifaragua vile na wakarusha maneno mawili matatu kuhusiana naye. Wakati huo huo walishusha bidhaa, huku wakisimamiwa na Muhammad Abdalla na walinzi; wakarundika kila kitu kwenye jukwaa.

"Amkeni, mabwege msio na aibu,' Mohammed Abdalla alisema, akipiga kelele kwa furaha ya kufanya hivyo tu huku akitikisa fimbo yake hewani kwa vitisho. Alitoa tabasamu la dharau kwa kila mtu aliyekuwa karibu naye huku akiwa amejisahau na kujikanda mwenyewe kwa kuweka mkono kwenye kikoi alichokivaa, miguu yake ikiwa wazi. 'Ninawaonya, hakuna wizi. Nikimshika mtu yeyote, nitakata vipande vipande mgongo wake. Baadaye nitawaimbia wimbo wa kutumbuiza, lakini sasa kaeni macho. Tuko katika nchi ya washenzi. Wao hawajaumbwa kwa tope la woga kama nyinyi. Wataiba chochote, ikiwa ni pamoja na uume wenu kama hamtabana nguo zenu viunoni mwenu.

Haya, haya! Wanatungojea.'

Pale kila kitu kilipokuwa tayari, waliondoka katika msafara, wakabeba chochote walichopewa. Mbele ya msafara alikuwa nahodha aliyejaa kiburi, akipeperusha mjeledi wake na kuwatazama kwa mshangao watu waliowapita. Ulikuwa mji mdogo, usio na kitu, lakini mlima mkubwa ambao uliuinamia uliupa mji hali ya kuwa kama fumbo lililojaa kiza, kana kwamba ni eneo la maafa na tanzia. Mashujaa wawili wenye shanga waliwapita, miili yao imechorwa na inang'aa. Ndala zao za ngozi ziligonga barabara wakati mikuki yao ikibembea, miili yao iliegemea mbele, walikazana na kuonekana wana haraka. Wao hawakutazama kulia wala kushoto, na machoni mwao kulikuwa na kusudi la uhakika, kitu kama bidii ya aina fulani. Nywele zao zilisukwa na kupakwa rangi nyekundu kama udongo, pia mashuka yao ya ngozi laini yaliwafunika kwa mshazari kuanzia begani hadi pajani na chini hadi magotini. Mohammed Abdalla aligeuka kuutazama msafara huu kwa dharau, kisha akaelekezea fimbo yake kwa morani waliokuwa wakipita. 'Washenzi,' alisema. 'Wana thamani ya kumi kati yenu.'

'Hebu fikiri kwamba Mungu aliumba viumbe kama hawa! Wanaonekana kama kitu kilichofinyangwa kwa dhambi,' mmoja wa wapagazi alisema, kijana ambaye mara zote alikuwa wa kwanza kuongea. 'Si wanaonekana kama wakali eti eeh?'

'Wanafanyaje kuonekana wekundu hivyo?' mpagazi mwingine aliuliza. 'Lazima ni damu wanayokunywa. Ni kweli, sivyo? Kwamba wanakunywa damu.'

'Angalia ncha za mikuki yao!'

'Na wanajua jinsi ya kuitumia,' mlinzi alisema kwa sauti ya chini, akizingatia sura ya hasira ya nahodha wake. 'Inaweza kuonekana kama visu dhaifu kwenye vijiti, lakini inaweza kufanyia uharibifu mwingi. Hasa kwa mazoezi yote wanayopata. Ndicho wakifanyacho kutwa, kuwashambulia watu wengine na kuwinda. Ili kuwa morani kamili ni lazima wawinde Simba na kumwua, kisha hula uume wake. Kila wanapokula uume wanaweza kuoa mke mwingine, na kadiri wanavyokula uume nyingi ndivyo wanavyozidi kuwa wakuu miongoni mwa watu wao.'

'Yallah! Unatutania!' wasikilizaji wake walitoa mayowe, wakimd-hihaki na kukataa kuamini hadithi zisizokuwa na kichwa na miguu kama hizo. 'Ni kweli,' mlinzi alitetea. 'Mimi mwenyewe nimesha-waona. Mwulize mtu yeyote ambaye amesafiri sehemu hizi. Wallahi, nawaambia ukweli. Na kila wanapomwua mtu hukata sehemu fulani ya kiwiliwili na kuiweka kwenye mfuko maalum.'

'Kwa nini?' mpagazi kijana aliyependa kuzungumza aliuliza.

'Utamwuliza mshenzi eti kwa nini?' Mohammed Abdalla alisema kwa ukali, akigeuka kumtazama kijana huyo. 'Kwa sababu yeye ni mshenzi, ndiyo maana. Yeye ndivyo alivyo. Humwulizi papa au nyoka kwa nini anashambulia. Ni sawa na mshenzi. Ndivyo alivyo. Na ni bora ujifunze kutembea haraka zaidi na mzigo huo na kupunguza kupiga domo. Nyinyi si chochote zaidi ya wanawake vilizi.'

'Inahusiana na dini yao,' mlinzi alisema baada ya muda.

"Siyo heshima, utaratibu huu wa maisha," mpagazi kijana alisema na kujikuta akitazamwa na Mohammed Abdalla kwa sura ya ghadhabu.

'Mstaarabu daima atamshinda mshenzi, hata kama mshenzi atakula uume wa Simba elfu moja,' mlinzi mwingine alisema, Mngazija. 'Anaweza kumshinda kwa ujuzi na hila.'

Haikuchukua muda na msafara ule ukawasili mahali ulipokuwa ukielekea. Ilikuwa duka mwishoni mwa njia karibu na barabara kuu iliyotoka nje ya mji mdogo. Mbele ya duka kulikuwa na uwanja wa mviringo, ulifagiliwa vizuri na kuzungushwa na mifenesi. Mwenye duka alikuwa mtu mfupi, mnene aliyevalia shati kubwa jeupe na suruali pana. Alikuwa na masharubu membamba yaliyonyolewa, kama nywele zake, zilizokuwa na rasharasha za mvi hapa na pale. Anavyoonekana na lugha yake ndivyo vilivyomtambulisha kama mtu wa mwambao. Alijishughulisha kwa bidii kati yao, akitoa maagizo yake kwa uthabiti na mamlaka, bila ya kumjali Muhammad Abdalla, ambaye alijaribu kuingilia na kuzirudia amri zake.

Hali ya hewa ilikuwa ina kiubaridi chini ya mlima, na mwanga ulikuwa na rangi fulani ya zambarau ambayo Yusuf hakuwahi kuiona hapo awali. Asubuhi na mapema kilele cha mlima kili-fichwa na mawingu, lakini jua lilipowaka, mawingu yalitoweka na kilele kiliganda na kuwa barafu. Upande mmoja, uwanda ulinyooka kabisa. Aliambiwa na wengine ambao waliwahi kupatembelea hapo kwamba nyuma ya mlima, waliishi wale morani mashujaa waliojaa vumbi na kuchunga ng'ombe na kunywa damu ya wanyama wao. Wao walidhani kwamba vita ni heshima na walijivunia historia yao ya vurugu. Ukuu wa viongozi wao ulipimwa na wanyama waliopata kutokana na kuvamia majirani zao, na kwa idadi ya wanawake walio-wateka nyara kutoka makwao. Walipokuwa hawapigani waliipamba miili yao na nywele zao kama malkia wa madanguro. Miongoni mwa waathirika wao wa jadi walikuwa wakulima ambao waliishi kwenye miteremko ya mlima ambapo mvua ililowesha ardhi. Wakulima hawa walikuja mjini mara kadhaa kwa wiki kuuza mazao yao, walionekana imara na wenye miguu mizito; hawakuwa na taswira ya watu waliosafiri mbali na nchi yao.

Mchungaji wa Kilutheri aliwaonyesha matumizi ya jembe la kulimia la chuma, na aliwafundisha jinsi ya kulitengeneza gurudumu lake. Hizi zilikuwa zawadi kutoka kwa Mungu wake, aliwaambia, ambaye alimtuma aje kwenye mlima huu ili kuokoa roho zao. Yeye aliwatangazia kwamba kazi ni agizo la Mungu na huwaruhusu wanadamu kusamehewa kwa maovu yao. Kanisa lake pia lilikuwa shule baada ya saa za ibada. Huko aliwafundisha kondoo wake kusoma na kuandika. Na kwa sababu alisisitiza sana, watu wote walibadili dini na kumtii huyo Mungu ambaye alikuwa na wachungaji waliochakarika kwa vitendo. Mchungaji aliwakataza kuwa na zaidi ya mke mmoja na akawashawishi kwamba kiapo chao kwa Mungu mpya ambaye yeye aliwaletea kilifungamana zaidi na mila walizorithi kwa akina baba na mama zao. Aliwa-fundisha nyimbo, na kuwasimulia hadithi za mabonde ya kijani kibichi yaliyokuwa na matunda na mtindi, na misitu iliyojaa vijitu vifupi vya ajabu pamoja na hayawani wa mwituni. Pia miinuko ya milima iliyofunikwa na theluji na vijiji vizima ambapo watu waliteleza kwenye maziwa yaliyoganda kama barafu. Sasa wachungaji wa ng'ombe walikuwa na sababu nyingine ya kuwadharau wakulima ambao walikuwa wakiwawinda kwa vizazi hata vizazi. Sio tu kwamba waling'ang'ania ardhi kama wanyama au wanawake, lakini pia waliimba nyimbo za huzuni kuhusu wale walioshindwa kwenye mapigano na kunajisi hewa ya mlimani.

Katika maeneo yenye vumbi ya mlima uliofunikwa na theluji, ambapo mashujaa waliishi na ambapo mvua ilinyesha kidogo tu, aliishi Mzungu ambaye hadithi yake ilikuwa maarufu. Inasemekana alikuwa tajiri kupita kiasi. Alikuwa amejifunza lugha ya wanyama na angeweza kuzungumza nao na kuwaamuru. Ufalme wake ulifunika sehemu kubwa za ardhi, na aliishi katika jumba la kifalme la chuma lililokuwa kwenye mwamba. Jumba hilo pia lilikuwa sumaku yenye nguvu, na wakati wowote maadui walipokaribia ngome zake, silaha zao kama mapanga yalinyakuliwa kutoka mikononi yaliposhikwa, na ni hivyo ndivyo walivyonyang'anywa silaha na kutekwa. Mzungu alikuwa na mamlaka juu ya wakuu wa makabila ya washenzi, ambao yeye kwa hakika, aliuhusudu ukatili wao na jinsi walivyoshindikana. Kwake wao walikuwa watu wenye enzi, wastahamilivu na wenye neema, tena hata warembo pia. Ilisemekana kuwa Mzungu alikuwa na pete ambayo angeweza kuitumia ili maruhani wa nchi ile wamtumikie.

Kaskazini ya miliki yake walizunguka kwa majigambo makundi ya Simba waliozowea kula watu, hata hivyo hawakuthubutu kumkaribia Mzungu isipokuwa walipoitwa tu.

Mtu wa mwambao ambaye alikuwa anamiliki duka pale ambapo msafara ulikuwa umejikusanya, na ambapo Yusuf alikuwa ameketi chini ya miti ya misheisheli pamoja na watu wengine ili kusikiliza hizo hadithi, alikuwa akiitwa Hamid Suleiman. Alitoka mji mdogo kaskazini ya Mombasa ambao unaitwa Kilifi. Yusuf alifahamu kuwa mji huo haukuwa mbali na kusini ya Witu kwa sababu yule ombaomba Mohammed alimwambia jinsi wakati mmoja alivyokaribia kuzama wakati akivuka kilindi kirefu cha Kilifi. Alisema ingalikuwa bora kama angalipotea kabisa na hivyo kuondokana na kugeuka kuwa mtumwa wa bangi. Lakini alikenua kwa aibu wakati alipokuwa akisema hayo huku akificha kwa haya meno yake yaliyovunjika.

Hamid Suleiman alikuwa mkunjufu na mwenye tabia nzuri na alimchukulia Yusuf kama vile jamaa. Ami Aziz alikuwa amemwambia kitu kabla hajaondoka. Yusuf alimwona akiongea naye, na alimwona akimtizama yeye, huku akitupa macho upande wake. Hakuelezwa kitu chochote isipokuwa alimgonga kwa kikofi kidogo kichwani na kumwambia kwamba yeye atabakia na Hamid. Aliwaangalia wakiondoka huku akiwa na hisia za mchanganyiko. Ilikuwa ni jambo la kheri kukwepa vituko vya Mohammed Abdalla, hata hivyo safari ya kuelekea huko mabara ya ndani kwenye maziwa kule ambapo msafara huu ulikuwa unaelekea, ilianza kumsisimua. Na ajabu ni kwamba alikuwa ameshazowea kuwa miongoni mwa kundi la wapagazi wahuni na kufurahia mikasa isiyoisha na mizaha isiyokuwa na adabu.

Maimuna, mke wake Hamid naye pia alikuwa ni mtu wa mwambao, mbali zaidi kaskazini ya Mombasa, kutoka kisiwa cha Lamu. Yeye alizungumza kwa lahaja tofauti, na alidai kwamba Kiswahili kinachoongelewa Lamu ni asilia zaidi kuliko kokote mwambao - *Kiswahili asli*, mwulize mtu yeyote – na machoni mwake, Lamu takriban ilikuwa ni kamilifu. Kama mumewe, alikuwa mnene na mkunjufu, na alishindwa kuvumilia kukaa kimya kama kulikuwa na mtu karibu naye. Alikuwa na maswali kemkem ya kumwuliza Yusuf. Alizaliwa wapi? Baba yake na mama yake walizaliwa wapi? Jamaa zake wengi waliishi wapi? Je, walikuwa wanajua yeye yupo wapi? Lini ilikuwa mara ya mwisho kuwatembelea? Au kuwatembelea jamaa zake wengine? Je, hakuna yeyote aliyemfunza umuhimu wa mambo kama haya? Je, alikuwa na mchumba? Kwa nini isiwe hivyo? Lini alikuwa anatarajia kuoa? Je, yeye hajui kwamba akingojea muda mrefu sana watu watadhani kwamba kuna walakin? Kwake yeye, Yusuf alionekana mkubwa wa kutosha, japokuwa maumbile yanaweza kudanganya. Ana umri gani? Yusuf alijitahidi kadiri alivyoweza kukwepa hayo maswali. Mara nyingi jambo la maana aliloweza kufanya, ilikuwa ni kuinua tu mabega kuonyesha kushindwa kwa maswali ambayo hajawahi kuyakabili kabla, au kuinamisha macho yake chini kwa aibu. Yusuf alihisi ameweza kumudu vya kutosha. Maimuna alilalamika na kutoamini huko kujikurupusha kwake, na macho yake yalionyesha dhahiri kwamba siku mbili hizi tu Yusuf itabidi aseme ukweli.

Kazi zake zilikuwa sawasawa kama za duka lile jengine, isipokuwa hapa kulikuwa na kazi pungufu kwa vile biashara haikushamiri sana. Zaidi ya kazi zake za dukani, aliwajibika kufagia kiwanja asubuhi na magharibi. Alikusanya mashelisheli yaliyoanguka chini ya miti na kuyarundika ndani ya kapu ambalo mtu kutoka sokoni alikuja kuyachukua kila siku. Mashelisheli yaliyopasuka aliyatupia mbali uwani. Wao wenyewe hawakula mashelisheli.

'Tunamshukuru Mwenyezi Mungu sisi siyo maskini kiasi hicho,' alisema Maimuna.

Mahala hapo palikuwa ndiyo kituo cha mapumziko kwa misafara inayotoka bara, alielezea Hamid. Lakini kilikuwa kituo cha neema kabla wao hawajaja kuishi hapo na kufanya kazi zao wenyewe. Mashelisheli yalikusudiwa kuwa chakula cha wapagazi na watumwa ambao wangalikula chochote kile baada ya msafara wao mrefu huko nyikani. Siyo kwamba yeye alihisi kuna tatizo lolote na mashelisheli. Walikuwa wanayala nyumbani yakiwa yamepikwa na tuwi la rojo la nazi na kitoweo cha dagaa waliokaangwa. Mwenyezi Mungu tu ndiye anayejua hivi sasa wanakula nini badala ya mashelisheli ambayo ni chakula cha wanyonge. Hata hivyo isiwe sababu kwa yeye Yusuf kuyachukia. Ni kwamba tu mashelisheli yalifanya watu kuyahusisha na hali ya utumwa hususan kwa maeneo ya hapa.

Yusuf alipewa chumba kidogo ndani ya nyumba, na alikaribishwa kula na familia. Taa za kandili ziliendelea kuwaka usiku kucha ndani ya nyumba, milango ilifungwa na vilango vya madirisha viliwekewa komeo mara tu kiza kilipoingia. Hii ilikuwa kujilinda dhidi ya wanyama na wezi, walimweleza. Hamid alifuga njiwa walioishi ndani ya masanduku chini ya vipaa vya nyumba. Kuna usiku mwengine ule ukimya wa hofu ulipotea kutokana na mashambulizi ya mabawa ya ndege yaliyoacha manyoya na damu uwani asubuhi. Njiwa wote walikuwa weupe, na walikuwa na manyoya ya mikia iliyochanua. Hamid aliteketeza kinda wowote wa ndege waliokuwa tofauti. Aliongelea kwa furaha kuhusu ndege, na kuhusu tabia za ndege waliokuwa kifungoni. Aliwaita njiwa wake Ndege wa Peponi. Walitembea juu ya paa la nyumba na uwani kwa mikogo mbwembwe na kiburi bila ya woga huku wakijionyesha utadhani uzuri wao ulikuwa muhimu zaidi kuliko usalama wao. Lakini kuna wakati mwingine Yusuf alihisi kama vile ameona kejeli ya kujidharau wenyewe machoni mwao.

Kuna mara nyengine mume na mke walitizamana kuhusu kile alichokisema Yusuf, na kumfanya Yusuf afikiri kwamba labda walikuwa wanajua habari zake kuliko anavyojijua yeye mwenyewe. Alijiuliza Ami Aziz aliwaeleza habari zake kwa undani wa kiasi gani. Waliona kwamba kuna walakin katika tabia yake pale mwanzo, japokuwa hawakumwambia kilikuwa ni kitu gani. Mara nyingi zaidi walitilia shaka kile alichokisema, kana kwamba walishuku alikuwa ana makusudi gani hasa. Alipoelezea kuhusu jinsi nchi ilivyokuwa kavu wakati walipokuwa wanasafiri kuelekea mjini, walikereka na yeye alihisi labda alifanya kitu cha utovu wa adabu au kisichokuwa sawa, na labda kilifichua hali ngumu waliyo nayo katika maisha yao.

'Kwa nini hayo yalikushangaza? Kote huku katika maeneo haya ni kukavu. Au labda ulitarajia matuta yaliyostawi na vijito vidogo vya maji. Kwa hakika siyo hivyo,' alisema Hamid. 'Hapa karibu sana na mlima na angalau ni baridi, na tunapata mvua kidogo, ingawa siyo nyingi kama kule mlimani kwenyewe. Lakini ndo hivyo ilivyo.'

'Ndiyo,' alisema Yusuf.

'Sijui wewe ulikuwa unatarajia nini,' aliendelea Hamid, huku akimkunjia uso Yusuf. 'Isipokuwa kwa wiki chache tu katika mwaka mzima baada ya mvua, na katika maeneo yaliyoinuka kama hapa kwetu, ni hivyo tu kila pahali. Lakini ungaliyaona hayo maeneo makavu baada ya mvua. Lazima uyaone!'

'Ndiyo,' alisema Yusuf.

'Ndiyo nini?' Maimuna alisema huku amekereka. 'Ndiyo fisi? Ndiyo mnyama? Mwite ami.'

'Lakini palikuwa pamestawi ufukweni mwa bahari,' Yusuf alisema baada ya muda.

'Nyumba tuliyokuwa tunaishi ilikuwa na bustani nzuri, na ukuta uliozunguka kote. Na minazi na michungwa, na hata makomamanga, na michirizi ya maji na dimbwi, na vichaka vyenye harufu nzuri.'

'Ah-ah, hatuwezi kujilinganisha na hawa wafanyabiashara, hawa mabwana,' alisema Maimuna huku sauti yake ikipaa kwa kasi. 'Sisi ni wauza duka maskini. Wewe umebahatika, lakini sisi haya ndiyo maisha aliyotupangia Mwenyezi Mungu. Sisi tunaishi hapa kama wanyama, tupo chini ya amri yake. Amekupa wewe bustani ya Peponi lakini sisi ametupa kichaka na misitu iliyojaa nyoka na wanyama pori. Sasa je, wewe unataka sisi tufanye nini? Tukufuru? Tulalamike kwamba hatukutendewa haki?'

'Pengine anakumbuka nyumbani,' alisema Hamid, akiwa ametabasamu huku akileta mapatano. Maimuna hakutulia na aliropokwa chini kwa chini, akiangalia kwa hasira na kuonekana kama angaliweza kuendelea kusema zaidi.

'Lakini kuna malipo kwa kila kitu. Natumai atajifunza katika kipindi kifupi,' alisema.

Yusuf wala hakukusudia kulinganisha bustani yao, lakini alijinyamazia kimya. Badala ya kivuli na maua ambayo Mzee Hamdani alikuwa amestawisha, na vidimbwi vya maji na vichaka vya matunda, hapa kulikuwa na pori nyuma ya uwanja wao ambalo lilikuwa likitumika kama jaa la taka. Jaa lilitetemeka kwa maisha ya siri yaliyokuwemo humo, na kutokana na hayo ilitoka mivuke ya uvundo na kuleta madhara. Tangu siku ya mwanzo, Yusuf alipewa onyo kufika pale kwa tahadhari kubwa kutokana na nyoka, na alihisi onyo hilo lililkuwa ni kama utabiri.

Sasa walimngojea yeye aseme kitu, kuelezea, lakini hakuweza kufikiria jambo lolote la kusema na aliketi mbele yao huku amefunga mdomo wake, na kusabibisha kuonekana kama vile ana dharau.

'Nilikuwa nikifanya kazi bustanini wakati wa mchana,' alisema hatimaye.

Walicheka, na Maimuna alimgusa usoni kwa kumbembeleza. 'Nani anaweza kukereka na mtoto mzuri kama wewe? Nafikiria kumwacha huyu mume wangu mnene na kuolewa na wewe. Lakini kabla ya hapo, labda unaweza kututengenezea bustani,' alisema huku wakitizamana kwa haraka na Hamid. 'Tunaweza kumfanyisha kazi hasa wakati akiwa hapa.'

'Hivi michungwa inaota hapa?' aliuliza Yusuf. Wao walichukulia suala hili kama dhihaka na walicheka tena.

'Unaweza kutujengea chemchem na kasri za majira ya joto. Bustani itajazwa ndege waliofugwa wa kila aina,' Maimuna alisema, huku akiendelea na sauti yake ya kumkomoa kwa mzaha. 'Ndege wenye kuimba, siyo hawa njiwa wanaolalamika ambao Hamid anawapenda sana. Natumai pia utaning'iniza vioo mitini kama bustani za kale, ili kuupata mwanga na kuwaona ndege wakizirai wakati vioo vikiakisi uzuri wao. Tutengenezee basi bustani namna hiyo.'

'Yeye ni mshairi,' alisema Hamid, huku akimsifia mkewe. 'Wanawake wote kwao wapo hivyo. Na wanaume wote wapowapo tu ingawa wengine ni wafanyabiashara wajanja.'

'Mwenyezi Mungu akusamehe kwa uongo wako. Kama uonavyo, yeye hasa ndo mwenye hadithi. Kweli voo, ni yeye huyo,' alisema Maimuna, huku akitabasamu na kumwelekezea kidole Hamid. Ngoja tu atakapoanza. Utasahau kula na hata kulala hadi hapo ataka-pomaliza. Ngoja tu hadi wakati wa Ramadhani, atakuweka macho usiku mzima. Yeye ndo kinara wa ucheshi, bukheri.'

Siku iliyofuatia Hamid alichukua panga na kwenda hadi mwisho wa mpaka wa pori huku akifyeka kwa nguvu matawi yali-yokuwa karibu aliyoweza kuyafikia. Alimpigia kelele Yusuf aje pale kukusanya matawi yaliyoning'inia na kuyawasha moto.

'Wewe ndiye unayetaka bustani,' alisema kwa ucheshi. 'Basi, mimi nitakusafishia pori na wewe utatutengenezea bustani. Jihangaishe kijana. Tutalisafisha pori lote hili hadi kufikia ule mchongoma.' Hapo mwanzoni ufyekaji wa Hamid ulikuwa wa kupitisha upanga kwa nguvu zote na huku akiimba kwa makelele hasa. Ilikuwa ndo njia ya kuwatisha nyoka,' alisema. Lakini mara kasi yake ikapungua, na shangwe la Maimuna la kumpa moyo na kumtania lilimfanya asite kwa kero. Kama tungewaachia kila kitu wanawake unafikiri tungekuwa wapi? alisema Hamid. Tungalikuwa bado tunaishi mapangoni, ninavyofikiri. Jasho lilimbubujika na kuvuja kutoka usoni mwake. Baada ya saa moja hivi, vilio vyake viligeuka kuwa miguno na alifyeka kwa udhaifu pori lililokuwa likitingishika. Alisitasita mara nyingi, akivuta pumzi, na kuchukua muda mrefu kumwelekeza Yusuf namna ya kuyapanga matawi yaliyokuwa yameanguka. Alimkemea Yusuf kwa uzembe wake, na kumtizama alipoumia kutokana na tawi lililochongoka ambalo lilimchoma kiganja chake. Hatimaye, kwa kelele za kuvunjika moyo alirusha panga lake chini na kupiga hatua kubwakubwa akirudi nyumbani kwa hasira. 'Sitojiua kwa sababu tu ya hilo pori,' alitamka huku akimpita mkewe kwa haraka. 'Ungaliweza angalau kutuletea maji katika dumu la maji.'

'Siyo pori, ni vichaka vichache tu, wewe mzee dhaifu,' alimdhihaki huku akikenua meno na kumwondosha njiani. 'Umekwisha wewe, Hamid Suleiman. Na bora sasa nimejipatia mume mpya.'

'Utanitambua mie baadaye,' Hamid alimpigia kelele.

Maimuna alimpigia kigelegele cha dhihaka. 'Usiwatishe watoto, shabab. Wewe, iwache hiyo silaha ya hatari,' alipiga kelele wakati Yusuf alipoliokota panga. 'Sitaki damu yako vichwani mwetu. Tuna matatizo ya kututosha hatuna haja ya jamaa zako watujie. Itakubidi tu ulizowee pori na nyoka, na endelea tu kuwa na njozi kuhusu bustani yako ya Peponi, hadi hapo ami yako atakapokuja kuku-chukua. Mpelekee ami yako maji.'

5

Alitakiwa kuwatumikia wote wawili. Walimwita kwa makelele walipomhitaji, na alipochelewa kufika walimkaripia kwa maneno ya maudhi na kumtizama kwa ukali. Nenda kateke maji kisimani. Kakate kuni. Fagia uwanja. Wakati kazi zilipopungua dukani, alitumwa sokoni kununua mboga na nyama. Alichukua wasaa wakati alipotumwa mjini, alizurura viwanjani na kuwatizama wafugaji na wakulima waliopita. Ng'ombe walitoa mashonde makubwa ya choo huku wakiyasambaza njiani mwao. Mara kwa mara waliipiga mikia yao iliyojaa majimaji na kukivurumisha choo chao angani. Wafugaji walisonya na kusuuza koo halafu waliwatemea mate, na mara nyengine waliwakimbiza wanyama na kuwaswaga wakae kwenye mstari huku wakiwachapa kwa fimbo. Mara kwa mara Yusuf aliwaona morani waliojipaka udongo mwekundu wakipita, huku watu wakiwatizama kokote walipokwenda. Wakati mwingine alipeleka mizigo nyumbani kwa wafanyabiashara wa Kihindi na Kigiriki, huku akibeba vikapu vya mzegamzega mabegani mwake na huku akijitahidi kujisahaulisha yule mzee aliyekuwa akileta mbogamboga nyumbani kwa Ami Aziz. Wakulima wa Kizungu walikuja mjini na magari yao na magari ya ng'ombe, kutafuta mahitaji yao na kuendesha biashara zao za kiajabu ajabu. Hawakumjali mtu yeyote, na walitembea huku wakitizama kwa chuki. Aliporejea nyumbani kulikuwa na uhakika wa yeye kutumwa kwenda kutafuta kitu ghalani na pia kumpeleka mtoto mmoja wapo chooni. Walikuwa na watoto watatu. Mtoto wa kwanza alikuwa msichana aliyekaribia kuwa kigori na alitarajiwa kulea wadogo zake. Lakini huyu msichana alikuwa amejishughulisha sana na mambo mengine hivyo alishindwa kutimiza wajibu wake, alijishughulisha mno na maisha yake binafsi, na alikimbiakimbia akizunguka ndani ya nyumba na uwanjani, huku akipiga milango na kujichekelea binafsi. Yusuf alitakiwa mara nyengine awaangalie watoto wadogo wa kiume na kuwapeleka kunakohitajika. Watoto walikuwa watundu kiasi fulani na walijaa makelele, na walizowea kukemewa. Alipokuwa nao alikumbuka jinsi Khalil alipokuwa na yeye mwenyewe, na alijitahidi kila mara, ingawa kuna nyakati alishindwa kuvumilia.

Yusuf alimwambia Hamid kuhusu Khalil na kazi walizokuwa wakifanya pamoja – wao peke yao waliliendesha duka – alikuwa na matarajio kwamba labda angeweza kupewa kazi nyengine kuliko za kutumwatumwa na za kukimbizana madukani na kwenye maghala, lakini Hamid alitabasamu tu. Alisema, hakukuwa na biashara kubwa hivyo dukani kuwajumuisha wote katika shughuli hiyo. Bila ya wasafiri na biashara kutoka huko bara kusingekuwepo kazi za kutosha kuwaweka wao, wachilia mbali kupata chochote. 'Kwani wewe huna shughuli za kutosha? Unataka kazi zaidi za nini? Hebu nielezee kuhusu Mfanyabiashara, ami yako Aziz. Je, amekuwa bwana mwema?' aliuliza. 'Yeye ni tajiri sana na mtu mwema sana, au siyo? Jina lake linamfaa sawasawa. Naweza kukuhadithia habari zake, mikasa ya kushangaza. Siku moja lazima nimtembelee nyumbani kwake. Ningewaza labda nyumba yake ni kama kasri…kutokana na yote uliyonielezea kuhusu hicho kitalu, ningeweza kusema kwamba ni kasri. Je, huwa anafanya dhifa na sherehe? Wewe na Khalil lazima mmekuwa kama wana wa mfalme, nahisi mnadekezwa mno.'

Kulikuwa na ghala tatu nyumbani, lakini ipo mojawapo katika hizo ghala, ambayo yeye hakuwahi kutumwa na ilikuwa imefungwa kwa kufuli. Mara nyingine Yusuf alingoja nje ya mlango na alihisi kama vile aliweza kunusa harufu ya ngozi na kwato za mnyama. Magendo, alikumbuka. Kitita cha fedha. Hamid aliwahi kumtaja dereva aliyekuwa na mdomo mchafu wa kuropokwa ambaye alileta mizigo – *alikuwa kama kiumbe wa ajabu aliyetambaa nje ya shimo la choo*, alisema – na Yusuf aliotea kwamba hicho chumba kilikuwa kimejaa mizigo ya siri ambayo haikuweza kusafirishwa ndani ya treni pamoja nao. Hizo ghala zilikuwa nyuma ya nyumba katika uwanja uliokuwa umezungushiwa na kuta. Kupitia uwani lakini ndani ya kuta zilizojengewa, kulikuwa na vijumba vya uwani, jiko na choo. Chumba chake pia kilikuwa sehemu hiyo hiyo ya mwisho wa nyumba, na usiku mmoja Yusuf alimsikia Hamid akiwa ndani ya hiyo ghala iliyopigwa marufuku. Hapo awali alidhani kuwa ni mwizi au hata kitu kibaya zaidi ya mwizi, lakini baadaye akasikia sauti ya Hamid. Angaliweza kwenda nje kutizama, na tena alikuwa tayari keshaanza kufungua komeo la chumbani kwake kimyakimya. Ilikuwa usiku wa manane. Alipokuwa amesimama kwenye mlango wazi wa chumbani kwake, aliona mwanga wa taa chini ya mlango. Sauti ya mnong'ono kutoka kwa Hamid ilimjia waziwazi na hivyo kumfanya asite.

Sauti yake ilipaa na kuteremka katika hali ya malalamiko ya wasiwasi na ya kusihi. Kulikuwa na jambo ambalo si la kawaida kutokana na sauti ya kunong'ona katika nyumba iliyokuwa kimya kabisa, hali ambayo ni kama ya msiba na ya kutisha. Laiti kama angalikuwa kalitandika jamvi lake, aliwaza, asingesikia chochote. Pale Hamid naye alipoacha kusikiliza, Yusuf alitia komeo la chumba chake kimyakimya kama vile alivyofanya awali na alirejea kujilaza. Asubuhi hakuna kilichoongelewa, japokuwa Yusuf aliona jinsi alivyokuwa anaangaliwa mara kadhaa.

Wafanyabiashara wengi walipita katika mji huo, na kama walikuwa watu wa mwambao au Waarabu au Wasomali, basi walifikia nyumbani kwa Hamid kwa siku moja mbili huku waki-kamilisha shughuli zao na kupumzika. Walilala chini ya miti ya misheisheli uwanjani na walikaribishwa kula chakula nyumbani, huku wakimlipa fadhila mwenyeji wao kwa vizawadi vidogo vidogo na kutoa heshima zao. Mara nyengine walichuuza baadhi ya bidhaa zao kabla ya kuondoka tena. Wasafiri walileta habari na mikasa ya ajabu ya ujasiri na ushupavu katika safari zao. Baadhi ya watu kutoka mjini walifika na kuwasikiliza, miongoni mwao alikuwa makanika wa Kihindi ambaye alikuwa rafiki yake Hamid. Huyo makanika wa Kihindi daima alivaa kilemba cha rangi ya buluu isiyokoza ya bahari, na alikuja kwa Hamid akiwa na gari dogo la mizigo, na wakati mwingine alisababisha mshangao miongoni mwa wasafiri. Alizun-gumza kwa nadra sana lakini Yusuf alimwona wakati mwingine akijichekea mwenyewe wakati usiostahili, jambo ambalo lilileta mshangao na kero, walikaa mbele ya nyumba uwanjani hadi usiku, huku wakitetemeka kidogo kutokana na baridi ya milimani, huku taa za kandili zikiwazunguka kwa mwanga. Na walizungumzia nyakati zingine za usiku walipozungukwa na wanyama na watu walioku-sudia kuwafanyia uovu. Kama ingalikuwa hawakujizatiti na silaha, au kama wasingekuwa na ujasiri wao, au kama Mola asingewalinda, basi mifupa yao ingetapakaa kwenye maeneo fulani ya vumbi za nyika, huku wakiliwa na ndege aina ya tai na funza.

Kote walipokwenda sasa walikuta Wazungu wamewahi kufika kabla yao, na walikuwa wameweka maaskari na maafisa huku wakiwaambia watu kwamba wao wamekuja kuwaokoa kutokana na maadaui zao ambao walikuwa na azma ya kuwageuza kuwa watumwa.

Ukiwasikia jinsi wanavyosema, utadhani kulikuwa hakuna biashara nyengine yoyote iliyowahi kusikika. Wafanyabiashara waliwazungumzia Wazungu kwa mshangao, wakistaajabu ukatili na ukosefu wao wa huruma. Wanapokonya ardhi kubwa yenye rutuba bila ya kulipa hata ushanga mmoja, na kuwalazimisha watu wawafanyie kazi kwa kutumia hila hii au ile, kujilia chochote na vyote hata vikiwa vigumu au vyenye uvundo. Ulafi wao hauna kikomo wala heshima, kama vile janga la nzige. Ulipaji kodi wa hiki na kile, isipokuwa hivyo basi mhalifu atapewa kifungo, au viboko, na hata kunyongwa. Jambo la kwanza walilolifanya ni kujenga mahabusu, baadaye kanisa, baadaye banda kama soko ili waweze kudhibiti biashara chini yao na baadaye kulazimisha ulipaji wa kodi. Na hayo huyatenda hata kabla hawajajijengea nyumba zao wenyewe za kuishi. Hivi kuna mtu yeyote ameshawahi kusikia mambo kama haya? Huvaa nguo zilizotengenezwa kwa madini ya aina ya chuma lakini haziwachubui na wanaweza kuishi bila ya kulala wala kutumia maji. Mate yao ni sumu. Wallahi nakuapieni. Mate yao yakikurukia hukuunguza mwili. Njia iliyobakia ya kuweza kumwua mmoja wao ni kumchoma kisu chini ya kwapa la kushoto, hakuna pengine popote patakapoweza kukamilisha jukumu hili, lakini hilo haliwezekani kabisa kwa sababu wanavaa ngao za kuwakinga.

Mmoja wa wafanyabiashara aliapa kwamba yeye aliwahi kumwona Mzungu akianguka chini na kufa na mwengine akaja na kumrudishia uhai kwa kumpulizia hewa. Aliwahi kuwaona nyoka pia wakifanya hivyo, na nyoka pia wana mate ya sumu. Almradi mwili wa Mzungu kama bado haujaangamia au kuharibika, na pia haujaanza kuoza, basi Mzungu mwengine huweza kumpulizia uhai upya. Kama ingalitokea kwake kumwona Mzungu aliyekufa basi asingalimgusa asilan wala kuchukua kitu chochote kutoka kwake, asije akaja kuamka ghafla na kumshtumu.

'Usikufuru,' alisema Hamid huku akicheka. 'Ni Mola tu ndo mwenye uwezo wa kukupa maisha.'

'Nimeona kwa macho yangu mwenyewe. Mola anipe upofu iwapo ninadanganya,' huyo Mfanyabiashara alisisitiza, huku akiwatizama wenzake waliomzunguka na huku nyuso zao zikionyesha vicheko walivyokuwa wakiviangua.

'Pale alikuwapo Mzungu aliyelala kwenye umauti, amekufa, na Mzungu mwengine alikuwapo kando yake, akampulizia pumzi mdomoni mwake, na yule aliyekufa alitetemeka na kuamka.'

'Kama anaweza kumpa uhai, basi lazima yeye ni Mungu,' Hamid alisisitiza.

'Mola anisamehe,' huyo Mfanyabiashara alisema huku akitetemeka kwa hasira. 'Kwa nini unasema hayo? Sikumaanisha kitu chochote namna hivyo.'

'Yule mtu ni mjinga,' Hamid alisema baadaye wakati yule mtu alipokuwa ameondoka na kuendelea na safari yake. 'Hawa watu kule wanakotoka, ni washirikina sana. Dini nayo ikikuzidi mno ndo huwa hivyo hivyo mara nyengine. Hivi alikuwa anataka kusema nini? Kwamba Wazungu ni nyoka waliojigeuza?'

Baadhi ya wasafiri wengine walikutana na Ami Aziz katika safari yake maalum na walileta taarifa zilizomhusu. Mara ya mwisho waliposikia habari zake alikuwa ng'ambo ya pili ya maeneo ya maziwa yaliyokuwa mbali na Milima ya Marungu, sambamba na nyanda za juu za mito ya magharibi. Alikuwa akifanya biashara na watu wa Manyema na alipata faida nzuri. Ilikuwa nchi ya hatari lakini biashara iliwezekana: mali ghafi ya mpira, meno ya tembo na hata dhahabu kidogo, Mola anapojaalia. Maagizo yalikuja kutoka kwa Ami Aziz mwenyewe kwamba wachuuzi waliokuwa wamemwuzia vifaa na bidhaa walipwe kwa kutumia jina lake, na iwe hivyohivyo kwa mzigo wa mali ghafi ya mpira ukiwasili tu mikononi mwa Mfanyabiashara kuelekea nyumbani. Kulikuwa na taarifa za mara kwa mara kutoka kwake, na matumaini yaliyotokana na hizo taarifa yalimfanya Hamid kuwa mkarimu kwa hao wasafiri walioleta hizo salaam.

6

Katika mwezi wa Shaaban, kabla tu haujaingia mwezi wa Ramadhan na utaratibu wake mkali wa kufunga bila ya kula na kuhakikisha kusali, Hamid aliamua kutembelea vijiji na makazi yaliyopo mlimani. Hii ilikuwa ni safari ya kila mwaka, safari ambayo alikuwa anaitamani, lakini alijikalifisha kwamba huu ulikuwa pia utaratibu mmoja wapo wa kufanya biashara. Kwa ilivyokuwa wateja walikuwa hawaji kwake, basi yeye atawaendea huko kwao.

Yusuf alialikwa kufuatana naye. Walikodi gari la mizigo kutoka kwa makanika Kalasinga wa mjini, yule ambaye alikuwa akiwatembelea kila magharibi kusikiliza mikasa ya wasafiri. Singasinga ambaye jina lake lilikuwa Harbans Singh lakini kila mtu akimwita Kalasinga, aliendesha hilo gari mwenyewe. Ilikuwa vyema, kwa vile hilo gari lilikuwa linaharibika kila mara na matairi yake yalipata pancha kila baada ya maili chache. Kalasinga wala hakuvunjika moyo na misukosuko hiyo, huku akilalamikia barabara mbovu na milima mikali. Alilitengeneza gari lake kwa uchangamfu, huku akikabili kejeli za Hamid kwa maskhara na kuwa tayari kwa majibu tele ya kashfa. Walikuwa wakifahamiana vizuri. Yusuf alikwisha kwenda nyumbani kwa Kalasinga mara nyingi kupeleka mizigo. Walipigana vikumbo na kusukumana kwa dhihaka huku wakifurahia kupigiana kelele. Wote wawili walikuwa wafupi na wanene, na kwa namna moja au nyengine walionekana kama vile wamefanana. Tofauti ilikuwa kwamba wakati Hamid akicheka au kukenua meno alipoongea, Kalasinga alikuwa hacheki asilan, hata iwe vipi.

'Laiti ungalikuwa si bakhili hivi ungalinunua gari jipya la mizigo ili kuwapunguzia taklifu wanaokodi gari lako la mizigo,' Hamid alisema, akiwa ameketi bukheri juu ya jabali wakati Kalasinga akihangaika kutengeneza gari lake bovu. 'Hivi wewe unazifanyia nini pesa unazotuibia sisi? Unazipeleka Bombay?'

'Usifanye utani wa kipuuzi, ndugu yangu. Unataka mtu aje kuniua mimi. Pesa gani? Na unajua kwamba mimi sitoki Bombay, wewe unajua hivyo. Ile ni nchi ya hawa mabaniyani wanaotoa mavi ya mbuzi. Hawa magujarati washenzi, hawa ndiyo wenye pesa hasa, na ndugu zao ndo hao Mukki Yukki wanyonyaji, hawa Mabohora. Na unajua vipi wanachuma hizo pesa zao zote? Kwa kukopesha fedha na kufanya udanganyifu wa wizi. Mikopo kwa wafanyabiashara wanaohangaika na kuwalipisha riba kubwa mno pamoja na vitisho vya kuwanyang'anya mali zao kwa vijisingizio vidogovidogo tu. Huu ndo mpango wao wa vitimbi mahsusi. Washenzi! Hivyo nakutafadhalisha, niheshimu na usinifananishe na hivi vijidudu.'

'Lakini kwani nyinyi nyote siyo sawa?' alisema Hamid. 'Nyinyi nyote Wahindi, Mabaniani, matapeli na waongo.'

Kalasinga alionekana mwenye huzuni. 'Kama ungalikuwa si ndugu yangu kwa miaka hii yote, kwa hakika ningalikupiga kwa jambo hilo!' alisema. 'Najua unajaribu kunikera, hivyo nitazuia hasira zangu. Sitokupa furaha ya kuniona mimi ninafanya vitendo vya kujifedhehesha. Lakini kwa hisani yako, usinilazimishe rafiki yangu kunifanya nitende mambo ya kupindukia. Ni vigumu sana kwa Kalasinga kuvumilia kashfa kimyakimya.'

'Hivyo? hasa nani anayekuambia unyamaze kimya? Nasikia Kalasinga wana nywele ndefu zinazoota kwenye utupu wao wa nyuma. Nilisikia mkasa wa Kalasinga mmoja ambaye aliuchomoa mmoja wa unywele wake na kuutumia kumfungilia mbali jamaa mmoja aliyekuwa akimkera.'

'Rafiki yangu, mimi ni mtu mvumilivu. Lakini nataka nikuonye kwamba ghadhabu zangu zikichochewa, hakuna chochote kitaka-choniridhisha isipokuwa umwagaji wa damu,' alisema Kalasinga akiwa katika hali ya kuhuzunika. Alimtizama Yusuf na kutikisa kichwa chake kutoka upande mmoja hadi wa pili, kama vile anataka ahurumiwe. 'Umeshasikia mimi huwa namna gani wakati nikipandisha hasira?' alimwuliza Yusuf. 'Ni kama Simba wa porini anavyonguruma!'

Hamid alicheka kwa furaha. 'Hebu wewe kafiri ulojaa manywele wacha kumtisha mtoto. Nyinyi Mabaniani hamna chochote ila unafiki tu. Eti Simba anayenguruma! Haya basi, haya basi, weka hiyo spana chini. Mimi sitaki watoto wangu wawe yatima kwa sababu ya maskhara tu. Lakini uniambie kwa dhati kabisa.... sisi marafiki wa enzi na jadi. Hakuna siri baina yetu. Hasa unafanyia nini mapesa yote unayoyachuma? Unamhonga pesa zote mwanamke, au siyo? Namaanisha kwamba wewe hutumii pesa kwa kitu chochote. Nyumbani kwako hakuna kitu chochote zaidi ya magari makweche. Huna mtu yeyote wa kumtunza. Kila jambo lako limejaa umaskini.

Hutumii kinywaji chochote isipokuwa pombe ya bei hafifu au ile sumu unayoitengeneza katika karakana yako. Wala huchezi kamari. Bila ya shaka itakuwa ni mwanamke tu.'

'Mwanamke! Mimi sina mwanamke.'

Hamid alipasuka kwa kicheko. Kulikuwa na hadithi kwamba Kalasinga alikuwa ndo mwenyewe katika kuwatumia tu wanawake, hadithi zote hizo zilianzishwa na yeye mwenyewe Kalasinga na zikarembeshwa kwa kuongezewa chumvi na watu wengine. Katika mikasa hii Kalasinga huonekana kama vile huchelewa mno kupata ashiki na hivyo kuwafanya wanawake wasijali tena. Lakini inaseme-kana punde tu akipata ashiki basi hawezekani tena.

'We punda, basi kama hapana budi uyajuwe mambo, mimi huwapelekea kaka zangu waliopo Punjab kitu chochote, ili kuwasaida kutunza ardhi ya ukoo. Ndo hayo yote unayotaka kuya-ongelea. Pesa zako unazifanyia nini? Pesa gani? Hayo ni mambo yangu mwenyewe!' alisema Kalasinga kwa kelele huku akilipiga kwa kulishindilia boneti la gari lake ili kuonyesha mkazo wa kauli yake. Hamid alicheka kwa furaha, na alikuwa anataka kuanza tena maskhara yake, lakini Kalasinga akakimbilia ndani ya gari lake la mizigo na kuwasha injini.

Ilipokaribia magharibi walisimama karibu na kitongoji kidogo kilichokuwa sehemu ya juu ya mlima. Siku iliyofuata walitarajia kufanya biashara kabla ya kuendelea. Kalasinga aliegesha gari la mizigo chini ya mti wa matunda ya tini, kando kando ya ufukwe wa kijito kidogo kilichokuwa kikimwaga maji yaliyokuwa yakiporo-moka kutoka mlimani. Ufukwe ulikuwa na maji yaliyofikia usawa wa magoti na kuzungukwa na majani ya rangi ya kijani iliyokoza. Yusuf alivua nguo na kujirusha mtoni. Ubaridi wa maji ulimfanya apige mayowe, lakini alivumilia kwa muda mfupi. Haukupita muda alihisi mwili wake wote umekufa ganzi. Kalasinga alimweleza kwamba chanzo cha maji ya hicho kijito kilikuwa kwenye barafu inayoya-yuka kutoka kwenye kilele cha theluji juu ya mlima. Hapa ardhi ilikuwa imestawi kwa miti na nyasi, na walivyopiga kambi katika kiza ya magharibi ya mlimani, hewa ilijaa nyimbo za ndege na sauti ya maporomoko ya maji. Yusuf alitembea kidogo kufuata kingo za mto, huku akisimama kwenye majabali makubwa yaliyojitokeza pote kwenye kijito. Ng'ambo ya pili kulikuwa na kiwanja kilichokuwa wazi, aliona msitu mdogo wa migomba. Mara alifika kwenye maporomoko ya maji na alisita pale kuangalia. Kulikuwa na hali fulani ya siri na kama mazingaombwe katika eneo hilo, lakini nafsi ya hiyo sehemu ilikuwa imetulia utadhani kama vile imeridhika. Mijani mikubwa aina ya kangaga na miti ya mianzi ilikuwa imeegemea maji na kuyalalia. Kutokana na rasharasha za maji aliona kwamba lile jabali nyuma ya maporomoko lilikuwa na kiza kizito kama vile lilikuwa linaashiria kuwepo kwa pango. Hiyo huwa kawaida ni sehemu ya maficho ya vitu vyenye thamani na pia maficho ya watoto wa wafalme waliokosa bahati ambao walikuwa wakiwa-kimbia wanyang'anyi makatili. Alivyojipapasa aliona kwamba nguo zake zimerowa hadi zile za ndani kabisa, lakini alifurahia kusimama kwenye rasharasha ya maji na kuhisi kama vile inamkumbatia.

Kama angalisikiliza kwa utulivu wa kutosha, alikuwa na hakika kwamba angalisikia sauti ya kunong'ona ikipanda na kushuka nyuma ya ngurumo za maporomoko, sauti ya Mungu wa mto akipumua. Alisimama pale kimya kwa muda mrefu. Hatimaye, wakati mwanga ulipokuwa ukififia kwa haraka na vivuli vya popo na ndege wa usiku vilivyokuwa vikivuka anga safi, Yusuf alimwona Hamid kwa mbali akimwashiria arudi.

Yusuf aliharakisha kuelekea kwa Hamid huku akiyaruka majabali na kuyapiga maji ya mto kwa mateke ili kwenda kumwelezea maajabu ya maporomoko ya maji. Wakati alipomfikia Hamid, alikuwa akihema, na aliweza tu kumudu kusimama mbele yake, akiwa anahema huku akicheka mwenyewe.

'Umeroa kwa maji,' alisema Hamid, akicheka na huku akimpiga kikofi mgongoni. 'Njoo uje ule, na upumzike kabla haijaingia kiza sana. Hapa huwa baridi sana usiku.'

'Maporomoko!' Yusuf aliropoka, huku akijaribu kupumua, 'ni mazuri mno.'

'Najua,' alisema Hamid.

Kutoka kwenye kivuli kizito mbele yao alitokea mtu. Alikuwa amevaa fulana ya buluu iliyokoza ambayo kila upande wa bega ilikuwa imebandikwa kipande cha ngozi na pia alivaa kaptura ya khaki, mfano wa sare ya nguo wanazovaa wafanyakazi wa Wazungu. Walivyomkaribia, alichomoa fimbo ya ulinzi wa usiku iliyokuwa miguuni mwake, ili kuwatahadharisha kwamba yeye amejihami kwa silaha. Walimkaribia kiasi kuipata harufu yake, na Yusuf aliona uso wa huyo mtu ulikuwa umechanjwa kwa mistarimistari, kila chanjo ikivuka shavuni kuanzia chini ya macho yake hadi kufikia mdomoni. Nguo zake zilikuwa ni mararu, na zilinuka harufu ya moshi na kinyesi cha wanyama. Macho yake yalikuwa kama yanawaka, yakiwa na mng'ao mkali na yalitisha.

Hamid alinyanyua mkono wake na kumsalimia akimwambia salaam alaikum. Huyo mtu alitoa sauti ya kuguna na alinyanyua silaha yake ya fimbo ya ulinzi wa usiku. 'Mnataka nini?' aliwauliza. 'Ondokeni hapa!'

'Sisi tumepiga kambi hapo mbele,' Hamid alisema na Yusuf aliona kwamba Hamid alikuwa na woga. 'Hakuna tatizo, kaka. Huyu kijana alikwenda kuona maporomoko ya maji, na sasa tunarudi kambini kwetu.'

'Mmekuja kutafuta nini? Bwana hapendi nyinyi kuwepo hapa. Hapana ruhusa kupiga kambi, hapana ruhusa kutizama maporo-moko ya maji. Hataki kabisa nyinyi kuwa hapa.' Yule mtu alisema wazi, huku akiwatizama kwa chuki.

'Bwana?' Hamid aliuliza.

Yule mtu akaonyesha fimbo yake ya ulinzi wa usiku akielekeza upande ule alikotoka Yusuf. Hapo ndipo walipoona umbile la jumba fupi, na walipoangalia waliona dirisha mojawapo ghafla limewashwa taa. Na huyo mtu aliendelea kuwakodolea macho yake yaliyokuwa yanang'aa huku akiwangoja waondoke. Yusuf alihisi kama vile aliona kitu cha huzuni katika macho ya huyo mtu, utadhani yamepoteza uwezo wake wa kuona.

'Lakini sisi tumepiga kambi chini kabisa kule,' Hamid alilalamika. 'Wala hatutopumua hewa moja.'

'Bwana hakupendeni nyie,' huyo mtu alirudia kwa ghadhabu. 'Ondokeni hapa!'

'Angalia, rafiki yangu,' Hamid alisema, huku akipenyeza lugha yake aliyoizowea ya kibiashara. 'Sisi hatutoleta matatizo yoyote kwa bwana wako. Njoo unywe chai na sisi na ujionee mwenyewe.'

Huyo mtu ghafla aliropokwa kwa kutoa mfululizo wa maneno, akizungumza kwa hasira katika lugha ambayo Yusuf hakuielewa. Baada ya hapo aligeuka nyuma na kuondoka ghafla na kupotea kizani. Walimtizama kwa muda mfupi hivi, halafu Hamid akadharau na akasema, *Twende zetu. Huyo bwana wake bila ya shaka anadhani yeye anaimiliki dunia nzima.* Waliporudi kambini kwao walimkuta Kalasinga keshawapikia wali na keshachemsha birika la chai. Hamid alifungua kifuko cha tende na akagawa vipande vya samaki mkavu, vipande ambavyo walivibanika kwenye moto mdogo mdogo. Walimhadithia Kalasinga kuhusu yule mtu aliyebeba fimbo ya ulinzi wa usiku.

'Mzungu anaishi kule,' alisema Kalasinga, huku akifurahia kutoa mashuzi bila hata dalili ya kuona aibu. 'Mzungu mmoja kutoka Kusini, anafanya kazi serikalini. Nilimtengenezea jenereta yake. Ilikuwa inapiga makelele, ni mashine kukuu sana. Nilimwambia ningeweza kumfanyia mpango wa kupata mpya, lakini hakupenda wazo hilo. Alipiga makelele na uso wake ukaanza kugeuka kuwa mwekundu, huku akinishutumu kwamba mimi ninataka hongo. Labda ningetaka asilimia kidogo tu ya mapato, labda…. Kuna ubaya gani hapo? Hiyo ndo taratibu yenyewe. Lakini aliniita kuli mchafu. Kuli mchafu, mwanaharamu mwizi. Halafu mbwa wake nao wakamwuunga mkono. Wuu! Wuu! Mbwa wengi, mijibwa mikubwa iliyojaa manyoya na meno makubwa.'

'Mijibwa,' Hamid alisema taratibu, na Yusuf alifahamu kinaga ubaga alikusudia nini hasa.

'Ndiyo, mijibwa mikubwa!' alisema Kalasinga, huku akisimama na kunyoosha mikono yake huku akikaripia. 'Na macho rangi ya manjano na manyoya yenye rangi ya fedha. Wamefundishwa jinsi ya kumwinda Mwislamu. Kama ukifahamu ubwekaji wao wa hasira, huwa unasema napenda nyama ya akina Allah-wallahs. Niletee nyama za mtu ambaye ni Mwislamu.'

Kalasinga alifurahia hayo maskhara yake huku akichekelea na kulipiga kofi paja lake. Hamid alimrushia maneno, kafiri mmoja kichaa, mwizi mwanaharamu, kafiri alojaa manywele, lakini hata hivyo Kalasinga hakuvunjika moyo. Kila baada ya muda mfupi alibweka na kukaripia, kisha alicheka utadhani hajawahi kusikia kichekesho kama hicho.

'Hebu wacha kupiga kelele, kuli wa kigabachori mchafu wewe. Utaleta balaa, na baadaye hao mbwa wa Mzungu watatuvamia… na huyo mwenye miguu miwili pia. Acha wewe baniani uliyejaa manywele!' Hamid alisema huku akikereka lakini Kalasinga bado aliendelea bila ya kusita.

'Baniani! Nimekuonya usiniite mimi Baniani!' Kalasinga alisema huku akitafuta silaha au fimbo, na kuwaza kummwagia chai iliyokuwa inachemka. 'Kwani kosa langu kwa nyie Waislamu kuogopa mbwa kiasi hicho? Hii ndo sababu ya kukashifu asili yangu? Kila mara unapolitamka neno hili inakuwa ni kashfa kwa ukoo wangu wote. Na hii iwe ni mara ya mwisho!'

Baada ya kupatana na amani kuingia, walijitayarisha kwenda kulala. Kalasinga alitandika jamvi lake karibu na gari la mizigo, na Hamid akalala karibu naye. Yusuf alijimwaga kulala hatua chache kutoka kwao katika sehemu ambayo aliweza kuiona anga, na pia kujiepusha na mashuzi ya Kalasinga. Hata hivyo alikuwa karibu nao kiasi ambacho kilimwezesha kusikia mazungumzo yao. Walilala huku wakiwa wamechoka sana na kuhema kwa machofu ya kuridhika, na Yusuf alianza kulala katika ukimya wenye amani.

'Raha ilioje kuwaza kwamba Peponi kutakuwa na starehe kama hii?'

Hamid aliuliza, akiongea polepole katika usiku uliojaa sauti za maporomoko ya maji. 'Maporomoko ya maji yana uzuri zaidi kuliko chochote tunachoweza kufikiria. Nzuri zaidi kuliko haya, kama wewe Yusuf unaweza kufikiria hivyo. Hivi ulikuwa unajua kwamba hapo ndipo kwenye vyanzo vya maji ya dunia hii? Mito minne ya Peponi. Inaelekea sehemu mbalimbali, kaskazini kusini mashariki magharibi, ikiigawa bustani ya Mungu katika robo nne.

Na kuna maji kila mahala. Chini ya mabanda, viungani, yanaporomoka kwenye miteremko, kandokando ya vijia misituni.'

'Hiyo bustani ipo wapi?' aliuliza Kalasinga. 'Bara Hindi? Nimeshaona bustani nyingi na maporomoko ya maji huko Bara Hindi. Ndo hiyo pepo yenu? Hivi ndipo hapo Aga Khan anapoishi?'

'Mola ameumba mbingu saba,' Hamid alisema, huku akimpuuza Kalasinga na kumkabili Yusuf kama vile anaongea na Yusuf peke yake. Aliiteremsha chini sauti yake. 'Peponi ni mbingu ya saba, ambayo yenyewe hiyo pepo imegawika katika mbingu saba. Ya juu kabisa ndo Jennet al Adn, Bustani ya Edeni. Hawawaruhusu watu wanaokufuru waliojaa manywele, hata kama wanaweza kunguruma kama Simba pori elfu moja.'

'Sisi tunazo bustani kama hizo huko Bara Hindi, na ghorofa saba, nane na zaidi,' alisema Kalasinga. 'Zilijengwa na washenzi wa Kimogul. Walikuwa wanafanya karamu za zinaa na vinywaji barazani huku wakiwafuga wanyama bustanini ili wakitaka kwenda kuwinda waweze kufanya hivyo. Hivyo hapo ndo hasa Peponi, na Pepo yenu ipo Bara Hindi. Bara Hindi ni mahala pa ibada na mahala pa kuthamini mambo ya kiroho.'

'Wewe unadhani kwamba Mungu ni mwendawazimu?' alisema Hamid. 'Kupaweka Peponi huko India.'

'Ndiyo, pengine hakuweza kupata pahali pengine palipostahili zaidi,' alisema Kalasinga. 'Nimesikia kwamba ile bustani ya asili bado ipo. Tena hapa hapa duniani.'

'Kafiri! Wewe utasikiliza hadithi zozote za kitoto,' alisema Hamid.

'Nimesoma hii kutoka kwenye kitabu. Kitabu cha dini. Je wewe unaweza kusoma, wewe duka-wallah, wewe Mwislamu nyama ya mbwa?'

Hamid alicheka. 'Nimesikia kwamba Mola alipoleta Mafuriko kuifunika dunia wakati wa Nabii Nuh, bustani haikuweza kufikiwa na hayo maji na hivyo ilibakia kama ilivyokuwa mwanzo. Hivyo bustani ya asili pengine bado ipo, lakini wanaadamu hawawezi kuifikia kutokana na ngurumo za maji na lango la moto.'

'Hebu fikiria kama ingalikuwa kweli kwamba hiyo Bustani ipo duniani!' alisema Kalasinga baada ya ukimya wa muda mrefu. Hamid alimkashif kidogo, lakini Kalasinga alipuuza. Ngurumo za maji na lango la moto yalikuwa ni maelezo yaliyokuwa na nguvu na yenye mamlaka mazito. Huyo alilelewa katika nyumba ya Masingasinga walioshika dini sana, mahala ambapo maandiko ya wale MaGuru yalipewa nafasi kubwa ya kujivunia katika matambiko ya ukoo. Lakini baba yake alikuwa mvumilivu wa Imani mbalimbali za dini na aliruhusu sanamu la shaba la Ganesh, picha ndogo iliyochorwa ya Yesu Kristo Mwokozi, mchoro na kijitabu kidogo cha Koran; vyote viliwekwa nyuma ya hilo tambiko. Kalasinga alifahamu vyema mvuto wa nguvu wa maelezo ya kiundani kuhusu ngurumo za maji na milango ya moto.

'Kusema kweli, nimeshawahi kuwasikia watu wakisema kwamba ile Bustani ipo hapa duniani, lakini mimi siamini. Hata kama ipo hapa, hakuna mtu anayeweza kuingia ndani yake, na Baniani ndo kabisaa hawezi,' Hamid alisema kwa kutilia mkazo.

7

Baada ya siku nne za safari, ambapo walisimama takribani katika kila kitongoji au kijiji kilichoonyesha dalili za kuwawezesha kufanya biashara, hatimaye walifika Olmorog. Hiki ni kituo cha serikali ambacho kipo nusu njia kufika mlimani. Safari yao ilichukuwa muda mrefu zaidi kuliko walivyopanga kwa sababu hilo gari la mizigo liliharibika mara kwa mara. Kalasinga alikuwa daima ana jawabu la kuhalalisha jambo hilo hususan katika hatua za mwisho za kufika. Lakini Hamid alikuwa tafrani keshachoka kumkejeli. 'Haya, haya wacha makelele. Tufikishe tu kule,' alisema. Olmorog ilikuwa ndo mwisho wa safari yao. Baada ya kukaa siku moja hapa walipashwa kugeuza na kurejea. Hiki kituo kilikuwa ni makaazi ya wafugaji ambao walipaka miili yao na nywele zao kwa udongo mwekundu. Hiyo ndiyo sababu kituo cha kilimo kilijengwa pale. Ilitarajiwa kwamba mfano huu wa kuwa na kituo kama hicho ungali-washawishi hao wafugaji wenye silaha na wenye kupenda kuhama-hama, kuwachilia mbali mazowea yao ya kunywa damu na kugeuka kuwa wakulima wa mifugo ya ng'ombe wa kutoa maziwa.

Lakini jambo kama hilo halikufanikiwa, labda pengine kutokana na kukosa subira kwa huyo afisa wa serikali ambaye aliletwa na serikali yake ili kulibadili eneo hili la nchi. Hata hivyo, watu walifurahi kukiwachilia mbali na kukiteketeza hicho kituo cha kilimo chenyewe. Walihamishia makaazi yao kidogo mbali na hapo na kuwa wanakuja Olmorog kwa kufanya biashara tu.

Kama kawaida yake Hamid alifikia kwa bwana mmoja aliyetoka Zanzibar ambaye jina lake ni Hussein. Hussein alikuwa na duka lililokuwa likimpatia kipato cha kutosha kumwezesha kuishi. Ndani ya hilo duka kulikuwa na cherehani ya mkono ambayo aliitumia kupindia mashuka na vikoi kwa ajili ya wateja wake. Juu ya rafu iliyoegemezwa ukutani, kulikuwa na magunia ya sukari na mabunda ya chai, na bidhaa nyenginezo za biashara. Hussein alikuwa mwembamba na mrefu na alionekana kama vile aliyezowea shida, alikuwa kakondeana kama duka lake. Aliishi peke yake nyuma ya nyumba, na hivyo walivyowasili wao, aliwatayarishia eneo la chumba cha ghala na alikuwa ana hamu ya mazungumzo. Waliketi nje ya ghala magharibi huku wakimsikiliza Hussein akiongea kuhusu Zanzibar. Baada ya kitambo alipomaliza hamu yake ya mazungumzo, sasa walianza kuzungumzia biashara, na halafu kimyakimya waliangalia kuzama kwa mwanga mlimani.

'Je, umeona jinsi hapa juu mwanga ni rangi ya kijani?' Hussein aliuliza baada ya muda mrefu. 'Hakuna haja ya kumwuliza Kalasinga. Haoni chochote isipokuwa kama kina mafuta ya girisi na kinapiga kelele. Kuna mpango gani mpya rafiki yangu? Mara ya mwisho ulipokuja hapa ulikuwa na mpango wa kununua basi na kufungua barabara ya kuelekea kwenye vijiji vya mlimani. Imekuwaje sasa na lile wazo zuri? 'Kalasinga akajikurupusha na wala hakujibu chochote wala hata kugeuka. Kutoka kwenye bilauri ya bati, alifyonza vinywaji vikali vya pombe alivyotengeneza yeye mwenyewe na kuja navyo safarini. Alikunywa kwa nadra mbele yao, lakini Yusuf aliwahi kumwona akibugia harakaharaka kutoka kwenye chupa kubwa ya udongo alipodhani kwamba hakuna mtu aliyemwona.

'Lakini angalia wewe kijana, wewe Yusuf! Je, uliuona ule mwanga?' aliuliza Hussein.

'Siku moja utawapa wazimu wasichana kwa maumbile yako ya kupendeza. Njoo Unguja na mimi, nitakuozesha binti yangu. Je, uliuona ule mwanga?'

'Ndiyo,' alisema Yusuf. Aliuona mwanga ukibadilika wakati walipokuwa katika gari wakiendesha kupanda mlima, na alifurahi kuongelea habari hiyo kama vile alivyopenda kuongelea habari ya Zanzibar. Ghafla, jinsi alivyozidi kumsikiliza Hussein akizungumzia kuhusu Zanzibar, alikata shauri kwamba siku moja atakwenda huko, yeye mwenyewe ili kupaona mahali hapo panapovutia.

'Sasa atakukubalia chochote kwa vile umemwahidi kumwozesha binti yako,' alisema Hamid huku akicheka. 'Lakini umeshachelewa, sisi tushampatia mchumba binti yetu mkubwa. Hivi sikukuambia Hussein?'

'Wewe mkorofi. Binti ana miaka kumi tu,' Hussein alisema.

'Miaka kumi na moja.' alisema Hamid. 'Umri mzuri kwa kufunga ndoa.'

'Yusuf alitambua kwamba walikuwa wakimfanyia maskhara, hata hivyo aliona dhiki kwa mazungumzo ya namna hiyo. 'Hivi kwa nini ni kijani? Ule mwanga.'

'Ni mlima,' alisema Hussein. 'Mtakapofika huko mbali kwenye maziwa katika safari zenu mtaona kwamba dunia imezungukwa na milima na hiyo husababisha anga kuwa na rangi ya kijani.

Ile milima iliyokuwa upande mwengine wa ziwa ndiyo mwisho wa dunia yetu tunayoifahamu. Ukivuka zaidi ya hapo, hewa huwa na rangi ya maradhi ya tauni na yenye madhara, na viumbe vinavyoishi humo vinajulikana na Mola tu. Mashariki na kaskazini tunazijua, hadi nchi ya Uchina iliyokuwa mashariki ya mbali na ngome za Gogu na Magogu zilizopo kaskazini. Lakini magharibi ni maeneo ya nchi za kiza, nchi za majinni na madubwana ya kishetani yanayotisha. Mola alimtuma yule Yusuf mwengine kama mtume kwenye nchi ya majinni na washenzi. Labda atakupeleka wewe huko pia.

'Je, umefika kwenye hayo maziwa?' alisema Yusuf.

'Hapana,' alisema Hussein.

'Lakini Hussein amefika kote kwengine,' alisema Hamid. 'Kwa hakika huyu bwana hapendi kukaa nyumbani.'

'Yusuf gani?' aliuliza Kalasinga. Alichekelea chini kwa chini huku akikenua meno yake kwa kashfa wakati Hussein alipokuwa akielezea kuhusu mwanga na maeneo ya maziwa – huu ndio wakati wa hadithi za kitoto, alipiga kelele – lakini wao walifahamu kwamba hangeweza kujizuwia zinapokuja hadithi za mitume na majinni.

'Mtume Yusuf aliyeiokoa Misri kutokana na njaa,' alisema Hussein. 'Hivyo wewe humfahamu huyo?'

'Kuna nini ukivuka hilo giza kuelekea magharibi?' aliuliza Yusuf, akimsababisha Kalasinga kuguna kwa kero. Yeye alikuwa anatarajia kusikia hadithi ya njaa huko Misri, hadithi ambayo alikuwa anaifahamu lakini angalipenda kuisikia upya tena.

'Haujulikani ukubwa wa mwitu,' alisema Hussein. 'Lakini nimesikia ni sawa na mwendo wa kiasi cha miaka mia tano kwa kutembea kwa miguu. Chemchem ya maisha ipo ndani ya huo mwitu, ikilindwa na mazimwi yanayokula maiti na nyoka wakubwa mfano wa visiwa.'

'Je, na Jehanam ipo huko pia?' aliuliza Kalasinga, akirejea tena tabia yake ya kukashifu. 'Na vyumba vyote vya kutesa ambavyo Mola wenu amewaahidi vipo huko pia?'

'Wewe huna budi kujua,' alisema Hamid. 'Maana huko ndiko utakokwenda wewe.'

'Mimi nitaitafsiri Koran,' alisema Kalasinga ghafla, 'Kwa Kiswahili,' aliongezea kusema baada ya wengine kusita kucheka.

'Wewe hata hicho Kiswahili huwezi kukizungumza,' alisema Hamid. 'Achilia mbali kusoma Kiarabu.'

'Nitaitafsiri kutokana na tafsiri ya Kiingereza,' Kalasinga alisema huku akiwa makini.

'Na kwa nini hasa unataka kufanya hivyo?' aliuliza Hussein. 'Sidhani kama nimewahi kukusikia ukisema kitu kisichokuwa na maana kuliko hicho. Kwa nini unataka kufanya hivyo?'

'Ili kuwawezesha nyinyi wenyeji wapumbavu mpate uwezo wa kusikia jinsi Mungu wenu mnayemwabudu anavyofoka,' alisema Kalasinga. 'Huo ndio utakaokuwa wajibu wa vita vyangu vitakatifu. Je, mnaweza kuelewa kinachosemwa katika lugha ya Kiarabu? Labda kidogo tu, lakini wengi miongoni mwa ndugu zenu wenyeji wapumbavu hawaelewi chochote. Ndilo hilo linawafanya nyinyi nyote wenyeji kuwa wapumbavu. Hata hivyo, iwapo mngeelewa, bila ya shaka mngeona jinsi gani Allah wenu si mvumilivu. Na badili ya kumwabudu yeye, basi mngeenda kutafuta kitu kingine kilicho bora cha kufanya.'

'Wallahi!' Hamid alisema, hataki tena maskhara. 'Ninahisi siyo sahihi hata kidogo kwa mtu kama wewe kumwongelea Mwenyezi Mungu katika njia kama hiyo isiyosameheka. Labda ingefaa mtu amtie adabu huyu mbwa mwenye manywele. Nadhani mara nyengine ukija pale dukani ili kutafuta umbeya kutokana na maongezi yetu, basi nitawaeleza hao wenyeji wapumbavu ulichosema wewe. Hapo hapo watakuunguza huko kwenye utupu wako wa nyuma kulikojaa nywele'

'Hata hivyo mimi nitaitafsiri Koran,' Kalasinga aling'ang'ania kusema bila ya woga. 'Kwa sababu mimi ninajali binaadamu wenzangu, japokuwa ni wajinga Allah-wallah. Hivi hii ni dini ya watu wazima? Labda mimi simjui nani Mungu, au sikumbuki majina yake yote elfu moja na ahadi zake milioni, lakini ninajua hawezi kuwa ndo huyo mbabe wa uonevu ambaye nyinyi mnamwabudu.'

Muda huohuo, alikuja mwanamke kununua unga na chumvi. Alifunga nguo kiunoni mwake, na mkufu mkubwa wa shanga ulizunguka shingoni mwake hadi mabegani mwake. Kifua chake chote kilikuwa wazi na matiti yake hakuyafunika. Huyo mwanamke wala hakuwa na habari wakati Kalasinga alipomkaribia, huku akifanya vituko vyake vya sauti yenye ashiki, huku akikokoteza vijineno kwa pupa na kupumua. Hussein aliongea na huyo mwanamke kwa lugha yake, na huyo mwanamke alikenua meno kwa furaha na huku akimjibu kwa kirefu, huku akitoa ishara na akielezea, na huku akitoa kicheko wakati akizungumza. Hussein alicheka naye, akishusha pumzi puani na kunong'oneza kwa sauti iliyokuwa ya juu. Baada ya huyo mwanamke kuondoka, Kalasinga aliendelea na utendi wake wa ashiki na hamu akielezea jinsi ambavyo yeye angeendelea na kuendelea kuwa naye hadi mwisho. 'Wee, hawa wanawake wa kishenzi, mmeisikia harufu ya mashonde ya ng'ombe? Mmeyaona yale matiti? Yamejaa hadi yameniumiza mimi!'

'Ananyonyesha. Ndo hilo alilokuwa akizungumzia, mtoto wake mchanga,' alisema Hussein. Wewe unatukashifu sisi kwamba Mola wetu hana uvumilivu, na kwa upumbavu wetu sisi kumyenyekea, na baadaye unawaita watu washenzi.'

Kalasinga alipuuza kukosolewa. Baada ya kuchochewa na Hamid, alianza kuelezea mikasa yake ya mambo ya ashiki. Alitilia mkazo katika mambo ya vichekesho na viroja. Alielezea mkasa wa mwanamke mmoja mzuri, ambaye baada ya yeye kutumia mbinu zote za kumtongoza alikubali kumchukua nyumbani kwake huyo mwanamke, lakini kumbe alikuwa ni mwanamme. Au pia bi kizee ambaye yeye akipatana naye kama kuwadi, kumbe yeye mwenyewe huyo bi kizee ndo alikuwa malaya ambaye akimlipa. Na pia alielezea mahusiano yake na mwanamke aliyekuwa ameolewa na kusababisha yeye karibu kupoteza kitu cha mwilini mwake muhimu sana wakati mume wa huyo mama aliyezini kusikika ghafla keshafika mlangoni. Kalasinga aliigiza vituko vyote hivyo huku akiilegeza sauti yake, akiulegeza mwili wake, na kuvichezesha viungo vyake. Baina ya mikasa yake, wakati alipokuwa akiiga kama yeye mwenyewe, bwana mwenye akili timamu, ndevu zake zilisimama na kilemba chake kilinyooka, huku akitafuta jipya la kutenda. Hamid alipasuka kwa vicheko, huku akishika mbavu zake na kupaliwa na hewa alipozidiwa kwa vicheko. Kalasinga alimtesa kwa vicheko jinsi alivyoweza, akiirudia ile mikasa ambayo Hamid alionekana hakuweza kuvumilia kwa kucheka. Yusuf alicheka ingawa alihisi si sawa kabisa kufanya hivyo, kwa sababu Hussein alikereka na mazungumzo hayo machafu, lakini kwa kumwona Hamid katika hali ya kujinyongan- yonga kutokana na vicheko vya viroja vilimyomzidia, ilikuwa jambo gumu kwake yeye kuvumilia.

Baadaye, wakati usiku ulivyokuwa unasogea kuingia alfajiri, mazungumzo yao yaligeuka kuwa si makali tena na ya huzuni zaidi, na mara kwa mara watu walikuwa wakisinzia na kupiga miayo.

'Nina wasiwasi na wakati unaokuja mbele yetu,' Hussein alisema kimyakimya, na huku akimsababisha Hamid kuguna kwa uchovu. 'Kila kitu kipo katika hali ya machafuko. Hawa Wazungu wameamua kabisa, na jinsi wanavyopigania kujineemesha na rasilimali iliyopo watatukandamiza sisi sote. Utakuwa mjinga kama ukidhani hawa wapo hapa kufanya chochote ambacho ni chema. Siyo biashara wanayoitafuta, ila ni nchi yenyewe. Na kila kilichomo ndani yake… na sisi pia.'

'Huko Bara Hindi hao Wazungu wamekuwa wakitawala kwa karne kadhaa,' alisema Kalasinga. 'Hapa nyinyi hamjastaarabika, itakuwaje wawatendee hivyo? Hata huko Afrika ya Kusini, ni dhahabu na almasi tu ambayo huhalalisha kuwauwa watu na kuichukua nchi.

Hapa kuna kitu gani? Watabishana tu na kugombana, waibe hiki na kile, labda waingie katika vita hivi au vile, na watakapochoka watajirudia kwao.'

'Ama kweli wewe unaota, rafiki yangu,' alisema Hussein. 'Hebu angalia jinsi walivyokwisha gawana ardhi iliyokuwa nzuri huko milimani miongoni mwao. Huko nchi za milimani kaskazini mwa hapa wamewafurumusha hata wale watu wakali sana na wameichukuwa nchi yao. Wamewafurumusha utadhani watoto na bila ya taklifu yoyote, na kuwazika baadhi ya viongozi wao waliokuwa bado hai. Kwani wewe hujui? Waliwaruhusu tu kubaki wale waliowageuza kuwa watumishi wao. Vurugu hapa na pale kidogo na silaha zao na wanamalizia kuwanyang'anya ardhi zao. Je, kwa vituko vyote hivi, wewe unafikiri wamekuja kutembea tu? Mimi ninakwambia hao Wazungu wameshaamua. Wanataka waimiliki dunia nzima.'

'Hivyo basi jifunzeni kuwatambua ni nani hao. Mnajua jambo gani zaidi kuhusu wao ukiondolea mbali hizi hadithi za nyoka na kwamba wanakula chuma? Je, mnaijua lugha yao, hadithi zao? Hivyo jinsi gani mnaweza kujifunza na kuweza kumudu kuwa nao?' alisema Kalasinga. 'Kazi kunung'unikanung'unika tu, inasaidia nini? Kwa hayo tuko sawa. Wao ni maadui zetu. Ndo hilo pia linalotufanya sisi sote tuwe sawa. Machoni mwao sisi ni wanyama tu, na hatuwezi kuwazuwia kuendelea kuwa na mawazo ya kijinga namna hiyo kwa muda mrefu unaokuja. Mnajua kwa nini wao wana nguvu kiasi hicho? Kwa sababu wao wameendelea kujineemesha na rasilimali ya dunia kwa karne nyingi. Manung'uniko yenu hayatowasitisha kuendelea na vitendo vyao.'

'Hakuna chochote tunachoweza kujifunza kitakachoweza kusitisha vitendo vyao hivyo,' alisema Hussein kinagaubaga.

'Nyinyi mnawaogopa tu,' alisema Kalasinga kwa utulivu.

'Ninakubaliana kabisa na wewe, hujakosea…japokuwa sio wao tu. Sisi tutapoteza kila kitu, hata namna tunavyoishi maisha yetu,' alisema Hussein. 'Na hawa vijana ndo kabisa watapoteza zaidi kuliko sisi. Na kuna siku watawafanya wayakane yale yote ambayo tunayajua, na hivyo kuwalazimisha kukariri sheria zao na hadithi zao za dunia yao kama vile utadhani ndilo neno la Mungu. Wataka-pokuja kuandika kuhusu habari zetu sisi, sijui watasema nini? Eti kwamba sisi tumeleta utumwa.'

'Basi jifunzeni jinsi ya kumudu kuwa nao.' Kalasinga alisema kwa kelele. 'Na kama unayoyasema ni ya kweli, kuhusu hatari ambazo zitakazowakabili siku za usoni, basi kwa nini mnabaki tu hapa milimani na kuropokwa tu.'

'Sasa niende wapi kuyasema haya?' Hussein alimwuliza Kalasinga huku akichekelea hasira za Kalasinga. 'Huko Zanzibar? Huko hata watumwa wenyewe wanatetea utumwa.'

'Hivyo kwa nini mnafanya mazungumzo haya yenye majonzi?' alisema kwa upinzani Hamid. 'Hivi kuna ubora gani jinsi tunavyo-endesha maisha yetu? Kwani hatuna mambo ya kutosha ya kutukan-damiza kuliko kuendelea na kutabiria mambo ya kutisha namna hii. Tumwachie Mola yote haya, yapo mikononi mwake. Labda mambo yatabadilika, na hata hivyo jua litachomoza kutoka mashariki na kukuchwa magharibi. Hebu tuwache mazungumzo haya yaliyojaa majonzi.'

Baada ya kimya cha muda mrefu, Hussein aliuliza, 'Hamid, hivi yule mwenzako jangili ana nini jipya siku hizi? Je, amekuingiza katika upuuzi gani siku hizi?'

'Nani?' Hamid aliuliza kama vile kakereka. 'Hivi wewe unaongea habari gani sasa?'

'Nani?' Utamfahamu ni nani siku mbili hizihizi. Mshiriki wako! Au siye uliyemzungumzia mara ya mwisho? Wakati ukiwadia, yule mtu atakumaliza kabisa na hutobaki na hata sindano na uzi kuwekea viraka mashati yako,' alisema Hussein kwa dharau. 'Unasema atakujengea mustakbali wako, unasema hivyo. Hakuna wasiwasi wala hatari yoyote, anakuambia. Hakuna shaka yoyote. Unaweza ukaagiza makoti ya hariri hivi sasa, kama ukipenda. Halafu hivi karibuni tu hiyo hatari itajitokeza na hutoweza kujiokoa tena. Bahati mbaya, hiyo ndo biashara, ndivyo inavyokuwa. Si unajua inavyokuwa. Hivi ni watu wangapi tayari ameshawaharibia maisha yao? Anakukopesha kile ambacho hutoweza kukilipa, halafu utakaposhindwa kulipa, anachukua kila kitu. Ndo utaratibu wake huo, na unaelewa fika mimi ninalizungumzia jambo gani.'

'Hivi leo wewe una matatizo gani?' aliuliza Hamid. 'Bila ya shaka ni maisha ya milimani pamoja na ule mwanga wa kijani.' Yusuf alibaini kwamba Hamid amekosa raha na kuanza kupata hasira. Alionekana mwenye huzuni na kama vile hayupo pale, na mara moja alimtupia jicho Yusuf.

'Unajua nini nilichokisikia kuhusu huyo bwana, mshiriki wako?' Hussein aliendelea. 'Ni kwamba washiriki wake wakishindwa kumlipa, huwachukua watoto wao wa kiume na wa kike kama rehani. Hii inakuwa kama wakati wa enzi ya utumwa. Hiyo si sahihi kwa waungwana kufanya mambo kama hayo.'

'Hayo yametosha sasa, Hussein,' Hamid alisema kwa hasira, huku akijikurupusha kama vile anamtizama Yusuf. Kalasinga naye pia alionekana kama vile anataka kusema kitu, lakini ghafla Hamid akamnyamazisha kwa ishara. 'Na niacheni nifanye uamuzi wangu wa kijinga mimi mwenyewe. Wewe unafikiri hivi...haya ufanyayo... haya tufanyayo...ni bora? Kwa vipi ndo bora? Tunavunja migongo, tunayaweka maslahi yetu hatarini, tunaishi mbali na watu wetu....na bado tumebaki kuwa maskini kama mapanya na pia tumejaa woga.'

'Mwenyezi Mungu ametuambia,' Hussein alianza kusema, akitayarisha aya ya Koran.

'Usinieleze hayo!' Hamid aliingilia kati mazungumzo yake, kwa upole kama vile anamsihi.

'Atakamatwa tu siku mbili tatu hizi,' Hussein aling'ang'ania kusema. 'Magendo yote na mapatano ya ujanjaujanja yataishia pabaya, na wewe utaingizwa kati.'

'Hebu msikilize anachosema ndugu yako,' Kalasinga alimwambia Hamid. 'Japokuwa sisi si matajiri, lakini angalau sisi tunafuata sheria, na tunaheshimiana.'

Hamid alicheka. 'Hasa, sisi ni wanafalsafa wa kiungwana! Hivi tangu lini hasa wewe umeijua sheria, wewe mnafiki mwovu? Hivi wewe unazungumzia sheria ya nani? Kiwango unachotutoza sisi wote kwa huduma ndogo sana…eti ndo unaita kuheshimu sheria,' alisema. Kwa jinsi alivyojionyesha na pia kutokana na sauti yake, alijaribu kuashiria kwamba mazungumzo yale yaliyosababisha msukosuko yameshapita sasa, na angependa mazungumzo yabadilike na yawe zaidi ya mzaha. 'Hata hivyo tusipende kumpa huyu kijana mdogo mawazo mabaya kuhusu sisi watu wazima.'

Yusuf alikuwa na miaka kumi na sita wakati huo, na kusikia kwamba yeye anaitwa *kijana*, ilimpa heshima sana. Sifa hiyo ilikuwa sawa na kuainishwa kwamba yeye mrefu, au hata ni mwanafalsafa.

Alihakikisha kwamba furaha yake ilionekana katika tabia yake, na kujifanya kama chale. Watu wazima wote watatu walicheka kuuona uchale wake. Na maongezi yalisahaulika kuhusu yule mtu aliyelazimika kumweka mtoto wake wa kiume rehani ili aweze kulilipa deni lake kwa wakopeshaji wake. Lakini Yusuf alihisi kwamba alikuwa amefahamu kuhusu kile Hussein alichosema kuhusu Hamid. Jinsi alivyong'ang'ania tamanio lake la kutajirika, na wasiwasi wake kuhusu safari za Ami Aziz, kulidhihirisha kutokujiamini na woga kwamba hangefanikiwa. Yusuf alikumbuka mnong'ono ndani ya ghala iliyopigwa marufuku na harufu ya magendo kutokana na bidhaa zilizokuwa zimehifadhiwa mle ndani. Maneno ya Hamid yalikuwa ni wasia wa kuomba du'a tu.

8

Siku chache baada ya wao kurejea mjini, Ami Aziz aliwasili kutoka katika safari zake. Kama kawaida, msafara wake ulikuwa umeongozwa na mpiga ngoma na pia mpiga zumari, na nyuma yao alifuatia Mohammed Abdallah. Waliwasili jioni, wakati wa utulivu ambapo jua liliteremka na unyevu katika hewa na majani ulipoanza kujitokeza upya. Yusuf ndiye aliyekuwa wa kwanza kuwaona, mwanzoni wakiwa kama vile vurugu hewani kwenye barabara ambapo yeye alikuwa anatembea kwenye njia iliyokuwa kimya. Halafu wakawa wingu la vumbi na mdundo wa ngoma na sauti kama ya zumari. Alitaka angoje na kuona kile alichokuwa amefikiria kwamba ni mlolongo wa wasafiri waliochoka wakijikokota mstarini, lakini ilimpitikia kuwa bora arudi haraka kwenda kuwataarifu nyumbani.

Waligundua kwamba ilikuwa safari ya taabu sana na mapungufu mengi na hatari. Pia kulikuwa na wakati wa vurugu bila ya mapigano. Watu wawili walikuwa wamejeruhiwa vibaya sana. Mmoja na Simba na mwengine aliumwa na nyoka. Wote wawili waliachwa nyuma katika mji mdogo kando ya ziwa, huku wakihudumiwa na ukoo ambao Ami Aziz alikuwa amewalipa vyema. Hajawahi kufanya nao biashara kabla, lakini hata hivyo alisema aliwaamini watawatunza hao watu wawili.

Wengi miongoni mwa wapagazi na walinzi walikuwa wameugua wakati fulani, lakini siyo kitu cha kushangaza wala cha kutisha, tunamshukuru Mola, hii ilikuwa ni hali ya kawaida tu katika safari za kuelekea huko mabara. Mohammed Abdallah alitumbukia shimoni usiku mmoja na aliumiza vibaya bega lake. Japokuwa alikuwa amepona lakini aliendelea kuwa na maumivu ingawa alijaribu kuyaficha, alisema Ami Aziz. Pamoja na misukosuko waliyokumbana nayo, biashara ilikuwa nzuri, japokuwa walikuwa wanatambua kila mara kwamba wapo mbali kutoka mwambao. Ami Aziz kama kawaida yake alionekana mtulivu, na kama kulikuwa na kasoro yoyote, basi ilikuwa kwamba amekonda kidogo zaidi na mwenye afya nzuri kuliko kawaida. Baada ya kukoga na kubadili nguo na kujipaka mafuta mazuri, ingalikuwa vigumu kuamini kwamba yeye Ami Aziz alikuwa safarini miezi kadhaa.

'Biashara ilikuwa nzuri sehemu za maeneo ya juu ya mito,' alisema Ami Aziz. 'Kwa hakika hatukupoteza muda mrefu mtoni. Tutarudi tena Marungu mwakani, kabla maeneo hayo hayaja-vamiwa tena na wafanyabiashara. Wazungu watayafunga maeneo haya hivi karibuni, tena ni hao Wabeljiki. Nasikia hao wanazidi kusogea karibu zaidi na zaidi upande wa maziwa. Wamejaa husuda hao, masikini wapuuzi wasiokuwa na lao, na wamekosa ujuzi wa biashara. Nimeshasikia habari zao. Hata hao Wajerumani na Waingereza ni afadhali, japokuwa Mola anajua kwamba hawa ni wafanyabiashara wenye hulka ya tamaa na inda. Tumeleta bidhaa za thamani kubwa safari hii.'

Kwa upande wa Hamid, haya yote yalikuwa ni furaha kubwa mno kuyasikia, na kwa matamanio yake ya kuthibitisha ushiriki wake na Ami Aziz alitilia mkazo maongezi yake kwa kurembesha lafudhi yake kwa maneno ya Kiarabu. Alijaa tabasamu na kutoa miguno iliyoonyesha kuhusudu kwake bidhaa pale alipokuwa akisimamia kazi ya kuzihifadhi. Magunia ya mahindi ambayo Ami Aziz aliyapata kwa bei ndogo mno, aliamua yabakishwe kwa Hamid, lakini ubani, meno ya tembo na dhahabu ilikuwa vyote visafirishwe hadi mwambao kwa treni. Mali ghafi ya mpira ambayo ililetwa mapema zaidi ilikuwa imeshauzwa kwa Mfanyabiashara wa Kigiriki hapo mjini. Ilipofika wakati wa magharibi Hamid alimchukua Ami Aziz hadi kwenye maghala ili kukagua bidhaa, na baadaye waliketi huku wakinong'onezana kuhusu mahesabu yaliyomo vitabuni, na kupiga hesabu kiasi gani cha faida wamepata.

Ami Aziz hakukaa pale sana. Ilikuwa azma yake kuwahi kurejea huko mwambao kabla ya kuanza kwa mwezi wa Ramadhan, ili kufunga na kujipumzisha nyumbani kwake mwenyewe. Kuwezekana kuuza bidhaa zake kabla ya mwisho wa mwezi kutamruhusu yeye kuwalipa wapagazi wake kwa wakati, kwa mwaka mpya na kumudu gharama zote za sikukuu ya Idi. Siku ya kuondoka alikuwa pamoja na Mohammed Abdallah ambaye alikuwa bado hajarudia hali yake ya kawaida. Hata hivyo wote waliongozana kwa mlolongo kuelekea stesheni. Yusuf hakualikwa kufuatana nao. Muda mfupi kabla ya kuondoka, Ami Aziz alimwita pembeni na kumpa kibunda cha fedha.

'Pengine huenda ukahitajia chochote,' alisema Ami Aziz. 'Mimi nitapita tena hapa mwakani. Umeyamudu mambo vizuri sana.'

Safari ya Kuingia Bara

1

Hamid alifurahi baada ya kutembelewa na Ami Aziz. Simulizi za safari zilimfurahisha na kuwafanya wote wafahamu hofu na vitisho vya yale yanayojiri ulimwenguni huko mbali na upeo wa macho. Mahesabu nayo yalipopitiwa yalifurahisha, na bidhaa zilizobaki kwenye ghala ya Hamid zilimpa uwezo wa kufahamu bahati njema iliyoiangukia biashara. Hamid hakuwa kila mara akingoja hadi usiku ndiyo aende kwenye ghala yake ya siri ili kuchekelea mafanikio yake. Tena, mara nyingine, aliuacha mlango wazi kusudi ili kuruhusu uvundo mkali wa harufu ya ngozi kutoka na kujipenyeza uwani. Yusuf aliyaona magunia yaliyoshindiliwa humo ndani, na mengine aliyatambua kuwa ni ya mahindi ambayo yaliletwa wakati wa msafara wa Ami Aziz, na kuna mengine yaliyofungwa kwenye mafurushi yaliletwa kwa gari la mizigo la Bachus mwenye mdomo mchafu. Alimwona Hamid akiyazunguka magendo, huku akihesabu magunia na kujisemesha mwenyewe. Alipomwona Yusuf kasimama kwenye mlango uliokuwa wazi, wimbi la khofu likamjia usoni, lakini mara akapata afuweni na papohapo ukamjia wasiwasi. Akakunja uso wake huku akiwa na mawazo, hatimaye akaangua kicheko cha kijanja na kutoka nje.

'Unataka nini hapa? Huna kazi nini? Ushafagia uwanja? Na umeshayakusanya mashelisheli? Kama ni hivyo basi nina kazi ya kukutuma mjini. Nani hasa aliyekuambia uje kunichunguza eti? Unataka kukiona kilichomo ndani ya magunia, siyo? Ipo siku utayafahamu yote hayo,' akamwambia huku akijichekesha wakati akitia kufuli mlango wa ghala. 'Imekuwa safari njema, tunamshukuru Mwenyezi Mungu. Imekuwa kheri kwa kila mtu. Je, unahitaji kitu? Kwa nini unatizama tizama?'

'Mimi nina' Yusuf alianza kusema, lakini papohapo Hamid akamkatiza, huku akiondoka zake kuelekea kule mbele na alitarajia Yusuf angemfuata.

'Inaonyesha hutafuti chochote, au siyo? Ningependa kusikia Hussein angesemaje sasa. Kwa vile yeye ameamua kuishi kifukara huko milimani, anafikiri yeyote anayejaribu kujipatia chochote anatenda dhambi. Tena hasa, si ulikuwepo pale! Siyo kwamba ninataka utajiri mkubwa, lakini wakati ninaishi hapa na kufanya biashara, si bora angalau na mimi niambulie chochote? Kama yeye anataka kujifanya kama mtu dhaifu, aishie kwenye njozi, hiyo shauri yake mwenyewe. Si umemsikia, mtu wa njozi tu. Si ulimsikia au siyo?'

'Ndiyo,' alisema Yusuf, huku akiwa na wasiwasi na kukosa furaha kutokana na ujuba wa Hamid. Alijiuliza, nini hasa kilikuwamo ndani ya yale magunia? Lakini alichelea kuuliza kwani alihisi kwamba Hamid alidhani kwamba yeye anafahamu mna nini mle ndani. Alikisia kwamba yalikuwa na vitu vya thamani na ndiyo maana yalitengwa mbali katika ghala ya Hamid.

'Kuna dhambi gani katika kuboresha maisha ya familia yako?' aliuliza Hamid huku sauti yake imejaa dharau dhidi ya Hussein. 'Au kuwawezesha kuishi miongoni mwa jamii yao wenyewe? Kuna kosa gani hapo? Ninakuuliza wewe. Ninachotaka ni angalau kujenga kijumba kidogo kwa ajili ya familia yangu, kuwatafutia waume na wake wema watoto wangu, na kuweza kwenda msikitini nikiwa miongoni mwa watu waliostaarabika. Na kama haitaonekana kuwa tamaa kubwa basi ningependa pia kukaa na marafiki na majirani zangu jioni huku tukinywa chai na kuwa na mazungumzo ya kirafiki…Basi, ni hayo tu! Kwani nilisema ninataka kumwua mtu yeyote? Au kummiliki mtu kama mtumwa? Au kumwibia mtu asiyekuwa na lawama? Mimi ni mmiliki wa kijiduka kidogo tu, anayejitahidi kujijenga kwa kufanya shughuli zake binafsi. Mtu anayejifanyia kitu kidogo tu kwa ajili yake mwenyewe. Mola anajua.

Siku mbili hizi amewaanzia Wazungu. Jinsi watakavyowafilisi watu wote. Jinsi walivyozaliwa wakiwa wauwaji bila hata chembe ya huruma. Jinsi watakavyotuteketeza na yote yale tunayoyaamini. Akishachoka na hayo anaingilia shughuli zangu. Ninaweza kuku-elezea machache yanayomhusu, lakini ninataka kuishi maisha yangu kwa amani. Lakini hayo hayamridhishi mwanafalsafa wetu Hussein anayeishi kama ibilisi miongoni mwa washenzi. Kwani nani kamwambia asifanye anachokitaka katika maisha yake? Lakini chochote utakachomwambia, ataanza kukuhubiria na kunukuu sura za Koran. Mola ametuambia! Si hata wewe umemsikia.'

Hamid akatafakari kuhusu maneno yake, huku akipumua kwa hasira kidogo. Akatamka, *Astaghfirullah*, Mola nisamehe, huku akitetemeka kwa wazo kwamba labda pengine ameonekana kama aliyefanya utovu wa adabu kuhusu Kitabu cha Mungu. 'Sisemi kwamba kuna ubaya wowote ule katika kunukuu maneno ya Kitabu cha Mungu, lakini yeye hufanya hivyo kwa inda na wala siyo kama mcha Mungu. La hasha, sisemi kwamba kuna madhara yoyote kwenye maneno ya Mwenyezi Mungu. Yaani yule Kalasinga mwendawazimu ndo anatafsiri Koran! Pale walikuwa wakizun-gumza pepo aliojitengenezea yeye mwenyewe! Natumaini Mola anajua kwamba huyo ni kafiri na mwendawazimu na atamhurumia.' Kumbukumbu hiyo ilimfanya Hamid ajichekee kwa furaha.

'Koran ndiyo dini yetu na ina miongozo yote na busara tunazo-hitaji ili kuishi maisha yenye maadili mazuri,' alisema, huku macho yake yakiangaza juu kama vile alikuwa akitarajia kuona kitu fulani. Yusuf naye akatizama juu lakini Hamid aling'ang'ania kusikilizwa huku akiguna kwa sauti ya kukera. 'Lakini hiyo haimaanishi kwamba ndiyo tutumie hicho Kitabu cha Mungu kuwafedhehesha wengine. Hicho ndo kiwe chanzo cha kutuongoza na kutupa ilmu. Uwe unakisoma Kitabu cha Mungu kila unapoweza hususan hivi sasa wakati wa mwezi wa Ramadhan. Wakati huu wa mwezi mtukufu kitendo chochote chema hukupa thawabu mara dufu kuliko wakati mwingine wa kawaida. Mtume aliambiwa hayo na Mwenyezi Mungu mwenyewe katika usiku wa Miraji. Katika usiku huo Mtume alichu-kuliwa kutoka Makka hadi Jerusalem kwa kubebwa na Borakh, farasi mwenye mbawa. Na kutoka hapo alipelekwa mbele ya Mwenyezi Mungu ambaye alitoa amri za Sheria za Uislam. Amri ilitolewa kwamba mwezi wa Ramadhan utakuwa mwezi wa kufunga na sala, mwezi wa kujikhini na kutubu. Kuna njia gani zaidi ya kunyenyekea kwa Mola kama siyo kujinyima anasa za lazima za maisha: chakula, maji na matamanio yote ya mwili? Haya ndiyo yanayotutafautisha sisi na washenzi na makafiri ambao hawajikhini kitu. Na kama ukisoma Koran kipindi hiki, maneno yanamfikia Muumba moja kwa moja na kukupatia thawabu kubwa. Lazima utenge saa nzima kila siku katika mwezi wa Ramadhan kwa ajili hii. 'Ndiyo,' alijibu Yusuf, huku akirudi nyuma. Alipofikia mwisho wa mawaidha yake, Hamid alianza kuonekana kama vile anatoa siri kubwa na kuhitaji Yusuf akubaliane naye katika ule uchamungu wake wa ghafla. Yusuf alijaribu kumkwepa kabla ya mhubiri huyu hajaendelea zaidi lakini wapi, alichelewa.

'Na sasa inanipitikia, sijakuona ukisoma mara kwa mara,' Hamid akamwambia huku akimkazia macho ya kumshuku. 'Haya mambo si ya kufanyia maskhara. Unataka kwenda Jahanam au nini? Tutasoma pamoja leo ukishamaliza swala ya adhuhuri.'

Ilipofikia mchana Yusuf alikuwa karegea kwa njaa na uchovu. Aliona siku tatu za mwanzo za kufunga ngumu sana, tena laiti angaliachwa pekee, angalijilalia mwenyewe kivulini mchana kutwa. Baada ya siku chache za mwanzo, mwili wake ulijirekibisha kuweza kumudu saa na saa bila ya chakula wala maji, na mateso ya kutwa angalau aliweza kuyamudu. Alidhani ingalikuwa rahisi kwa yeye kuyamudu mateso kwenye hali ya ubaridi ya milimani, lakini asilan haikuwa hivyo. Kwenye joto la mwambao alihisi kama aliweza kujitoa katika ule mwili ambao ulikuwa kama umepigwa ganzi, tena alihisi kama vile aliyefanikiwa kujitenga na uchovu wa mwili wake na kufikia hali ya kukubali liwalo na liwe. Hewa baridi ilimsukuma na kumpa uhai, haikumdhoofisha kiasi cha kumfanya ajihisi aliyezubaa. Pia alitambua fika kwamba miadi yake ya hapo mchana na Hamid itamfedhehesha.

'Unakusudia nini? Huwezi kusoma?' aliuliza Hamid.

'Sikusema hivyo,' Yusuf alijitetea. Alichosema yeye ni kwamba hakumaliza kusoma Koran kabla ya kupelekwa kwa Ami Aziz kufanya kazi. Mama yake alimfundisha herufi, na alimfundisha kusoma sura tatu ndogo za mwanzo. Alipotimia miaka saba alipelekwa kwa maalim katika mji waliohamia, ili kusomeshwa dini.

Walifunzwa polepole. Maalim hakuwa na haraka ya kuwa-hitimisha watoto. Mtoto akimaliza kuisoma Koran yote kuanzia mwanzo hadi mwisho, basi maalim hukosa ile ada ya mwezi ya mtoto aliyemaliza. Ilitarajiwa kwamba mtoto angehudhuria madarasa kwa miaka mitano kabla ya kumaliza masomo. Hii ilikuwa ni maslahi mwafaka kwa mwalimu na kwa mwanafunzi. Watoto walifanya shughuli nyingi kwa ajili ya maalim, kusafisha nyumba, kwenda kutafuta kuni, kutumika kwa shughuli ndogondogo. Watoto wa kiume mara nyingi walifanya utoro kila walipopata upenyo na mara nyingi walichapwa. Wasichana walichapwa kwa nadra, tena kwenye viganja vya mikono na walifundishwa kuwa na tabia za staha. *Jiheshimu na wengine watakuheshimu. Haya ni kweli kwa sisi sote, lakini hasa kwa wanawake. Hii ndiyo maana ya utukufu wenye heshima*, maalim wao aliwaambia. Hivi ndivyo ilivyokuwa daima, ndivyo kila mtu alivyojua na alivyokumbuka, na watoto wadogo wa kiume na wa kike walikusanywa kwenye mkeka uwani kwa maalim, huku wakidurusu kwa kuimba na kudodosa kama inavyotarajiwa daima. Baada ya kipindi fulani Yusuf angalihitimu na kujihesabu kuwa miongoni mwa watu wa kuheshimika katika rika lake na lile la wazee. Lakini aliondolewa.

Khalil alimfundisha hesabu lakini hata siku moja hakuwahi kupendekeza wasome Kitabu cha Mungu. Walipokwenda msikitini katika safari zao za mjini, Yusuf aliweza kumudu vya kutosha. Wakati wa sala ndefu, uwezo wake wa kuwa makini uliteterea, na alilazimika kumung'unya maneno yasiyokuwa na maana akiba-baisha kusindikiza sauti za wasomi wengine. Hii ilikuwa hasa pale alipofikia sura za Kitabu cha Mungu ambazo hakuzifahamu. Lakini hakujifedhehesha kamwe. Pia yeye hakufanya utovu wa nidhamu wa kutaka kuwadadisi jirani zake iwapo nao walikuwa katika mkumbo huo huo kama wake. Pale Hamid alipokaa naye mchana ule, alijua hakukuwa na upenyo wa kubabaisha kwa kumung'unya maneno kama alivyozoea. Hamid alipendekeza waanze kwa kusoma Ya Sin kwa sauti kuu, kwa zamu. Yusuf akafungua Kitabu cha Mungu na kuanza kurusharusha kidogo kurasa moja baada ya nyengine. Hamid alikuwa anamkodolea macho.

'Ndo ina maana hata hufahamu Ya Sin ipo wapi?' akauliza.

'Sikuwahi kuhitimu,' Yusuf alisema. Sikuhitimu. 'Sidhani kama n'taweza kuisoma.'

'Una maana gani? Hujui kusoma?' Hamid alisema, kwa mshtuko na mshangao. Akanyanyuka na kuanza kurudi kinyumanyuma huku akisogea mbali kidogo na Yusuf, sio kwa woga lakini kama vile analiepa jambo la balaa na ovu.

'Maskini! Maskini wee mtoto! Hii si sawa! Hivi hawajakufundisha kusoma katika nyumba ile? Watu wa aina gani wale?'

Yusuf akashusha pumzi kwa nguvu, aibu ya kutofaulu na fedheha zimemjaa. Yeye pia alinyanyuka, akjihisi mnyonge zaidi pale alipokuwa amechutama sakafuni. Alikuwa na njaa na amechoka na alitamani laiti asingekuwa na haja ya kupitia matukio ambayo alijua yatafuata. Lakini ajabu, hakukuwa na woga kwa aibu yake hiyo kama vile alivyohofia pale awali.

'Maimuna!' Hamid alipiga mayowe akimwita mkewe utadhani ana maumivu makali. Yusuf alikuwa ameanza kuwaza kwamba Hamid naye pia alikuwa anaihisi saumu na labda angekaa chini na kuzungumza kwa utulivu kuhusu masomo na majukumu. Lakini ghafla alipiga mayowe, kama mtu aliyepagawa. 'Maimuna! Njoo, njoo hapa! Yallah! Njoo haraka.'

Maimuna alikuwa bado anajitanda mtandio wakati alipotoka nje, macho yake yalikuwa na wasiwasi kutokana na mwito wa sauti ya Hamid. Pia macho yake yalikuwa yenye utando kutokana na usingizi.

'Kimwana, mtoto hajui kusoma Koran!' Hamid alisema, akigeuka na kumtizama kwa mfadhaisho. 'Hana baba wala mama, na hata hajui kabisaaa neno la Mwenyezi Mungu!'

Wakamhoji vilivyo, kama vile walikuwa wamemkamia kwa muda mrefu. Yeye wala hakujaribu kuficha chochote. Bibie alisemaje kuhusu jambo hilo? Alikuwa anaonekana vipi? Hakujua jinsi alivyoonekana, hajawahi kumwona. Kwani hakusemekana kwamba alikuwa mcha mungu? Yeye hajawahi kusikia hilo. Kwani Tajiri hakumlazimisha kwenda msikitini?"

'Hapana, Tajiri hakuhusika naye kabisa, alimwacha peke yake kufanya kazi dukani. Je, hakufikiria kwamba bila ya sala angerudi kwa Mola akiwa uchi kabisa? Hapana, hakufikiria hivyo, wala hakutilia maanani Mola wake. Na bila neno la Mola, angesali vipi? Hakuwa akisali isipokuwa Ijumaa tu walipokwenda mjini. Biashara gani chafu hii! Na jinsi vilio vyao vya uchungu vilivyopaa na kuenea kote ndivyo watoto wao nao pia waliovyotoka nje kuja kushuhudia tukio: Asha aliyekuwa mkubwa alikuwa na miaka kumi na mbili, alikuwa mnenemnene na mchangamfu kama baba yake; Ali, mtoto wa kiume alikuwa na nywele za mawimbi na rangi ya kung'ara kama mama yake; na yule mdogo Suda, alikuwa kilizi na akimng'ang'ania dada yake. Wote walijumuika na kuisikitikia aibu yake. Maimuna alinyanyua mkono wake na kuuweka kwenye paji la uso kama vile kuusitisha mshtuko. Hamid akatikisa kichwa kwa huruma. 'Maskini mtoto! Maskini mtoto! Umeleta huzuni nyumbani kwetu,' alisema. 'Nani angaliweza kufikiria mambo kama haya?'

'Usijilaumu,' Maimuna akasema, kwa sauti ya kuhuzunika. 'Tungejuaje sisi?'

'Usihisi vibaya,' Hamid akamwambia Yusuf, wakati mkasa ule wa kutisha ulipofikia kilele. 'Si kosa lako. Mola angetuona sisi kama wenye makosa kwa sababu hatukuhakikisha kwamba wewe umeso-meshwa. Umekuwa nasi kwa miezi kadha…'

'Lakini vipi Ami yako aliweza kukuacha katika hali hiyo kwa miaka yote hiyo?' Maimuna aliuliza, akitarajia kugawana lawama.

Kwanza kabisa yeye si ami yangu, Yusuf aliwaza kimoyomoyo, akimkumbuka Khalil na huku akijitahidi kutokuonyesha tabasamu lake. Alitamani laiti angaliweza kujiondokea, kuwaacha na masiki-tiko yao, lakini unyonge wake ulimbakisha hapohapo alipo. Alihisi karaha kutokana na tabia yao ya kujifanya kushtuka na kutishika. Kwake ilionekana kama kituko cha dhihaka walichokikuza kwa makusudi.

'Je unajua kwamba sisi watu wa maeneo ya mwambao tunaji-nasibu kuwa ni waungwana?' Hamid aliuliza. 'Je, unajua hiyo ina maana gani?'

'Hii maana kwamba ni watu watukufu. Hivyo ndivyo tunavyo-jiita, hususan hapa miongoni mwa mazimwi na washenzi. Na, je, kwa nini sisi tunajiita hivyo? Ni Mola tu anayetutunukia haki hiyo. Sisi ni watukufu kwa sababu sisi tunajisabilia kwa Muumba wetu, na tunafahamu na kufuata yale ambayo tunawajibika kuyatenda kwa ajili yake. Na kama huwezi kusoma neno lake au kufuata sheria yake, basi wewe ni sawa sawa na hawa wanaoabudu majabali na miti. Umemzidia kidogo tu mnyama hayawani.'

'Ndiyo,' alisema Yusuf, akinywea baada ya kuwasikia watoto wakicheka.

'Je, umeshafikia miaka kumi na tano?' Hamid akauliza kwa sauti ya utulivu.

'Kumi na sita nilitimia mwezi wa Rajab uliopita. Kabla hatujak-wenda milimani,' alisema Yusuf.

'Kama hivyo basi hakuna muda wa kupoteza. Mbele ya Mwenyezi Mungu, wewe sasa ni mtu mzima, na unawajibika kufuata sheria zake kikamilifu,' Hamid alisema huku akijizatiti katika jukumu lake la kumwongoza katika imani. Alifunga macho yake na kuomba du'a huku akinong'ona. 'Watoto, hebu mtizameni. Jifunzeni kutokana na vile anavyoonekana kwetu,' alitamka mwisho, huku akielekeza mkono wake kwa Yusuf. 'Ng'oa magugu, ninakuomba. Jifunze kutokana na mfano wangu mbaya.'

'Mwache aende Madrassa akajifunze Koran na Watoto,' Maimuna alisema kwa ukali, huku akimkodolea macho Hamid. 'Huna haja ya kumwandama kama vile ameua mtu.'

2

Ndivyo hivyo walivyomshikisha adabu. Kwa mwezi mzima wa Ramadhan, kila mchana, Yusuf alikwenda kwa maalim pamoja na watoto. Alikuwa ndiye mwanafunzi mkubwa kuliko wote na watoto wengine wote walimtania kwa ushabiki uliokaribia wazimu. Ilikuwa kama vile waliwajibika kutenda hivyo, na ilikuwa ndio wajibu wao kumdhihaki. Maalim ambaye alikuwa ndiye imam wa msikiti pekee wa mji huo, alimwonyesha heshima na huruma. Yusuf alijifunza kwa haraka sana, huku akijitahidi kujisomea nyumbani kila siku.

Mwanzoni aibu ndiyo iliyomsukuma kusoma, lakini baadaye akaanza kufurahia uwezo wake uliozidi kukua. Maalim alimtia moyo kwa nguvu kama vile alitarajia kwamba angemudu vilivyo. Yusuf alikwenda msikitini kila siku, na kumsujudia na kumsabilia Mola ambaye alimuasi kwa muda mrefu. Imam alimtuma kumfanyia kazi ndogondogo mbele ya waumini wengine, akionyesha kumwamini kwa kumpa idhini ya kuonyesha uwezo wake. Alimtuma kwenda kuchukua kitabu cha kuwasomea waumini, au kumletea tasbih au chetezo. Mara nyingine alimtupia maswali Yusuf, ili kumpa moyo na kuonyesha mambo mapya aliyojifunza. Kuna mara moja alim-wambia apande juu ya paa na kuadhini.

Mwanzoni Hamid alifurahia na kuwaeleza watu wengine jinsi yeye alivyomrejesha katika imani ikiwa jambo kama la miujiza hivi. Na aliamini kwamba Mwenyezi Mungu aliyaona mema yote ambayo yeye na mke wake waliyafanya kumnusuru mtoto na maovu. Hata mfungo wa Ramadhan ulivyomalizika, Yusuf hakupunguza hamasa yake. Ndani ya miezi miwili aliweza kuhitimu Koran yote kuanzia mwanzo hadi mwisho, na alikuwa tayari kuirudia tena upya. Yusuf alimsindikiza Imam kwenye maziko ili kumsaidia na pia kwenye shughuli ya kuzaliwa mtoto. Yusuf alipuuza shughuli za nyumbani na dukani ili aende chuoni na msikitini, na usiku aliendelea kusoma kwa makini vitabu alivyopewa na imam. Baada ya kipindi fulani Hamid akaanza kuwa na wasiwasi na uchamungu huu mpya. Alihisi sasa huo umekuwa kama wazimu mbaya uliomng'ang'ania. Hakukuwa na haja ya kufuatilia mambo haya kiasi hicho.

Kwa kumwamini, alimweleza mawazo yake Kalasinga ambaye akija kumtembelea mara kwa mara. Kalasinga alikuwa na fikra tofauti. 'Mwache kijana apate maadili atakayoweza kuyapata,' alisema. 'Hisia kama hizi hazidumu kwa muda mrefu sana. Baada ya muda, dunia inatutamanisha kufanya dhambi na uchafu. Hata hivyo dini ni kitu kizuri, kisafi na chenye ukweli. Wewe huwezi kujua mambo haya ya kiroho, lakini sisi watu wa mashariki ni mabingwa. Wewe ni Mfanyabiashara mmoja mpumbavu unayesujudu mara tano kwa siku na unayejiua kwa njaa kwa mwezi mzima wa Ramadhan.

Huelewi taamuli au miujiza au mambo kama hayo. Ni vyema kwamba yeye angalau anafikiria kuna mambo ya maana zaidi ambayo ajishughulishe nayo maishani. Tena ni zaidi ya magunia ya mchele na makapu ya matunda ingawa inasikitisha kwamba anazingatia mambo yanayohusika na Allah tu.'

'Lakini ni mzigo mkubwa kwa mtoto, au la?' alisema Hamid huku akipuuza kauli ya uchokozi ya Kalasinga.

'Huyu si mtoto mdogo hivyo,' alisema Kalasinga. 'Yeye ni karibu mtu mzima. Unataka kumdekeza, enh. Tena jinsi alivyokuwa mzuri, mara moja unaweza kumfanya mtu wa kulegezwa.'

'Ni mtoto anayependeza,' Hamid alikubali baada ya muda. 'Lakini ni dume. Na unajua hajishughulishi kabisa na maumbile yake. Mtu yeyote akijaribu kumsifia uzuri wake, hujiondokea au kuyabadili maongezi. Hana uovu! Hata hivyo ulikuwa unaeleza nini vile kuhusu dini na maadili? Ikiwa mimi sijui mambo kama hayo, unafikiri nyani aliyejipaka mafuta kama wewe ndiye atakayeweza kujua? Nyinyi mnaabudu masokwe na ng'ombe na kueleza hadithi za kitoto jinsi dunia ilivyoumbwa. Nyinyi hamna tofauti na makafiri waliotuzunguka. Ninakuhurumia mara nyingine Kalasinga, hasa nikifikiria utupu wako wa nyuma uliojaa nywele ukichachatika katika moto wa jahanam siku ya kiama.'

'Mimi nitakuwa Peponi nikikaza kila kitakachoweza kukazika mbele yangu, Allah-wallah, wakati Mola wenu wa jangwani akiwatesa kwa madhambi yenu,' Kalasinga alijibu kwa uchangamfu. 'Kwa yule Mola wenu takriban kila kitu ni dhambi. Hata hivyo, huyu kijana anataka kujifunza tu. Amechoka kubanwa katika huu uwanja wako usio na mbele wala nyuma. Kama ana ubongo katika kichwa chake basi umeshakuwa tepwetepwe hivi sasa. Kazi yako kubwa ni kumwambia akae hapa kusikiliza hadithi zako za uongo au kukusanya mashelisheli kwa ajili ya kuuza. Hata nyani atakimbilia dini kuliko mateso ya aina hiyo. Mlete kwangu na nitamsomesha kusoma herufi za kizungu na pia nitamfundisha umakenika. Angalau atapata ujuzi wa kumsaidia kuliko kuuza duka.'

Hamid alifanya kadri alivyoweza kumkurupusha Yusuf kwa kazi, na hata akafufua mpango wa kulima bustani uwani lakini pia alim- welezea kuhusu ahadi ya Kalasinga ya kumpa nafasi. Hivi ndivyo ilivyotokea kwa Yusuf kuanza kwenda kufanya shughuli katika karakana ya Kalasinga akiwa amekaa juu ya matairi makukuu huku ameweka ubao mapajani mwake akijifunza kusoma na kuandika kirumi. Asubuhi alifanya kazi yake nyumbani, mchana alikwenda kwa Kalasinga na magharibi msikitini ambapo alikaa hadi sala ya Ishaa. Alifurahia maisha yake haya mapya ambayo yalijaa mihan- gaiko mingi. Lakini baada ya wiki chache, alianza kusema uongo kuhusu msikiti ilhali akikaa zaidi kwa Kalasinga. Wakati huo aliweza kuandika polepole juu ya ubao na kusoma kitabu alichopewa na Kalasinga, japokuwa maneno hakuyafahamu na hivyo hayaku- leta maana yoyote kwake. Alijifunza vitu vingi pia. Jinsi ya kuweza kubadili matairi na kuosha magari. Jinsi ya kubadili betri na kuondosha kutu. Kalasinga alimwelezea siri za injini ya gari naye Yusuf aliweza kujifunza machache kuhusu hiyo ingawa alikuwa na furaha zaidi alipomwangalia akitanzua misokotano ya mabomba na makomeo yaliyomwezesha kufufua gari. Alisikia habari za Bara Hindi ambako Kalasinga hakutembelea muda wa miaka mingi lakini alikuwa na ndoto ya kurejea. Na Afrika ya Kusini ambako aliishi utotoni mwake. *Huko Kusini ni kama nyumba ya vichaa. Mawazo mengi ya njozi za uovu yametokea huko. Ngoja nikuambie kitu kuhusu wale Makaburu wanaharamu. Ni wendawazimu. Sikusudii kwamba ni kama wanyama pori tu na wakatili, lakini ni waovu kikamilifu hasa. Jua kali limegeuza akili zao za Kidachi kuwa mrenda.* Yusuf alisaidia kusukuma magari na kujifunza kutengeneza chai katika kopo kukuu juu ya jiko la stovu aina ya Primus. Alitumwa kwenda madukani kununua vipuri vya gari na kila aliporejea alimkuta Kalasinga katumia wasaa huo kuupiga mtungi. Wakati akiwa amefurahi, Kalasinga alimhadithia habari za watakatifu na vita na miungu ya mahaba, na masanamu ya mashujaa na waovu wenye masharubu. Wakati huu wote, Yusuf huwa amekaa juu ya sanduku akishangilia. Kalasinga mwenyewe alizicheza tamthilia hizi, wakati mwingine alimwita Yusuf ashiriki kama mtoto wa mfalme lakini aliye kimya au kama vile mwenye hatia aliyejaa woga. Mara nyingi Kalasinga alishindwa kuvikumbuka kwa kina vituko vingi muhimu, na hivyo alivibadili na kuvipotosha vikawa kama vichekesho.

Wakati wa magharibi, Yusuf alikaa kwenye barza pamoja na Hamid na marafiki wowote au wageni waliokuja. Alihitajika kuwepo pale, kuwahudumia kahawa na kuleta bilauri za maji, na mara nyengine huwa ndiye anayefanyiwa maskhara. Walikaa juu ya mikeka, wakiizunguka taa ya kandili iliyopo sakafuni. Usiku ukiwa baridi sana milimani au inaponyesha, alileta mablanketi kwa ajili ya wageni. Yusuf ambaye alikaa kando kidogo kutokana na umri wake na pia hali yake, alisikiliza mikasa ya Mrima na Bagamoyo, na kisiwa cha Mafia na Lamu, na Ajemi na Shams, na maeneo ya ajabu kadha wa kadha. Kuna wakati walishusha sauti zao na kukaribiana, na kumfukuza Yusuf kila akikaribia karibu sana. Na hapo tena aliona macho ya wasikilizaji yakipanuka kwa msisimuko na mshangao, na mwishoni nyuso zao zilijaa vicheko walivyoangua.

Usiku mmoja kuna mtu mmoja alikuja kutoka Mombasa na akawa nao pale. Aliwaeleza kuhusu ami yake aliyerudi hivi karibuni kutoka nchi ya Urusi baada ya miaka kumi na tano. Hakuna mtu aliyewahi kuwasikia hapo awali watu wa nchi hiyo. Alikwenda kule kumtumikia afisa wa Kijerumani ambaye alikuwa akifanya kazi katika kituo cha Witu, hadi pale Waingereza walipowafuru- musha Wajerumani kutoka hapo. Huyo afisa alirudi Ulaya kama mwana diplomasia wa ubalozi wa nchi yake huko katika mji wa Petersburg nchi ya Urusi. Hadithi alizozitoa huyo Mfanyabiashara kuhusu ami yake hazikusadikika. Katika mji huo wa Petersburg, jua liling'aa hadi usiku wa manane, alisema. Na ilipokuwa baridi, maji yote yaliganda kama theluji. Theluji iliyotanda juu ya mito na maziwa ilikuwa nzito kiasi ambacho mtu angeweza kuendesha gari la mkokoteni lililosheheni mzigo mzito juu ya hiyo theluji. Upepo ulivuma kwa mfululizo, na mara nyengine ulipiga kama dhoruba za ghafla za theluji na mawe. Wakati wa usiku mtu aliweza kusikia sauti za mazimwi na majinni kwenye huo upepo. Walifanya sauti zao zisikike kama vile za wanawake au watoto wakiwa katika mateso.

Yeyote aliyejaribu kwenda kuwasaidia, hakurudi tena. Nyakati za barafu kali, hata bahari iliganda, na mbwa pori pamoja na mbwa mwitu walizagaa mijini kuvuruga na kushambulia chochote wali-chokikuta chenye maisha, watu, farasi au chochote kile. Warusi hawakustaarabika, sio kama Wajerumani, ami yake alisema. Siku moja katika safari zao katika nchi hizi, waliingia mji mmoja mdogo na kukuta kila mwanadamu aliyepo pale – mwanamme, mwanamke na mtoto – amelewa chakari. Sikufanyieni maskhara, kama wafu duniani. Ushenzi wao ulimfanya ami yake ashuku kwamba yeye alikuwa katika nchi ya Gogu na Magogu, ambayo inapakana na nchi za Kiislam. Lakini hata katika hili, kulikuwa na jambo la kushan-gaza likimsubiri, labda mshangao mkubwa kuliko yote. Watu wengi waliokuwa wakiishi katika nchi ya Urusi walikuwa Waislam! Katika kila mji! Tartari, Kirgisi, Uzbeki! Nani kawahi kusikia majina haya? Mshangao wa ami yake ulikuwa sawa na ule wa watu wa pale barazani. Wao pia hawakuwahi kusikia mtu mweusi wa Afrika kuwa ni Mwislam.

Mashallah! Walipata mshangao wa furaha, wakamshikilia Mfany-ibiashara wa Mombasa awape undani zaidi. Tena pia, ami yake alitembelea mji wa Bukhara, na Tashkent na Herat. Hii ni miji ya zamani ambapo wakaazi wake walijenga misikiti mizuri isiyokuwa na kifani na bustani kama pepo iliyopo duniani. Alilala katika bustani nzuri kupita kipimo huko Herat, na usiku alisikia muziki mtamu uliokamilika, kiasi cha kukaribia kumchanganya fikra zake. Ilikuwa majira ya kupukutika kwa majani na maua meupe yenye kiini cha manjano yalikuwa yamechanua kila mahali. Na kwenye shamba la mizabibu, zabibu zilizokomaa zilikuwa tayari kuvunwa. Zabibu hizo zilikuwa tamu ajabu, huwezi kuamini kwamba zilimea kwenye ardhi. Ardhi iliyokuwa safi kabisa na iliyong'aa kiasi ambacho hakuna watu waliougua au kuzeeka.

Unatupa mikasa, watu walipiga kelele za mshangao. Haiwezekani kwamba nchi kama hizo zipo duniani.

Ni kweli, Mfanyabiashara alisema.

Hivi inaweza kuwa kweli? Waliuliza, huku wakitamani kuamini. Unatudhihaki tu kwa hadithi. Unatuchanganya akili zetu kwa hadithi za kitoto.

Na hata mimi nilimwambia hivyo hivyo ami yangu, Mfanyabiashara alijibu. Ingawa kwa heshima zaidi. Vipi hadithi kama hizi zinaweza kuwa kweli?

Je, ami yako alisemaje? Walimwuliza.

Alisema, ninakuapia ni kweli.

Kwa hivyo ni kweli zipo sehemu kama hizi, waliwaza huku wakizitamani.

Baadaye kwenye safari yao, walivuka bahari iliyotisha ya Kaspian yenye mawimbi makubwa, alieleza Mfanyabiashara. Upande mwengine aliona chemchem za mafuta meusi yakitoka kwa kasi kutoka ardhini. Kulikuwa na milingoti ya chuma ndani ya maji, ambayo ilisimama majini. Hii ilifanana na washika doria katika ufalme wa shetani. Mapovu yalizagaa angani kama milango mikuu ya cheche. Kutoka pale alisafiri milimani na mabondeni hadi kufika katika nchi ambayo ilikuwa na uzuri ambao hakupata kuona katika safari zake zote, hata kupita Herat. Nchi hii ilijaa viunga na bustani na vijito vidogovidogo vyenye maji yaliyokwenda kasi na kulikuwa na wenyeji wenye ilmu na ustaarabu. Hulka yao iliwasukuma kuwa na shauku ya kupenda vita na njama. Hivyo hakukuwa na amani katika nchi zao.

Nchi hii iliitwaje? walimwuliza.

Mfanyabiashara akasita kwa muda mrefu. 'Kaskas,' alisema hatimaye huku akisitasita. Baadaye ami yake aliteremka kwenye nchi ya Shams na moja kwa moja akarudi Mombasa, alisema kwa haraka kabla mtu yeyote hajawahi kumdadisi kuhusu majina mengine.

3

Yusuf aliwaeleza watoto zile hadithi alizosikia alipokuwa na watu wazima wakati wa magharibi. Walikuja chumbani kwake walipokuwa wameshachoka na michezo yao na walichakura kama walivyotaka. Tangu alipolazimishwa kwenda na watoto huko madrassa ya imam walimzowea kama mwenzao. Hapo awali alifurahia kuwa na faragha ya chumba chake mwenyewe, lakini upweke wake ulipozidi, alijihisi kama vile yuko jela.

Wakati kama huu alimkumbuka sana Khalil na muda waliokuwa pamoja.

Mara nyengine watoto walipigana juu ya mkeka wake, na walipiga makelele huku wakishangilia kwa furaha au mara nyengine walijitupa juu ya Yusuf katika michezo ya vita vyao vya uongouongo. Ilikuwa Asha aliyemhimiza atoe hadithi huku akimtizama usoni kwa umakini uliokusudiwa pale alipozungumza. Wengine walijiegesha naye au kumshika mikono, lakini Asha alikaa kando ili aweze kumwona vizuri. Pindipo aliitwa, alisisitiza asiendelee na hadithi hadi atakaporejea. Mchana mmoja, Asha alikuja peke yake ili kuisikia hadithi aliyokuwa hajaimalizia siku iliyopita kwa vile alipata dharura kuondoka. Aliketi juu ya mkeka huku akimkabili na kusikiliza kwa utulivu.

'Husemi kweli,' alitoa kilio wakati alipomaliza huku akiwa na machozi machoni mwake. Yusuf alijikuta amechanganyikiwa kutokana na hilo, hakujibu kitu. Asha akamkaribia na ghafla akampiga begani. Yeye pia alimvuta kwa nguvu, akitarajia Asha angepigana naye na kujipindapinda ili kujitoa, kama vile watoto wenzake wafanyavyo. Lakini badili yake alijitupa kilaini mikononi mwake. Akajisogeza kwake zaidi huku akishusha pumzi ndefu. Yusuf akalihisi joto la pumzi yake kwenye kifua chake. Khofu yake ilipopungua, aliuhisi mwili wake uliokuwa umejaajaa ukijilegeza pia, na walijilaza pamoja kwa dakika kadhaa. Alihisi mwili wake unasisimka na akaona haya kwamba labda Asha angetambua hivyo.

'Mtu atatokea,' alisema mwishoni.

Hapo tena Asha aliruka mbali na yeye na akacheka. Yusuf akajiwazia, huyu alikuwa ni mtoto tu. Jambo kama hilo halikuwahi kumwingia Asha akilini. Nani angemfikiria vibaya? Walimtarajia yeye kuwachunga watoto, na huyu Asha ni mmoja wa watoto. Hivyo basi akamfungulia mikono yake tena na akaja kujilaza ndani ya mikono yake huku akitoa sauti iliyojaa furaha.

'Niambie tena kuhusu zile bustani katika ule mji,' alisema Asha.

'Mji gani?' aliuliza, huku akiogopa kusogea.

'Kule ambako muziki ulipaa usiku' akasema, akicheka ingawa macho yake yalimtizama kwa kina kama yaliyomkumbatia. Akajinyonganyonga pembeni yake na kuufanya mwili wa Yusuf usisimke tena.

'Herat,' alisema. 'Usiku bustanini msafiri alisikia sauti ya mwanamke akiimba na ikamjaza hisia za furaha.'

'Kwa nini?' aliuliza.

'Sijui. Labda kwa sababu sauti yake ilikuwa nzuri. Au pengine hakuzoea sauti ya mwanamke katika nyimbo.'

'Jina lake lilikuwa nani?'

'Mfanyabiashara,' alisema.

'Hilo si jina. Niambie jina lake,' alisema, huku akijigusisha kwake na huku yeye akilipapasa bega lake lililokuwa laini na lililojaajaa.

'Jina lake lilikuwa Abdulrazak,' alisema. 'Haikuwa hasa huyo ami aliyesema maneno hayo. Ami alikuwa anamnukuu mshairi aliyewahi kuishi Herat karne nyingi zilizopita na aliyeandika beti kuelezea uzuri wake.'

'Umejuaje?'

'Kwa sababu mpwa wake alisema.'

'Kwa nini tuna akina ami tele?' aliuliza.

'Sio ami zetu,' alisema, huku akicheka na kumkumbatia zaidi karibu naye.

'Je, utakuwa Mfanyabiashara?' aliuliza huku sauti yake ikitangulia kupaa kabla ya kuangua vicheko vilivyofanya kelele.

Kila alipokuja pale peke yake alijilaza mikononi mwake namna hiyo, naye alimshika kimyakimya mwanzoni, akiogopa kunyanyuka ghafla au kumgusa kwa namna ambavyo angalitishika. Harufu yake nono ya samli ilimkerehesha kidogo, lakini hakuweza kujizuia kuugusa mwili wake uliojaa joto laini pale ulipogusana na mwili wake. Asha alibusu mikono yake wakati amejilaza pembeni yake, na mara nyingine alifyonza ncha za vidole vyake. Yusuf alinyanyua miguu yake ili asione namna gani alivyomsisimua. Lakini hakuwa na hakika kama aliona au alifahamu walichokuwa wanafanya. Katika muda wa masaa mengi ya kimya alipokuwa mwenyewe Yusuf alijichukia, na alipata khofu ya kile ambacho kitamtokea pale watakapogundulika. Alikariri njia mbali mbali za kumsitisha asimtembelee lakini hakufikia ujabari wa kumwambia chochote.

Ni Maimuna aliyeanza kutia wasiwasi. Asha aling'ang'ania kuwafukuza kaka zake chumbani kwa Yusuf, na wao walikwenda kunung'unika kwa mama yao. Akawaendea mara moja na kumfurumusha Asha nje. Hakumwambia kitu Yusuf lakini alimtizama kwa macho ya hasira kwa muda mrefu, huku amesimama mlangoni kwake. Ucheshi wake kwake ukapungua, na akawa mwangalifu kila alipowakaribia watoto. Asha alikuwa hanyanyui macho yake alipokutana naye na hakuingia tena chumbani kwake. Hamid alimhitajia zaidi kuwa naye lakini yeye hakuonyesha kukereka naye kama vile Maimuna alivyokereka. Yusuf alijiuliza nini hasa alichoambiwa Hamid, ingawa kutokana na jinsi alivyokuwa akimfanyia tashtiti, alikisia kwa woga kwamba mawazo ya ndoa yalishajengeka.

4

Haukupita muda na kama vile walivyokubaliana, mwaka mmoja baada ya safari yake iliyopita, Ami Aziz aliwasili na msafara wake mpya. Huu ulikuwa msafara mkubwa zaidi ukilinganisha na ule wa mwaka uliopita. Wapagazi na walinzi sasa walifikia arobaini na tano. Sio wengi sana ukilinganisha na misafara mikubwa ya karne iliyopita ambayo ilikuwa kama vijiji vilivyokuwa safarini pamoja na wana wa mfalme wenye hadhi ya kawaida. Lakini hata hivyo huu ulikuwa mzigo wa kutosha kwa Mfanyabiashara. Ili kuweza kupata wapagazi wengi kufuatana naye, ilimbidi Ami Aziz aweke rehani sehemu ya faida yake kwa wafanyabiashara wengine. Walibeba shehena kubwa ya biashara, na Ami Aziz alilazimika kukopa fedha nyingi sana kutoka kwa wakopeshaji wa Kihindi waliopo mwambao, jambo ambalo halikuwa kawaida yake. Walikuwa na vyombo mbalimbali vya vyuma: majembe na mashoka kutoka Bara Hindi, visu vya Kimarekani na kufuli za Kijerumani. Nguo za aina mbalimbali: kaliko, kaniki, marekani, bafta, melimeli, kikoi. Pia vifungo, shanga, vioo na vipambo vidogo vidogo vya thamani ambavyo hutumika kwa kutoa zawadi. Hamid alipouona mlolongo wa msafara na alipo-sikia kuhusu wakopeshaji, alipata mafua makali.

Macho yake yalirowa na hapo hapo pua yake iliziba kama vile amepata maradhi ya pua ya ghafla.

Kichwa chake kiligonga na kutoa kila kitu kichwani isipokuwa kishindo kama mwangwi. Yeye alikuwa bado mshiriki mmoja wapo mwenye hisa katika biashara, na pindipo ikishindwa, basi mali yake na bidhaa zitanyang'anywa na wakopeshaji.

Mohammed Abdalla alikuwa bado kiongozi wa msafara. Bega lake la kulia lilikuwa bado halijapona vizuri, pamoja na kwamba liliwekwa sawa kwa nguvu zote na mganga maarufu. Maumivu yalimzuwia kuizungusha bakora yake kwa maringo yake ya kawaida, na kutokana na hali hiyo mwendo wake ulipoteza kitisho cha mbwembwe za maringo yake. Kule kupinda kwa kichwa chake kuelekea mbele na mabega yake kurudi nyuma kulimwonyesha kama vile mtu anayejikuza na hivyo akawa kama kiroja. Hapo awali jeuri yake ilionekana kama uovu wa makusudi aliomfanyia yeyote, lakini sasa ilijionyesha wazi kwamba majivuno yale yalitokana na kutaka utanashati. Pia hata namna ya kuongea kwake ilibadilika kidogo, alikuwa kama vile ana uzito fulani na mara nyengine alionekana kama vile ameshughulika na mengine. Ami Aziz alizungumza naye kwa utaratibu na ilhali hapo awali hakumjali na akimpuuza tu na kumwacha aendelee na kazi zake.

Kuongezeka kwa wapagazi kulimaanisha kwamba sasa ilimbidi Mohammed Abdalla aajiri Mnyapara wa kumsaidia. Huyo Mnyapara alikuwa mtu mrefu na shupavu kutoka Morogoro na aliitwa Mwene. Hakuwa mtu wa mazungumzo pale mwanzoni alipojiunga na msafara. Wasifu wake wa ukali ulimpatia jina la Simba Mwene, na aliwaangalia kwa hasira huku akiwanyemelea watu kuwadhihirishia kustahili jina lake. Safari hii Yusuf alikuwa anaenda kwenye msafara huu. Ami Aziz mwenyewe aliongea naye, akiwa amejaa bashasha na tabasamu, na alimwambia anahitaji kuwa na mtu ambaye anamwamini. 'Wewe sasa umeshakua mkubwa haifai kubaki hapa,' alisema. 'Utajitumbukiza kwenye migogoro tu na kujiingiza katika makundi ya ovyo. Ninahitaji mtu mwenye akili timamu kulinda maslahi yangu.' Yusuf alichanganyikiwa na sifa alizopewa, lakini alibaini kwamba Hamid alipendekeza wamchukue kwenye msafara huu. Aliwasikia wakimwongelea. Baadhi ya hayo maoengezi hakuyapata vizuri kwa sababu ya tabia ya Ami Aziz ya kuingiza lugha ya Kiarabu na jitihada za Hamid kufanya vivyo hivyo. Lakini alimsikia Hamid akimwambia Ami Aziz walipokuwa barazani kwamba yeye Yusuf alikuwa kijana mwenye wahka na mkorofi hivyo alihitaji kuyafahamu maisha.

'Mtoto mwenye wahka na mkorofi,' alirudia. 'Ama mchukue safarini au mtafutie mke. Ni mkubwa wa kutosha, miaka kumi na saba katimia mwezi uliopita. Na angalia jinsi alivyokuwa mkubwa sasa. Hakuna la kufanya hapa.'

Siku ya mkesha wa safari, dhoruba ilivuma. Ilianza na upepo mkali asubuhi ulioyasukuma mawingu ya vumbi na vichaka vikavu barabarani na katika maeneo ya wazi. Hata ilipofika mchana, vumbi lilikuwa nene la kutosha hata kuufanya mwanga wa jua kufifia na kufunika kila kitu hadi kukawa na tabaka la changarawe ya mchanga kwa juu.

Hapo ilipoingia alasiri, upepo ghafla ukapotea na kukawa kimya kabisa, ghasia kali zaidi zilifunikwa na mkusanyiko wa vumbi lililotulia. Walipojaribu kuzungumza, midomo yao ilijaa changarawe za mchanga. Upepo ulivuma tena na mara hii ulileta mvua kali ambayo ilipiga nyumba na miti na kumgonga yeyote ambaye bado alikuwapo nje.

Baada ya dakika chache tu mvua ilijituliza katika mapigo ya moja kwa moja yaliyokuwa makali na yaliyosita kusikika pale mti ulipovunjikavunjika au radi ya mbali ilipopiga. Wapagazi na bidhaa zilizagaa, na kutokana na kelele na vilio vya kushtua, inawezekana wengine waliumizwa. Wakati kote kulipokuwa kiza na ilikuwa bado ni mchana, wapagazi waliomboleza jina la Mola kwa huzuni na kumwomba Mwenyezi Mungu awahurumie, jambo lililomfanya Mohammed Abdalla apate ghadhabu kali.

'Kwa nini Mola awahurumie wanyama wajinga kama nyie?' alipiga kelele, maneno yake yakisikika na wale waliokuwa karibu naye.

'Ni dhoruba tu. Kwa nini mnafanya hivi? Eti aah ni nyoka kalimeza jua!' akafanya tashtiti, huku akitikisa kiuno kwa kuubeza mwendo wa kike. 'Toba, ni bahati mbaya! Mkosi unaashiria balaa! Yalaa njia yetu itaandamwa na mazimwi! Kwa nini msiimbe nyimbo ya kufurumusha uchawi mbaya? Au mkala unga wa kuchefua roho aliokupeni mganga? Hamjui maapizo yoyote? Kwa nini msichinje mbuzi na kupiga ramli? Nyinyi mmezoea mambo ya mazimwi na ushirikina. Na mnajiita watu wa heshima, halafu mnajiona hasa. Haya sasa, endeleeni, tuimbieni nyimbo ya kufukuza nuksi.'

'Namwachia Mola,' Simba Mwene alisema kwa kelele. 'Hapa si kila mtu mwoga.'

Mohammed Abdalla alimkodolea macho kwa muda, huku akiwa amesimama ananyeshewa mvua. Ilikuwa kama vile alikuwa akiyachuja yale ambayo Simba Mwene aliyasema na jinsi yule alivyoonekana wakati anavyoyasema. Halafu akatabasamu kwa kebehi huku akitingisha kichwa kuonyesha kukubali. Mohammed Abdalla alionekana kama kawaida yake ya zamani wakati wa dhoruba, akipiga hatua kwa mabavu katika machafuko huku akiona raha. 'Haya, haya,' alisema huku akiwapigia makelele wapagazi. 'Kama hamtaki niwachape viboko kwa bakora yangu, basi tulieni kimya. Mwangalieni Seyyid. Yeye ndiye hasa mwenye vitu vya kupoteza kuliko nyinyi nyote. Nyinyi mpo tu na maisha yenu ya ovyo, hayana faida kwa mtu yeyote. Yeye ana mali zake na mali za watu wengine waliomwaminisha mali zao. Yeye anayafikiria maisha yenu na yake mwenyewe. Ana kipaji cha biashara ambacho Mola amempa. Ana nyumba nzuri ambayo atairudia baada ya safari. Ana yote haya ambayo yanaweza kupotea, lakini je mmewahi kumwona akihangaikahangaika kila mahala kama kuku anayetetea tayari kutaga? Mazimwi! Nitakupeni mazimwi mia moja na maafriti elfu moja kama hamjaacha hii zahma na kuanza kukusanya vifurushi na vifaa vyote. Haya!'

Mvua haikusita hadi usiku wa manane, ambapo nyumba zilikwishaanguka na wanyama walishachukuliwa na kuzama katika madimbwi makubwa yaliyokuwa yakitoa mapovu yaliyosababishwa na ukali wa dhoruba. Mapaa ya mabanda yalishapeperushwa na mshelisheli mmoja uliokuwa uwanjani ulikatika na kuanguka chini. Ilikuwa kama miujiza kwamba nyumba za njiwa hazikuharibika, Hamid alisema.

Taa za kandili uwani ziliendelea kuwashwa hadi alfajiri wakati wapagazi na walinzi wakijitahidi kuokoa walichoweza. Walipiga soga kwa furaha, na mara nyingine walifanyiana mzaha na walirushiana maneno yaliyojaa kebehi. Walionyesha mshtuko kwa uharibifu uliotokea pale walipokuwapo, lakini hawakuonyesha kusumbuliwa na mambo hayo.

Asubuhi wakati kila kitu kilipokuwa tayari, Ami Aziz akatoa ishara. 'Haya,' akasema. 'Tupelekeni huko bara,' Mnyapara akaongoza, akijiweka sawa pamoja na maumivu ya bega na huku akinyanyua kichwa chake kama kujinasib kwa majigambo ya hadhi yake. Ilikuwa taabu sana kwake kung'ang'ania kutaka aonekane kama alivyokuwa zamani, alitambua hilo, lakini aliomba du'a kwamba angeweza kuwatishia wahuni walioajiriwa na washenzi waliojaa vumbi ambao wangepishana nao njiani. Kama alama ya kuonyesha hadhi kuu ya msafara huu, kulikuwa na ngoma na siwa ambazo zilisindikizwa na wapuliza pembe wawili, hiki kilikuwa kikundi kidogo cha ngoma. Siwa ilianza kupigwa kwanza, muziki wake mrefu ulimfanya kila mtu akumbuke nyumbani, na baadaye wachezaji wengine walijiunga na kutumbuiza mioyo ya wasafiri huku wakipiga hatua kuingia ndani ya nchi.

Hamid alisimama kwenye baraza kuwaona wanavyoondoka, na alionekana mwoga na mwenye wasiwasi. Yusuf alifikiria jinsi Hussein alivyosema kwamba Hamid alijiingiza kwenye biashara ambayo hakuweza kuimudu, alijiuliza kama Hamid mwenyewe alikuwa akiwaza kwamba amejitosa nje ya uwezo wake. Yusuf alimuwaza yule mtawa kule milimani akiangalia kutoka huko juu na kutikisa kichwa chake kwa upumbavu wao. Watoto wa kiume wawili wa Hamid walisimama karibu naye lakini Asha wala Maimuna hawakukuwepo. Pia Kalasinga ambaye Yusuf alitarajia angekuja kuwaona wakiondoka, hakuwepo pia. Yusuf alikwenda kwake kumwambia kuhusu safari yao. Kalasinga aliimba kwa shauku kuhusu thamani ya kusafiri na akamjaza mawaidha ya kipekee. Usisahau kuweka mafuta katika sikio lako angalau mara moja kila wiki ili kuwazuia wadudu na funza wasitage mayai ndani ya masikio yako. Yusuf alimfikiria hadi dakika ya mwisho, akiendesha gari kuwafuata kwenye barabara ya matope na halafu kujirusha kutoka kwenye gari lake na kuwapigia saluti wakati wakipita. Kila wakati muhimu, Kalasinga hupiga saluti. Na labda alitumia busara kutokuja, Yusuf aliwaza alipokumbuka jinsi wapagazi walivyomfanyia tashtiti kwa vicheko kuhusu kilemba chake na ndevu zake zilizofumwa.

Hawakusafiri mbali siku ya kwanza ya safari, waliridhika kutoka nje ya mji tu. Wapagazi walinung'unika kuwa walichoka kutokana na usiku ule wa vurugu. Lakini Mohammed Abdalla aliwasukuma waendelee kutembea huku akiwapigia makelele na kuwatishia. Mchana walipiga kambi, ili kuangalia hali halisi ya mambo yao na kujitayarisha kwa yale yatakayokuja huko mbeleni. Dhoruba iliroweshha na kuilainisha ardhi, na hivyo palitutumka na kuvimba kwa majimaji ya mimea. Vichaka na miti ilimeremeta katika mwanga, na kutoka chini ya ardhi zilitoka sauti za nyufa zilizofichafichika na kufutukafutuka kwa haraka kama vile dunia yenyewe ilikuwa inaamka ili ianze maisha. Walipiga kambi karibu na ziwa dogo, ambapo ukingoni mwake kulivurugwa na nyayo za wanyama.

Mwanzoni Yusuf alijaribu kujificha miongoni mwa wapagazi, akijiweka mbali na Ami Aziz kwa sababu ambazo hakuzizingatia. Lakini tangu mwanzo Mohammed Abdalla alimtafuta na kumpeleka kwenye safu za nyuma kabisa ambapo Tajiri mwenyewe alimfurahia kwa kumgonga kidogo shingoni na kumpa tabasamu lililojaa furaha za kirafiki. Alitambua mara moja, kutokana na shughuli mbalimbali alizotumwa na Ami Aziz, kwamba hapa ndo hasa nafasi yake. Baada ya kusita mchana ule wa kwanza, yeye ndiye aliyehudumia mahitaji ya Tajiri mwenyewe. Alitandika mkeka na kumchotea maji, na akabaki karibu kungojea chakula kilichokuwa kinatayarishwa. Ilionekana kama vile Ami Aziz hakujali vuguvugu la msafara, na macho yake yalikuwa yakiangalia kwa utulivu mandhari ya nchi, kama vile kila taswira ya mandhari ilijiweka kwa ajili ya uchunguzi wake.

Pale tu kambi ilipotulia, Mnyapara alikuja kujumuika na Ami Aziz, huku akiwa amekaa juu ya mkeka akimkabili. 'Ukitizama nchi hii,' Ami Aziz alisema, huku akisitasita kuyatoa macho yake kwenye kutazama mandhari, 'yanakujaa matamanio safi na yenye mwanga. Unaweza kutamani kufikiri kwamba wenyeji wake hawayajui magonjwa wala kuzeeka. Na siku zao zimeridhika kwa furaha na kutafuta busara.'

Mohammed Abdalla akachekelea. 'Kama kuna pepo duniani, basi ipo hapa, ipo hapa, ipo hapa,' akaimba kwa dhihaka, na kumfanya Ami Aziz atabasamu.

Mara wakaanza kuzungumza kwa Kiarabu, huku mikono yao ikielekeza njia za kuchukua na huku wakijadiliana ubora wa kuchukua barabara fulani. Yusuf alizungukazunguka humo kambini akipita kwenye mizigo iliyopangwa vizuri na makundi ya watu walioota moto huku wakiwa na virago vyao karibu nao. Katika kipindi kifupi tangu walipofika hapo, kambi ilichukua sura ya kijiji kidogo. Baadhi ya watu walimwita Yusuf wakimkaribisha chai au wakimkaribisha ajiunge nao kwa mambo yaliyokosa nidhamu. Mkusanyiko mkubwa kuliko wote ulikuwa umemzunguka Simba Mwene, ambaye alijiegesha katika magunia wakati wengine wote walimsogelea ili kusikia hadithi zake kuhusu Wajerumani. Aliwazungumzia Wajerumani kwa kuwahusudu kutokana na ukakamavu wao wa kikatili na tabia yao ya kutokubali suluhu. Kila uasi uliadhibiwa, hata kama mkosaji angaliomba msamaha au angaliahidi kujirekibisha, alisema.

'Kwetu sisi, mkosaji akionyesha majuto inakuwa vigumu kumwadhibu, hususan kama adhabu yenyewe ni kali sana. Watu watakuja kumwombea na kumtetea, na sisi sote huwa tunao wale wanaotupenda ambao watahuzunika. Lakini kwa Wajerumani, ni tofauti. Kila adhabu ikizidi kuwa nzito au kali, basi yeye huzidi kushikilia na kutokuwa na msamaha. Na adhabu yake daima huwa kali sana. Nadhani wanapenda sana kutoa adhabu. Almradi ameamua hukumu yako, basi unaweza kuendelea kuomba usamehewe hadi ulimi wako uvimbe, lakini Mjerumani atakukabili, uso wake mkavu na bila ya aibu. Akikuchoka, utajua huna jingine lolote la kufanya isipokuwa kuikubali adhabu uliyopewa. Ndivyo hivyo wanavyoweza kufanya mambo yote tunayowaona wakifanya. Hawaruhusu jambo lolote kuwayumbisha.'

Giza lilipozidi kuwa zito, hewa ilijaa mingurumo na mayowe ya wanyama waliokuja kando kando ya maji ili kutafuta chakula na kunywa maji. Yusuf alishindwa kulala, akisumbuliwa na woga na hisia za kukosa raha. Ilistaajabisha kwamba walikuwa hapo kando ya mlima uliovuma baridi usiku wa manane huku wanyama wenye njaa wakinguruma na kulia karibu yao. Halafu kila mtu alilala isipokuwa walinzi waliojikinga nyuma ya magunia ya bidhaa. Pengine hao watu wala hawakulala, Yusuf aliwaza. Pengine walikuwa wamejinyoosha na hamasa zao kimyakimya.

5

Maumbile ya mandhari yalibadilika kila siku jinsi walipoendelea kuteremka kutoka mlimani. Vitongoji vilizidi kuwa vichache kila nchi ilivyoendelea kuzidi kuwa na ukame. Baada ya siku kadhaa, walijikuta wameshateremka chini na kufikia eneo la uwanda na msururu wao ulitifua mawingu ya vumbi na mchanga kila walipopiga hatua kusonga mbele. Vichaka vidogo vilivyosambaa na kuota mbali na vyengine, vilichukua umbile la vifundofundo vilivyojisokota utadhani uhai ni kitu kigumu kilicholeta usumbufu. Nyimbo na ari za wapagazi pia zilififia jinsi walivyoanza kutafakari nchi ngumu inayowakabili. Walipata nguvu walivyoona makundi makubwa ya wanyama kwa mbali, na wakaanza kubishana miongoni mwao, hao walikuwa ni aina gani ya wanyama. Tumbo lake Yusuf liligeuka jepesi kama maji na mwili wake ulimpa machovu na homa. Miba ilichanachana magoti na mikono yake na mwili wote ulikuwa umeumwa na wadudu. Alishangaa jinsi gani kiumbe chochote kingaliweza kuwa hai katika nchi ngumu kama hii. Usiku vilio vya wanyama vilimshtua usingizini na kumpa jinamizi. Mara nyingi asubuhi alikuwa hana uhakika kama kweli alikuwa amelala usiku au alijilaza huku akiwa macho na akitishika kwa woga. Hata hivyo walikutana na watu na mlolongo wa vitongoji mbugani. Watu wenyewe walionekana wenye miili iliyokauka kama vichaka, na kila umbile la mwili wao limenyooka kwa kukonda kutokana na kuishi kwa kutumia mahitaji ya lazima tu. Ami Aziz alitoa amri kwamba kila kitongoji walichokipita lazima watoe zawadi ndogo ili kujenga urafiki na kuweza kupata taarifa.

Yusuf alianza kuelewa kwa nini Ami Aziz aliitwa Seyyid. Pamoja na matatizo yote hayo, aliweza kuonekana kuwa ni mtu asiyekuwa na wasiwasi, alisali mara tano kwa wakati uliotakiwa, na takriban kila wakati alionekana mtu mwenye bashasha asiyeingiliana na yeyote. Ikitokea kwa yeye kukunja uso basi itakuwa kwa sababu ya uchelewaji, au alisimama imara kama aliyekereka wakati akisubiri jambo liwekwe sawa. Hakuwa mtu wa kusemasema hasa, isipokuwa kuzungumza na Mohammed Abdalla tu, ambaye alikuwa akikutana naye mwisho wa siku kwa mazungumzo marefu baada ya safari ya siku nzima. Lakini Yusuf alihisi alikuwa anafahamu kila kitu cha maana kilichotokea safarini. Mara kwa mara Yusuf alimwona akichekelea kimoyomoyo wakati akiangalia mikasa ya wapagazi, na wakati mmoja baada ya sala ya maghrib, Ami Aziz alimwita Yusuf mkekani kwake na kumwekea mkono begani. Alimwuliza, 'Je, huwa unamkumbuka baba yako?' Yusuf hakuwa na jibu. Ami Aziz alingoja kidogo na hatimaye akatabasamu huku akiuwaza ukimya wa Yusuf.

Mnyapara alihakikisha kwamba alikuwa bega kwa bega na Yusuf. Alimwita wakati wowote alipoona kuna kitu chochote ambacho Yusuf angestahili kukiona na kumfahamisha hila na vishawishi vya nchi wanayopita. Wapagazi walimwambia Yusuf kwamba Mnyapara atakupiga miti kabla safari haijafika mbali. 'Anakuhusudu, lakini nani hangeweza kumhusudu mtoto mzuri kama wewe? Mama yako lazima alipitiwa na malaika.'

'Umejipatia mume, mtoto mzuri!' Simba Mwene alisema huku akiangua kicheko na kumsanifu kwa kuonyesha uso wa mapenzi ili kulifurahisha kundi lote. 'Na sisi tuliobakia, tutafanyaje? Wewe ni mzuri mno kwa lile dubwana. Njoo kwangu usiku ili kunikanda na nitakuonyesha nini hasa mahaba.' Ilikuwa mara ya kwanza kwa Simba Mwene kumsemesha namna hiyo, na Yusuf alikunja uso kwa mshangao.

Simba Mwene alikuwa maarufu miongoni mwa wapagazi na walinzi, na kila mara kulikuwa na kikundi kidogo kilichomzunguka. Naibu wake alikuwa mtu mmoja mfupi aliyejaajaa na aliyeitwa Nyundo. Yeye ndiye aliyekuwa mpambe wake kwa kuongoza vicheko na kumjazia sifa pia kumfuata Simba Mwene kila alipoweza. Wakati Mohammed Abdalla na Simba Mwene waliposimama pamoja, Nyundo alikwepa macho ya Mnyapara na kumfanyia tashtiti ili kuwafanya wapagazi wamcheke. Halafu huwakazia macho wale ambao hawakuchangamkia vichekesho vyake. Yusuf alijua kwamba Mohammed Abdalla alikuwa akimwangalia Simba Mwene na kumsemea kwa Ami Aziz. Yusuf alitarajiwa kuwa nao wakati walipokaa kwenye mkeka wakati wa mkutano wao wa jioni ingawa alijaribu kuwakwepa kila alipoweza ili akasikilize hadithi wanazohadithiana wapagazi. Ilimkera Mohammed Abdalla kwamba Yusuf hakuwa anafahamu kuzungumza Kiarabu, ingawa alimtafsiria kwa mukhtasari kile kilichokuwa muhimu katika mazungumzo yao.

'Mwangalie vizuri yule mwenye mdomo wa kupayuka' alimwambia Yusuf siku moja wakati wa jioni, huku akimwangalia Simba Mwene na kundi lake la makelele. 'Nina fimbo moja ya miba ya kumsokomezea na itamfanya afurukute ikiwa anaanza kupata kiburi. Aliua mtu na ndio maana yupo kwenye msafara. Inambidi apate amana ya kutosha ili aweze kulipa fidia kwa watu aliowaumiza. Bila ya hivyo atajiteketeza mwenyewe Mola akipenda. Ilikuwa kutokana na kauli yangu mimi ndipo alipoweza kupewa nafasi hii ili kujikomboa. Vinginevyo wale ndugu wa yule mtu aliyemwua, wangempeleka kwa Wajerumani ili kulipa kisasi. Na Wajerumani wangemnyonga papo hapo, kabla hata hawajamtemea mate. Wajerumani wanapenda vitu kama hivi. Ukiwapelekea tu mwuaji, macho yao yanang'aa kwa furaha za kutayarisha kitanzi. Alinijia na hadithi yake hii na nilikubali kumchukua. Sasa mwangalie vizuri. Nina wasiwasi na huyu Simba Mwene. Macho yake yamejaa chuki na wendawazimu. Anatafuta matatizo tu na inaonekana kama ana njaa au hamu ya kutenda mambo maovu. Ni kama vile ana shauku kubwa ya kuleta maumivu. Msafara huu utakiondoa hicho kiherehere chake. Hakuna kitu kikubwa kama kuwa miongoni mwa washenzi kwa miezi michache ili kugundua udhaifu wa mwanaadamu.'

Pia Mohammed Abdalla alimfahamisha kuhusu biashara waliyokuwa wanaifanya. 'Hilo ndilo jambo ambalo tunawajibika nalo hapa duniani,' Mohammed Abdalla alisema. 'Kufanya biashara.' Tunakwenda katika majangwa makavu sana na misitu yenye kiza kikubwa, na hatujali kama tunafanya biashara na mfalme au mshenzi, au kama tunaishi au tunakufa. Hayo yote ni sawa kwetu. Utaona baadhi ya maeneo ambamo tunapita, watu bado hawajayaona maisha kutokana na kukosa biashara, wao huishi kama wadudu waliopooza. Hakuna watu mahiri zaidi kuliko wafanyabiashara, na hakuna shughuli ya hadhi zaidi kuliko hiyo. Ndio inayotupa maisha.

Alielezea kwamba bidhaa za biashara hasa ni nguo na chuma. Aina zote za nguo kama kaniki, marekani na bafta. Almradi yoyote kati ya hizo ni afadhali kuliko ngozi ya mbuzi iliyovunda ambayo wenyewe washenzi walivaa wakati wakiwa wenyewe tu. Na hiyo ni pindipo wangevaa chochote kwani Mola kawaumba washenzi kutokuwa na aibu, na hivyo waumini huweza kuwatambua na kutatua jinsi gani ya kuwasaidia. Upande huu wa ziwa, soko lilikuwa limefurika na nguo, japokuwa kulikuwa na mahitaji zaidi ya chuma, hususan miongoni mwa wakulima. Mahali ambapo bidhaa zilikuwa zikielekea hasa ilikuwa ni kwenye kikomo cha msafara wao, yaani upande wa pili wa ziwa, sehemu za Manyema, maeneo totoro kabisa yaliyokuwa kiza na yamejaa kijani. Kule, nguo ilibakia kuwa njia rasmi ya kubadilishana bidhaa. Mshenzi hakufanya biashara kwa kutumia pesa. Angefanyia nini pesa? Pia katika msafara wao walikuwa na nguo, sindano za kushonea, majembe na visu, tumbaku na baruti zilizofichwa vizuri pamoja na risasi na marisau ambazo walibeba kama zawadi kwa masultani wakorofi. 'Pindipo yote yakishindikana, basi zawadi ya baruti na marsau hufanikiwa,' alisema Mnyapara.

Mwelekeo wao ulikuwa hasa kusini magharibi hadi ziwani, nchi ambayo wafanyabiashara waliifahamu vyema lakini ilikwisha kuwa tayari ndani ya himaya ya Wazungu. Hao mbwa wala hawakuwa wengi hapo, na hivyo wenyeji waliishi kama walivyopenda ingawa walifahamu fika kwamba Wazungu wangetokeza siku yoyote. 'Bila shaka hawa Wazungu ni watu wa kusifika,' alisema Mohammed Abdalla huku akimwangalia Ami Aziz kwa uthibitisho.

'Mwamini Mwenyezi Mungu,' alijibu Mfanyabiashara kwa utulivu huku macho yake yaling'ara kwa tabasamu ya kebehi kutokana na chuku aliyoiongezea Mnyapara.

'Mikasa tunayoisikia kuhusu watu hao! Vita walivyoendeshwa huko kusini, mapanga yao membamba na marefu na bunduki za uhakika wanazounda. Tunaambiwa wanaweza kula madini kama vile chuma na wana nguvu ya himaya juu ya nchi, lakini mambo haya mimi siyaamini. Na kama kweli wanaweza kula madini ya chuma, inakuwaje wanashindwa kutula sisi na dunia nzima? Meli zao zimesafiri na kuvuka bahari zote zinazojulikana, na mara nyengine husemekana kuwa na ukubwa sawa na mji mdogo. Je, Seyyid, umeshawahi kuona moja ya meli zao? Mimi niliiona moja huko Mombasa miaka mingi iliyopita. Nani aliwafundisha kufanya mambo haya? Nasikia nyumba zao zimejengwa na sakafu za marumaru zinazong'aa na kutoa kimulimuli kiasi ambacho mwanadamu unaweza kuhisi bora upandishe kikoi chako juu kidogo ili kisije kikaroa. Hata hivyo wenyewe wanaonekana kama mijusi iliyokondeana yenye nywele rangi ya dhahabu, kama wanawake vile au kama utani usiofaa hivi. Mara ya kwanza nilipomwona mmoja wao, alikuwa ameketi kitini chini ya mti katikati ya pori. Nikaomba du'a kwa Mola kimoyomoyo, nikiamini shetani kanisimamia. Baada ya muda nikatanabahi kwamba kile kiumbe cha kutisha kilikuwa mmoja wa wale waharibifu maarufu wa mataifa.'

'Je aliongea?' aliuliza Yusuf.

'Sio kwa kauli inayoeleweka kwa mwanadamu,' alisema Mohammed Abdalla. 'Labda alinguruma hivi. Niliona moshi ukitoka mdomoni mwake. Inawezekana kabisa kwamba hawa ni majini, kwani Mola aliwaumba kutokana na moto.'

Yusuf alifahamu kwamba Mnyapara alikuwa anamfanyia tashtiti na pia aliona tabasamu katika midomo ya Ami Aziz. 'Kama majinni walijenga mapiramidi kwa nini washindwe kujenga meli zilizokuwa kubwa kama miji?' Mfanyabiashara aliuliza.

'Lakini nani anaweza kujua kwa nini wamekuja hadi huku?' alisema Mohammed Abdalla. 'Utadhani ardhi yenyewe ilipasuka na kuwatema nje. Labda wakishamalizana na wanayotaka kutufanyia sisi, ardhi itafunguka tena na kuwameza na kuwarejesha nchini kwao upande wa pili wa dunia.'

'Mohammed Abdalla, sasa unaanza kuzungumza kama Bi. kizee,' Mfanyabiashara alisema, huku akijinyoosha juu ya mkeka na kujitayarisha kulala. 'Wao wapo hapa kwa mintaraf hiyohiyo iliyotuleta mimi na wewe hapa.'

6

Kila walipoweza, walipiga kambi karibu na vitongoji vya watu, ili kuweza kubadilishana bidhaa kwa chakula badala ya kutumia akiba yao ya chakula. Jinsi walivyozidi kuingia ndani zaidi ya nchi, ilibidi wagharimie zaidi kwa ajili ya unga na nyama. Siku ya nane ya safari yao walipiga kambi karibu na kichaka cha miti. Kwa mara ya kwanza tangu walipoanza safari yao, amri ilitolewa wajenge boma kwani waliogopa wanyama pori. Wapagazi walinung'unika na kupinga, kama kawaida yao kila wanapopewa kazi ifikapo mwisho wa siku katika safari yao. Walisema kichaka kilikuwa kimejaa nyoka. Simba Mwene huku ameshika panga mkononi, alikata kinjia kwenye kichaka kilichokamatana na kuwafanya wote waone haya na kuanza kukata pori pia. Walifyeka pori na kukusanya matawi waliyoyakata na kujenga uwa kiasi cha futi nne kwenda juu. Sasa walikuwa wana-karibia kuingia kijiji cha Mkata katika njia panda ya kuelekea kwenye mto ambao ulikuwa mbele yao kidogo. Mfanyabiashara alikuwa kasikia minong'ono kuhusu msafara fulani uliovamiwa na wanakijiji karibu na mto kwa hivyo alitaka kujiepusha na madhara yoyote. Asubuhi aliwapeleka watu wawili kutangulia mbele ya msafara na zawadi kwa ajili ya sultani wa Mkata. Mfanyabiashara alimkabili mzee wa Kijiji na kumwita sultani huku akizungumza naye kwa heshima.

Zawadi zake za nguo sita na majembe mawili zilirejeshwa na ujumbe kwamba sultani wa Mkata alitaka bidhaa zote walizokuwa nazo akabidhiwe yeye.

Baadaye yeye mwenyewe atachagua anachokitaka kwa hadhi yake hasa kama zawadi hizo zinatolewa kwa ajili ya kupewa msaada wa ruhusa ya kupitia nchini kwake. Ami Aziz alicheka kusikia madai ya sultani, akamwongezea mara mbili. Wakati huu, msafara ulikuwa umesimama kiasi cha nusu maili hadi kufika kijijini na watoto waliokuwa wadadisi walianza kuwachungulia huku wakiwa mbali. Wajumbe walirejea na kauli ya sultani wa Mkata kwamba bado hajaridhika. Aliwaambia yeye ni mtu maskini na asingependa kulazimika kuchukua hatua ambayo baadaye angeijutia. Ami Aziz akaongeza zawadi maradufu. 'Mwambieni sultani kwamba sisi sote maskini,' alisema. 'Lakini akumbuke viumbe wote waliopo Akhera ni masikini pia, wakati viumbe wengi waliokuwa Jahanam wana tamaa.'

Siku nzima ilipita hivi hivi katika kubadilishana ujumbe baina yao hadi hapo heshima na ulafi ziliporidhiana. Ilikuwa jioni walipofika mtoni, na walipokuwa wamesimama katika uwanja wazi kando ya mto, walimwona mwanamke aliyekuwa ndani ya maji akishambuliwa na mamba. Wanakijiji na wasafiri walikimbilia pale palipokuwa na mapambano huku maji yakitoa povu, lakini wapi hawakuweza kumwokoa huyo mwanamke. Wanakijiji walilia na kuomboleza. Waliingia kandokando ya ufukwe wa mto katika maji ya kina kifupi huku wakiashiria kwa ghadhabu mikono yao upande wa pili wa mto ambapo alielekea mamba. Jamaa zake walijitupa katika maji huku wakiwa na huzuni na ilibidi wavutwe na wenzao ili kuwaondosha. Wengine waliangalia maji wakihofia kuja kwa mamba wengine.

Ulikuwa ni mto mpana lakini wenye kina kifupi hapo Mkata. Ufukwe wake mpana wa matope ulivutia makundi ya wanyama na ndege. Usiku kucha walisikia mayowe na kelele vichakani. Baadhi ya wapagazi walitishana kwa kujifanya kulia kama vile wamevamiwa. Sultani wa Mkata alichinja mbuzi wawili na kumwalika Mfanyabiashara aje na wenzake kula naye.

Alikuwa mwenye majonzi kwa muda wote walipokuwa wanakula pamoja na hakujisumbua kuonyesha hisia zozote za ukarimu. Yeye alijilia tu kile alichokitaka na kuwaacha wageni wake wale kama wanataka. Sultani alikuwa mwenye umbo jembamba na nywele za mvi zilizokatwa fupifupi. Macho yake yalitokeza mishipa na yalionekana mekundu katika mwanga wa moto. Aliongea kwa Kiswahili lakini kwa shida na lafudhi ambayo ililleta utata. Ila Yusuf aliweza kuelewa mengi aliyoyasema hususan alipomsikiliza kwa utulivu. 'Mmekuja na janga,' alisema sultani. 'Mwanamke aliye-chukuliwa na mnyama hii leo alikuwa amelindwa dhidi ya maji na mamba. Haijawahi kutokea kabla kwa mtu kama yeye kuweza kuchu-kuliwa, haijapata kutokea katika miaka yote niliyoishi. Na sijawahi kusikia tukio kama hilo kutokea kabla ya wakati wetu.' Aliendelea kuzungumzia jambo hilo la huyo mwanamke bila ya kusita, huku macho yake yakiwakodolea katika ule mwanga uliopotea na kurudi tena na tena. Hakuna hata mwanakijiji mmoja aliyezungumza nao, ingawa sauti zao ziliweza kusikika kwa chinichini huku zikipaa na kushuka kutoka kandokando ya moto uliokuwa ukiwaka. Yusuf alimwona Ami Aziz akimkaribia sultani kwa unyenyekevu wakati sultani alipozungumza. Na mara kwa mara Ami Aziz alitingisha kichwa kwa huzuni kama vile kuonyesha anakubaliana naye. 'Watu wengi wamepita hapa ili kuvuka na kuelekea upande wa pili,' sultani aliendelea kueleza. 'Lakini ni nyinyi tu mliotuletea janga hili. Na kama hamtoliondoa hilo janga mnapoondoka, maisha yetu yatak-wenda mrama bila ya sababu yoyote.'

'Mwamini Mola,' Mfanyabiashara alisema kwa utaratibu.

'Itabidi tuangalie nini cha kufanya kesho ili kuirejesha hali ya zamani ambayo mmeiharibu,' sultani aliwaambia huku akiwaruhusu waondoke.

'Mshenzi mwanaharam mwenye kinyaa!' alisema Mohammed Abdalla. Wabebaji wa mwenge wawili walimulika njia na kila mmoja alichukua tahadhari. 'Wekeni akili zenu timamu au sivyo mtajikuta mshapoteza *zub* zenu kabla usiku haujaisha. Mwenyeji wetu mwema anataka kutoa kafara kwa pepo zake zilizojaa kinyaa, na pengine amepanga kukutoeni uume wenu na kuwatupia mamba usiku wa manane. Mola atulinde na majanga haya.'

'Nani ajuae kama hii siyo dawa bora kuliko yoyote?' Ami Aziz alimwambia Yusuf baadaye, huku akitabasamu kwa kuona jinsi alivyochangamkia hiyo kufuru.

Usiku ule Yusuf aliota kwamba alitembelewa tena na lile jinamizi lake la jibwa kubwa. Hilo jibwa lilizungumza naye wazi kabisa, huku likifungua domo lake refu na likilikenua na kumtolea meno yake ya manjano. Halafu likajitanua miguu ikiwa juu, tumbo wazi huku likitafuta siri zake mwendani.

Alfajiri kambi yao iliripuka kwa vilio na mingurumo ya watu waliovunjika moyo, baada ya kugundua kwamba fisi walikuwa wamemshambulia mmoja wa wapagazi waliokuwa wamelala. Walikuwa wamekula sehemu kubwa ya uso wake. Damu na majimaji mazito yaliyoteleza yalikuwa yakitoka kwenye sehemu iliyosalia. Huyo majeruhi alijitupa kama kichaa akiwa na maumivu makali yasiyofikirika. Watu kutoka kila sehemu walimkimbilia kumwona, miongoni mwao wakiwemo watoto waliojipenyeza miongoni mwa watu ili waweze kujionea kwa karibu. Na hata sultani alikuja kush-uhudia, na baadaye alisimama kando kwa dakika chache kabla ya kurudi tena na kutangaza kwamba ameridhika. Kile ambacho kilikuwa kimenajisiwa kilikuwa sasa kimerekebishwa. Wanyama ndio walitumwa kuondoa janga ambalo lilikuwa limeletwa katika mji wao jana yake na huo msafara. Hivyo basi sasa msafara unaweza kuendelea na safari yao. Ila tu wangeshukuru kama wasingepita tena mjini kwao. Huku akimwangalia Yusuf, sultani alisema, inga-likuwa bora kama wangepewa huyo kijana. Huyu hasa ndiye anges-tahili kuwa mbadala wa yule mwanamke aliyepotea majini, alisema sultani. Kwani yule mwanamke tulimpenda sana.

Watu wawili walikaa na mpagazi aliyejeruhiwa, wakimshikilia huku wakilia, wakati msafara ulipokuwa ukivushwa mto na wanavi-jiji. Ulipowadia wakati wa kumpitisha majeruhi mtoni, sultani alikataa katakata kumruhusu aondoke. Mfanyabiashara alimpa zawadi za kila aina lakini sultani hakuridhika. Majeruhi alikuwa ni wa kwao tu. Nchi ilikuwa imewazawadia huyo majeruhi.

Huyo majeruhi alikufa ghafla wakati wa mchana, huku akikoroma. Donda lake lilikuwa limefunikwa na rojo lililovuja kutoka kwenye ubongo wake. Walimzika haraka sana katika maeneo nje ya kijiji.

Ilikuwa ni eneo ambalo walizika watu wao wasiotakiwa au marehemu waovu, alisema sultani. Wale ambao hawakutaka roho zao zilizozururazurura ziingie maishani mwao. Wakati wasafiri wa mwisho walipokuwa wakivuka mto, kiza ilishaanza kuingia, sultani na wanavijiji walijikusanya chini ya mti ufukweni mwa mto huku wakiwaharakisha waondoke. Macho ya viboko na mamba yalishakuwa tayari yanaangaza huku yakijiegesha majini. Kelele za ndege pori zilisikika kutoka upande wa pili wa ufukwe wa mto ambao sasa ulikuwa umegubikwa na kivuli.

Usiku huo lindo liliongezwa kwa kuwekwa walinzi zaidi na moto mkubwa uliwashwa ili kuwapa watu ujasiri. Mfanyabiashara alikaa juu ya mkeka wake kwa muda mrefu huku akimsalia na kumwombea du'a yule waliyempoteza. Kutokana na kitabu cha Koran kidogo alichokitoa kutoka kwenye sanduku lake, alisoma Ya Sin kwa ajili ya marehemu huku akipata mwanga kutoka kwenye taa iliyowekwa kwenye tawi la mti. Mnyapara na Simba Mwene waliwazungukia wapagazi huku wakisema nao kwa lugha kali mara kwa mara na kujaribu kuwaondolea woga. Yusuf alikwenda kulala mara moja, lakini ndoto zilimrudia kumsumbua. Mara mbili aliamka akiweweseka, na akajaribu kuangaza kizani kuona kama kulikuwa na mtu yeyote aliyemwona. Msafara ulikuwa tayari kuondoka mwanga ulipochomoza tu, na huku Mnyapara akiwapigia makelele wachunge akili zao. 'Je, nyoka alikuuma jana usiku?' alimnong'oneza Yusuf. 'Au ulikuwa unapata ndoto mbaya? Kazana, kijana. Wewe si mtoto tena.'

Yusuf alipokuwa anamsaidia Ami Aziz kujitayarisha kwa safari, Mfanyabiashara alimsimamisha na kikohozi kidogo. 'Ulisumbuliwa tena jana usiku,' alisema. 'Je, maneno ya sultani yalikutia wasiwasi?'

Yusuf alipigwa butwaa na kukaa kimya. 'Tena! Nilisumbuliwa tena!' alihisi kama amegundulika katika udhaifu wake usiokuwa na tiba. Je, hivi wote wanajua kuhusu mijibwa na hayawani na viumbe wasiokuwa na maumbile waliokuwa wakija kumtoa roho usiku? Labda alikuwa akilialia mara kwa mara na pengine wote wakimcheka.

'Mwamini Mola,' Mfanyabiashara alisema. 'Kakutunukia.'

Upande wa pili wa mto, ardhi ilikuwa ya rutuba na watu walikuwa wengi zaidi. Mandhari iliyoonekana kijani iliwachangamsha mwanzoni. Vichaka vilitikisika na kutingishwa na ndege. Nyimbo za hao ndege zilikuwa na sauti kali na ziliendelea kupasua hewa hadi nyakati za ubaridi baridi wa siku. Miti mikongwe iliwagubika, na kuruhusu mwanga mwembamba tu upenye na kuvifikia vivuli vya vichaka huko chini. Lakini hivyo vichaka vilivyotoa mng'aro vilificha mimea ya kutambaa yenye miba miba na vilikuwa vimeshonana na mimea yenye sumu na vile vivuli vilivyovutia zaidi vilijaa nyoka. Wadudu waliwauma usiku na mchana. Nguo na miili yao iliraruliwa na miiba, na walipatwa na magonjwa ya ajabu. Na takriban kila siku ilibidi watoe tozo zilizozidi ukubwa kila kukicha kwa masultani ili wawaruhusu wapite. Kila alipoweza, Mfanyabiashara alijitoa kwenye majadiliano, huku akingoja kimya kama vile yeye ni mtu asiyehusika hivyo hataki kusemeshwa. Wakati huo Mohammed Abdalla na Simba Mwene waliendelea kubishana kuhusu viwango vya tozo au hongo gani ya kutoa ili waruhusiwe kupita. Mara nyingine ilionekana kama vile masultani walikuwa wakifurahia kuwachokoza tu mnyapara na msimamizi wake kwa makusudi ili kufikia mwafaka. Yusuf alihisi kama vile hawa watu walikuwa na hamu tu ya kuonyesha chuki yao dhidi ya wageni.

Mji wa Tayari ambao ulikuwa ndiyo sehemu yao ya kwanza waliyokusudia kuwasili, ulikuwa umbali wa siku kadhaa tu na watu hapa walifahamu vyema vurumai ambayo wangaliweza kuisababisha kutokana na kuwa machachari kwa kiasi fulani kwa wasafiri na hivyo walitarajia kulipwa vizuri kwa hizo huduma ambazo wangezitoa. Chakula kilijaa na kilipatikana kwa bei kubwa. Mfanyabiashara alinunua kuku na matunda kila baada ya siku, huku akifahamu vyema kwamba wapagazi wangeweza kuwaibia wanavijiji kama wangalikosa mahitaji yao, jambo ambalo lingepelekea mabishano na vita.

Mashujaa wapiganaji kutoka upande mwengine wa mlima huvamia ili kupaka damu mikuki yao na simi zao, na kuteka mifugo na wanawake. Siku ya saba ya safari yao tangu kutoka kwenye mto, waliwasili kwenye kijiji ambacho kilikuwa kimevamiwa siku mbili zilizopita. Walihisi na kuona vurugu kabla ya kuwasili kijijini. Kulikuwa na mawingu ya moshi katikati ya siku, na ndege weusi walipiga misele angani. Walipokifikia hicho kijiji kilichoteketezwa, waliona majeruhi wachache na wengine waliokatwakatwa wame-songamana pamoja chini ya vivuli vya miti. Mapaa yote ya nyumba yalikuwa yameunguzwa. Waliopona walikuwa wakiomboleza vifo vya wapendwa wao, ambao wengi wao walikuwa wametekwa na wavamizi. Baadhi ya vijana wao wa kiume waliweza kukimbia wakati wa mashambulizi, huku wakiwachukua baadhi ya watoto. Nani angaliweza kujua kama wangaliweza kurejea? Yusuf hakuweza kumudu kutizama majeraha ya kushtusha na kutisha, ambayo sasa yalikuwa yamevimba kwa maradhi. Alitaka maisha yakome kwa kuona maumivu makali kama hayo. Hakuwahi kuona au kufikiria jambo kama hilo. Waliikuta miili imezagaa kila mahali, ndani ya vibanda vilivyounguzwa, karibu na vichaka, na chini ya miti.

Mohammed Abdalla alitaka waondoke kwa haraka iwezekanavyo kwa khofu ya magonjwa au hata labda kurudi kwa hao wavamizi. Simba Mwene alikwenda kwa Mfanyabishara kumwomba waweze kuzika maiti, huku akiwa amesimama karibu naye na kumfanya huyu arudi nyuma kidogo.

'Kwa hali waliyokuwa nayo, hawa waliobakia hawatoweza kuwazika wenzao,' Simba Mwene alisema.

'Waachie wanyama wawale,' Mohammed Abdalla alipiga kelele huku akishindwa kudhibiti hasira zake. 'Hii haituhusu sisi. Kwanza miili yote imeoza na ina uvundo na tayari imeshaliwa nusu yake…'

'Tusiwaache namna hii,' alisema Simba Mwene kwa sauti ya chini.

'Watatupa magonjwa tu,' alisema Mohammed Abdalla huku akimtizama Mfanyabiashara. 'Wacha jamaa zao waje na wafanye kazi hiyo ya karaha. Wamejificha tu vichakani. Wakirudi watatuurukia sisi na ushirikina wao na watatushutumu kwamba tumeichafua miili ya waliokufa. Hii imetuhusu nini?'

'Sisi ni ndugu zao, damu moja kutokana na Adam aliyetuzaa sisi sote,' alisema Simba Mwene. Mohammed Abdalla aliguna kwa mshangao lakini hakusema kitu.

'Kitu gani hasa kinachokusumbua?' Ami Aziz aliuliza.

'Kuwapa heshima waliokufa,' Simba Mwene alijibu huku akitoa jicho kali.

Mfanyabiashara alicheka. 'Sawa kabisa,' alisema. 'Wazikeni.'

'Mola anijaalie uharo wa fisi machoni mwangu!' Mnyapara alisema. 'Na Mola anikatekate vipande vidogo vidogo elfu moja kama wazo hili si potovu na lenye hatari! Lakini Seyyid, madhali haya ndo matakwa yako… lakini siwezi kufahamu ulazima wake.'

'Tangu lini umekuwa mwoga wa ushirikina Mohammed Abdalla?' Ami Aziz aliuliza kwa upole.

Mnyapara alimtupia jicho kwa haraka Mfanyabiashara, jicho la huzuni.

'Haya basi fanyeni haraka,' alimwambia Simba Mwene. 'Na sio tena mambo ya hatari au kujifanya wababe. Hawa ni washenzi ambao hufanyiana hivi kila mara. Na hatukuja hapa kujifanya malaika.'

'Yusuf nenda nao ukaone uovu na upumbavu uliokuwa ndani ya hulka ya bin-Adam,' alisema Ami Aziz.

Walichimba shimo fupi kandokando ya kijiji, wakiapiza kwamba bahati mbaya imeazimia kuwaleta pale kwenye shughuli hii ya kutisha. Wanavijiji waliwatizama jinsi walivyokuwa wanafanya kazi, na mara kwa mara walitema mate waliyoyaelekeza upande wa wachimbaji na kujifanya kama hawakukusudia kutoa kashfa yoyote. Ule wakati waliokuwa wanaukhofia uliwadia ambapo ilibidi kunyanyua miili iliyovunjika vunjika na kuitia katika shimo. Sauti za maombolezi za wanavijiji, sauti ambazo hazikuweza kutulizika, zilipanda wakati shimo lilipokuwa linafukiwa. Kazi ilipomalizika, Simba Mwene alisimama kando ya kaburi, akawatizama wanavijiji kwa chuki.

Lango la Cheche za Moto

1

Baada ya siku tatu, msafara ulifika kwenye mto kwenye viunga vya Tayari. Hata kutoka mbali, Yusuf aliweza kuona kwamba huo ulikuwa mji mkubwa. Watu walibwaga mizigo yao na kukimbilia mtoni huku wakipiga mayowe kwa furaha. Walirushiana maji na kurukiana kwa mzaha kama vile watoto wanavyopigana kiuongouongo. Wachache wao walikuwa waishie safari zao hapo na shauku zao za kujikomboa zilimwathiri kila mtu. Baada ya kujiburudisha na kukoga wapagazi walirudi kubeba mizigo yao huku wakitabasamu. Si muda mrefu kuanzia sasa! Mnyapara na Simba Mwene wakauzungukia msafara wakirekibisha mizigo na kuwaweka watu sawa kama ilivyopaswa. Mpiga ngoma na mpiga zumari wakaanza kutayarisha vyombo vyao huku wakitaniana kwa kujibizana. Na mpiga siwa alijibu kwa kupuliza kwa kishindo kikubwa. Upigaji wao ulizidi kunyooka jinsi walivyoweza kujiweka kwa nidhamu. Hivyo walivyokuwa wanaingia mjini, wasafiri waliweza kufuata mtindo uliokolea na kuingia kwa madoido. Wasio na kazi na wapita njia walisimama kandokando ya barabara kutizama. Baadhi yao waliwapungia na kuwapigia makofi huku wakishangilia kwa maneno yaliyoambatana na vigelegele. Ardhi ilikuwa kavu kama vile inangojea mvua. Ami Aziz akiwa nyuma ya msafara kama kawaida yake, hakusumbuka na watu waliosimama barabarani. Mara kwa mara alifunika pua yake kwa leso yake ili kujikinga na vumbi. Vumbi liliwagubika jinsi walivyoendelea kutembea pamoja wakiwa nyuma kabisa ya msafara, ndipo Ami Aziz alipozungumza na Yusuf.

'Tizama walivyofurahia,' alisema bila ya kutabasamu. 'Utadhani kundi la hayawani wanapokaribia maji. Sisi sote tupo hivyohivyo, kama vikaragosi hayawani waliopotoshwa kwa ujinga. Hivi nini hasa wamefurahia? Je unafahamu?'

Yusuf aliwaza kwamba anajua kwa sababu yeye mwenyewe alihisi kitu kama hicho, lakini hakusema. Baadaye walipopata nyumba ya kukodi, ambayo ilikuwa na uwanja ambapo watu wangeweza kulala na mizigo kuweza kulindwa, Ami Aziz alimwambia Yusuf, 'Hapo zamani nilipoanza kuja katika mji huu, ulikuwa unaendeshwa na Waarabu chini ya himaya ya sultani wa Zanzibar. Walikuwa ni Waomani, na kama siyo wao Waomani basi walikuwa watumishi wao. Hawa Waomani ni watu wenye vipaji. Watu wenye uwezo. Walikuja hapa kujijengea falme ndogo ndogo. Wametoka kote huko Zanzibar hadi hapa! Na wengine walikwenda mbali zaidi kwenye mapori mazito kupita Marungu kuelekea mto mkubwa. Na kule pia wakajijengea falme zao. Hata hivyo masafa hayakuwa kitu kwao. Katika uhai wao mwana wa Mfalme mtukufu alikuja kote huku kutoka Muscat ili awe mtawala wa Zanzibar, hivyo wakaona kwa nini isiwe na wao pia? Mfalme wao sultan Said alijitajirisha kutokana na matunda ya visiwa vile. Alijenga makasri na kujaza farasi na tausi na vinginevyo vyenye urembo vilivyonunuliwa duniani kote…kutoka India hadi Moroko, na kutoka Albania hadi Sofala. Aliagizia wanawake kutoka kote na alilipia gharama kubwa kwa ajili yao. Inasemekana alizaa nao watoto takriban mia moja. Hata mimi nitashangaa kama yeye kweli aliweza kujua idadi kamili. Hivi unaweza kufikiria hiyo bughudha ya kutunza umati kama huo? Bila ya shaka alikuwa na wasiwasi kuhusu wana wafalme wake ambao siku moja wangekuja na wao kudai haki yao ya kifalme. Yeye mwenyewe alihusika na vifo vya jamaa yake mmoja au pengine hata wawili. Kama sultani wao aliweza kuyafanya yote haya, na kutoshutumiwa kitu ila kutunukiwa hadhi kwa hilo, kwa nini wao pia wasistahili?

Mamwinyi waliofika hapa waliugawa mji katika wilaya zilizokuwa chini ya himaya ya mmoja au mwengine wao. Kwanza kulikuwa na Kanyenye, ambayo ilikuwa mali ya Mwarabu kwa jina la Muhina bin Seleman El-Urubi. Na sehemu ya pili ya mji iliyoitwa Bahareni ilikuwa ya Mwarabu aliyeitwa Said bin Ali. Na ya tatu ikiitwa Lufita, na hiyo ilikuwa mali ya Mwenye Mlenda, aliyetoka Mrima huko mwambao. Sehemu ya nne ikiitwa Mkowani, hiyo ya Mwarabu Said bin Habib Al-Afif. Na ya tano ni Bomani, na jina la Mwarabu lilikuwa Seti bin Juma. Ya sita ilikuwa Mbugani, na Mwarabu aliyeimiliki aliitwa Salim bin Ali. Na sehemu ya saba iliitwa Chemchem, na ilikuwa mali ya Mhindi kwa jina la Juma bin Dina. Sehemu ya nane ni N'gambo na jina la Mwarabu lilikuwa Muhammed bin Nassor. Na ya tisa ilikuwa Mbirani, na jina la Mwarabu lilikuwa Ali bin Sultan. Na sehemu ya kumi ilikuwa Malolo, ya Mwarabu akiitwa Rashid bin Salim. Na ya kumi na moja ilikuwa Kwihara, na mmiliki wake alikuwa Mwarabu akiitwa Abdalla bin Nasibu. Na sehemu ya kumi na mbili ilikuwa Gange, ya Mwarabu Thani bin Abdalla. Na ya kumi na tatu ilikuwa Miema, ilikuwa miliki ya mtu aliyewahi kuwa mtumwa wa Mwarabu na jina lake lilikuwa Farhani bin Othman. Na sehemu nyengine iliitwa Ituru, ya Mwarabu akiitwa Mohammed bin Juma, baba yake Hamed bin Muhammad, ambaye akiitwa pia Tippu Tip. Nadhani umewahi kumsikia.'

'Sasa kuna uvumi kwamba Wajerumani watajenga reli kote hadi kufika hapa. Ni wao hivi sasa wanaotunga sheria na kutawala, japokuwa imekuwa hivyo hasa tangu enzi za Amir Pasha na Prinzi. Lakini kabla ya kufika kwa Wajerumani, hakuna aliyeweza kusafiri kuelekea kwenye upande wa maziwa bila ya kupitia mji huu.'

Mfanyabiashara alingoja kuona kama Yusuf angesema jambo lolote, na aliponyamaza, hapo aliendelea. 'Wewe utawaza: imekuwaje Waarabu wengi namna hii wameweza kuwa hapa katika kipindi kifupi hivi? Walipoanza kuja hapa, kununua watumwa katika maeneo haya kulikuwa kama vile kuangua tunda mtini. Wao wenyewe walikuwa hawana haja ya kuwateka hao waathirika, ingawa kulikuwa na baadhi yao waliofanya hivyo kwa kujifurahisha tu. Kulikuwa na watu wa kutosha waliokuwa na shauku ya kuwauza binamu zao na jirani zao kwa kubadilishana na vipambo vyenye thamani ndogo.

Na masoko yalijaa tele, huko kusini na katika visiwa vya bahari kuu ambapo Wazungu walikuwa wanalimisha sukari. Arabuni na Uajemi na katika mashamba ya karafuu ya sultani huko Zanzibar, ilipatikana faida kubwa. Wafanyabiashara wa Kihindi waliwapa mikopo Waarabu kufanya biashara ya meno ya ndovu na watumwa. Hao kina Mukki wa Kihindi walikuwa wafanyabiashara. Waliko-pesha kwa biashara yoyote, almradi kulikuwa na faida ndani yake. Na hivyo ndivyo walivyofanya wageni wengine pia, ila waliwaka-bidhi mamukki wajibu wa kufanya hivyo kwa niaba yao. Hata hivyo Waarabu waliiba hizo pesa na walinunua watumwa kutoka kwa visultani vya kishenzi hapa jirani. Wakawafanya watumwa ili wawalimie mashamba yao na wawajengee nyumba nzuri za kuishi. Ndivyo hivi mji huu ulivyokua.'

'Sikiliza kile ambacho Ami yako anaeleza.' Alisema Mohammed Abdalla, ungedhani usikivu wa Yusuf ulikuwa ukitangatanga kwen-gineko. Alijiunga nao wakati Ami Aziz alipokuwa akitoa maelezo kwa Yusuf. Kujiingiza kwake katikati ya mazungumzo, kulisababisha kukatika kwa maongezi ya Mfanyabiashara. Huyu siyo ami yangu, aliwaza Yusuf.

'Kwa nini aliitwa Tippu Tip?' aliuliza Yusuf.

'Mimi sifahamu' alijibu Ami Aziz huku akionyesha kukanusha bila ya kujali.

'Hata hivyo wakati Mjerumani Amir Pasha alipokuja maeneo haya, alikwenda kuonana na sultani wa Tayari. Nimesahau jina la huyo sultani. Alifanywa kuwa sultani na Waarabu kwani alikuwa mtu ambaye wangaliweza kumdhibiti na kumyumbisha. Amir Pasha alimdharau kabisa huyo sultani na kumwonyesha chuki kwa makusudi ili kumchochea afanye vita. Hii ndo ilikuwa mbinu yao. Alimshurutisha sultani apepee bendera ya Kijerumani, pia aonyeshe utiifu kwa sultani wa Kijerumani na alimwamrisha akabidhi silaha zote pamoja na makombora aliyokuwa anayamiliki. Haya yote ni kwa sababu eti alikuwa na uhakika kwamba hizo zilikuwa zimeibwa kutoka kwa Wajerumani. Sultani wa Tayari alifanya chini juu kuepuka vita. Sultani wa Tayari alikuwa anapenda kupigana na daima alikuwa vitani na majirani zake. Waarabu waliokuwa wamefungamana naye walikuwa wakimwunga mkono pale tu ilipowastahili. Lakini kila mmoja wao alikuwa ameshasikia jinsi hawa Wazungu walivyopigana vita kwa ukatili bila huruma.

Sultani wa Tayari alipeperusha bendera ya Wajerumani kama alivyoamrishwa. Pia aliapa kuonyesha kuthibitisha utiifu wake kwa sultani wa Ujerumani na kupeleka zawadi na vyakula kambini kwa Amir Pasha. Lakini alisita kutoa bunduki. Kwa wakati huu alikuwa keshapoteza imani ya kuungwa mkono na Waarabu ambao walimhisi amewasaliti. Walimwona kama vile amejidhalilisha mno. Hivyo Amir Pasha alipoondoka, Waarabu wakaanza kufanya njama za kumwondoa.

'Hawakuhitaji kuweka subira kwa muda mrefu. Baada ya Amir Pasha alikuja Prinzi, amiri jeshi wa Kijerumani. Yeye alifanya vita hapohapo na kumwua sultani na watoto wake na watu wake wote aliowakuta. Hapo aliwadhibiti Waarabu na baadaye aliwafukuzia mbali. Huyo mgeni aliwabana sana Waarabu hata wakashindwa kabisa kuwalazimisha watumwa wao kuwalimia mashamba yao. Watumwa walijificha tu au walitoroka. Waarabu walikosa chakula na starehe zao na walikuwa hawana njia yoyote ila kuondoka. Baadhi yao walikwenda Ruemba, wengine Uganda na wengine walirudi kwa mfalme wao Zanzibar. Kabakia mmoja wa ajabuajabu hajui la kufanya. Sasa Wahindi ndo wamechukua hatamu, Wajerumani wakiwa ndo mabwana wakubwa wao na washenzi wamebaki kuonewa.'

'Usimwamini Mhindi!' Mohammed Abdalla alisema kwa ghadhabu. 'Atamwuza hata mama yake mzazi almradi kuna faida ndani. Tamaa kwa pesa haina mipaka. Ukimwona, huonekana mwoga na dhaifu, lakini atakwenda kokote na kufanya lolote kwa ajili ya pesa.'

Ami Aziz alitikisa kichwa chake kama kukana matamshi ya Mnyapara. Hii ilikuwa kumwonya Mnyapara kwa kutamka bila ya kutafakari. 'Mhindi anajua jinsi ya kuwa na mapatano na Mzungu. Sisi hatuna namna ila kufanya kazi naye.'

Hawakukaa sana pale Tayari. Mji ulikuwa na mizingile ya vicho-choro vyembamba vya kushangaza, vilivyoishia ghafla kwenye uwa za nyumba na maeneo ya wazi. Hewa iliyokuwemo kwenye vijia vya kiza ilitoa harufu ya mwandani na yenye uvundo, kama ile ya vyumba vilivyojaa watu. Michirizi ya maji machafu ilikuwa inachuruzika kutoka kwenye vizingiti vya majumba. Na usiku wakati wamelala ndani ya uwa wa nyumba waliyokodi, mende na panya waliwatam-balia huku wakitafunatafuna ngozi za vidole vya miguu yao iliyokuwa sugu. Pia walikuwa wakipasua magunia ya vyakula. Mnyapara aliajiri wapagazi wapya kuchukua nafasi ya wale waliokuwa wamemaliza mkataba wao na kubaki pale. Na baada ya siku chache, walianza tena safari yao. Walitumia wakati wao vizuri baada ya kuondoka Tayari. Mvua ya rasharasha iliwasukuma, ikiwafanya watu waimbe nyimbo wakati miili yao ikipigwa na ubaridi. Hata wale waliokuwa wanaaugua kutokana na machofu na uchakavu wa safari walijihisi wamepata nguvu mpya tena. Lakini kulikuwa na baadhi yao ambao maradhi yao yalikuwa yamewabana mno kiasi ambacho nyimbo na maskhara hazikuwasaidia kupunguza maumivu yao ya kukimbilia vichakani. Lakini wenzao walionyesha tabasamu ya masikitiko juu ya mayowe yao ya maumivu badala ya kujikalia kimya.

Baada ya siku chake, walijua wameshalikaribia ziwa. Mwanga mbele yao ulionekana mzito, ingawa kulikuwa na wepesi kwa chini kutokana na maji. Ile kuwaza tu kuhusu ziwa, kulimfanya kila mtu kuwa mwenye furaha. Katika vijiji na makaazi waliyopita, watu walisimama na tabasamu za matarajio ambazo walizi-kuza baada ya kuuona uchangamfu wao. Wengine walifurahia kutongoza wanawake vijijini, hata mmoja alijeruhiwa vibaya sana na kumlazimu Mfanyabiashara kuingilia kati kwa kutoa zawadi ili kurejesha mahusiano mema. Nyakati za magharibi baada ya kupiga kambi na kujenga boma lililozungushiwa miiba ili kujilinda dhidi ya mashambulizi ya wanyama, watu walikusanyika katika vikundi na kupiga hadithi. Mnyapara alimtahadharisha Yusuf kutokaa na watu huku akimwambia kwamba ami yake hakupendelea yeye kufanya hivyo. *Watakufundisha uovu*, Mohammed Abdalla alisema. Lakini Yusuf wala hakujali. Alijihisi anazidi kuwa shupavu kila siku ya safari. Watu waliendelea kumdhihaki lakini kwa urafiki mkubwa zaidi. Alipokaa nao magharibi, walimpa nafasi na walimjumuisha katika mazungumzo yao.

Wakati mwingine mkono wa mtu ulimpapasa pajani, na alitambua na kujiepusha kutokaa tena karibu na mkono huo. Wakati wanamuziki wakiwa hawajachoka sana, walipiga muziki kwa kupuliza mahadhi ya filimbi kwa pumzi zote, na huku wengine wakiimba na kupiga makofi kwa wakati.

Kuna jioni moja kila mmoja alipata jazba kwa furaha, Mnyapara alijiingiza katika mduara uliozungukia moto na kucheza ngoma. Hatua mbili mbele, kujiinamisha kwa madaha, halafu hatua mbili nyuma wakati akiizungusha bakora yake juu ya kichwa chake. Mpiga zumari akaongeza mbwembwe, kipande chenye mizani na vina kilifuata sauti ya muziki iliyopaa juu kama vile yowe la ghafla la furaha. Hii ikamfanya Simba Mwene acheke huku uso wake akiuangazia kwenye anga ya usiku ule. Mnyapara akajizungusha kimtindo huku akikifuatia kile kipande kipya cha mdundo halafu akamalizia kwa mkao wa kishujaa. Watu wakashangilia kwa vifijo.

Yusuf alimwona Mnyapara kama akinywea wakati ngoma ilipomalizika, na alitambua kwamba siye yeye tu aliyetambua hivyo. Lakini tabasamu halikumwondoka Mohammed Abdalla ambaye uso wake ulikuwa unavuja jasho. 'Laiti mngeniona wakati wangu,' alisema kwa sauti kubwa, huku akishusha pumzi taratibu na papo hapo akiwapungia bakora yake. 'Tulikuwa tukicheza ngoma na visu vikali mikononi mwetu na siyo fimbo. Watu arubaini hadi hamsini wakicheza ngoma wakati mmoja.' Alijikung'utakung'uta kidogo kabla ya kuondoka eneo hilo la moto huku watu wakimpigia makelele na miluzi. Hakuchukuwa hata hatua mbili tatu, mara Nyundo akaruka huku akiwa na bakora mkononi mwake na kuanza kuigiza mchezo wa ngoma ya Mnyapara. Wapiga muziki wakaanza tena kupiga kwa furaha wakati Nyundo akizungukia moto kwa mikogo, hatua mbili mbele, hatua mbili za kuyumbayumba nyuma huku akitia chuku ya muanguko ili ionekane kama kiroja. Baada ya mizunguko ya ovyo na kuzungusha bakora kwa kichekesho, akasita ghafla, katenganisha miguu yake na polepole akapapasa sehemu ya chini msambani. 'Nani anataka kuona kitu? Siyo kama ilivyokuwa zamani, hata hivyo bado kipo. Na bado kinafanya kazi,' Nyundo alisema kwa kupiga kelele. Wakati kila mmoja wao akichekelea hii tashtiti, Mnyapara alikuwa amesimama kando ya mwanga huku akiwatizama.

3

Mji uliokuwa kandokando ya ziwa ulionekana kwa mwanga uliofifia. Rangi ya urujuani na nyekundu iliyoiva pembezoni ilionekana kutoka majabalini na milimani ambapo ilikuwa ndiyo ukingo wa fukwe zake. Ngalawa zilikuwa zimeegeshwa ufukweni na safu za nyumba ndogondogo za rangi ya udongo zilishonana kandokando ya ufukwe. Ziwa lilitanuka kuelekea kila upande, kusababisha watu washushe sauti zao wakiwa na hisia za kile walichokiona kuchochewa ndani ya viungo vyao.

Wasafiri walingoja nje ya mji kama ilivyokuwa desturi yao, hadi hapo rukhsa ilipotolewa. Tambiko lilikuwa mbele yao na hilo lilizungukwa na nyoka na chatu na wanyama pori. Pale tu pepo iliporuhusu, ndipo mtu aliweza kulifikia tambiko na kuondoka kwa amani. Mohammed Abdalla aliwaambia hivi wakati walipokuwa wakingojea na aliwaonyesha kitalu ambacho hakikuwa mbali na walipokuwepo, 'pale ndipo anapoishi Mungu wao. Washenzi huamini chochote almradi kiwe kitu cha wazimu wazimu,' alisema.

'Haifai kuwaambia hiki au kile ni cha kitoto. Huwezi kubishana nao. Watakupa hadithi zisizokuwa na mwisho kuhusu ushirikina wao.' Walipita hapo mjini safari yao ya mwisho, alisema, na kutoka hapo ndipo walipovuka kwenda upande wa pili. Hapa ndipo walipowaacha majeruhi wawili katika safari yao ya kurejea nyumbani. Ilikuwa ni wakati wa msimu mbaya wa kiangazi waliposita hapa. Walidhani ingekuwa salama kuwaacha majeruhi hapa kuliko kuwabeba kupitia katika maeneo yaliyojaa wadudu njia nzima kuelekea Tayari. Yusuf aliwaza jinsi maneno hayo yalivyonenwa kwenye barza la Hamid. Yalisikika kama maneno yaliyojaa msaada na ustaarabu. Alikumbuka Ami Aziz alivyosema kwamba watu hao wawili waliachwa katika mji kando ya ziwa, na aliwaachia watu ambao hakuwahi kufanya nao biashara. Lakini hata hivyo aliwaamini kuwaangalia hao watu. Ule mstari wa vijumba vilivyoshonana na kutapakaa katika eneo la kando ya ziwa, na harufu ya uvundo wa shombo la samaki waliooza lililosikika hadi mwisho wa mji, ililleta tafsiri kinyume na kile kilichoelezwa. Yusuf alipomtizama Mnyapara na kuona jinsi alivyokuwa akipiga mahesabu, na uwezo wa kuelewa na uangalifu mkubwa wa macho yake, alitambua palepale kwa uhakika na aibu kubwa kwamba wale watu wawili walikuwa wametelekezwa tu hapo.

Nyundo alitumwa mjini kama tarishi ili kupeleka ujumbe kwa sababu alisema yeye anazungumza lugha ya watu wa hapa. Ami Aziz alisema anakumbuka huyo sultani anaweza kuzungumza Kiswahili. Lakini alikubali kwamba itakuwa ni heshima kuzungumza naye katika lugha yake mwenyewe. Nyundo alirudi kutoka kwa sultani wa mji na kauli ya makaribisho. Sultani alifurahia zawadi, Nyundo alitoa taarifa. Lakini sultani angependa kwanza kabla ya yote kukutana na rafiki yake tena. Hata hivyo kabla hawajaingia alitaka kuwapasha habari za huzuni zilizowafikia wao wote. Mke wa sultani alifariki siku nne zilizopita.

Mfanyabiashara alionyesha huzuni na alipeleka rambirambi kwa sultani kutoka kwake na msafara mzima. Na pia alimpelekea zawadi kupitia tarishi. Na aliomba waruhusiwe kutoa rambirambi zao wao binafsi. Wakati wakingojea, watu walizungumza kuhusu desturi za kutoa heshima kwa waliokufa na hasa ikiwa hao ni wake wa masultani. Kwanza kabisa, si mara zote kwa waliokufa kuzikwa, mtu mmoja alisema. Mara nyengine huwatupa vichakani au porini wakiwa wangali bado hai, ili wanyama pori waweze kuwachukua. Huwapeleka porini na kuwaaacha huko ili fisi na chui waweze kuwachukua. Wanahisi inaleta nuksi kugusa maiti hata kama ni maiti ya mama yako mzazi. Maeneo mengine huua wageni wote wakati kama huu. Sasa kama sultani hana raha kabisa ya kufanya biashara ni nani anayeweza kujua matambiko, uchawi na kafara gani hufanywa?

Wengine hawaziki waliokufa kwa majuma mengi. Wanawatia ndani ya vyungu au kuwaweka chini ya mti. Watu waliangazia kitalu hapo karibu. 'Labda wameweka maiti inayonuka kule ndani,' mmoja wao alisema. Hatimaye Nyundo alirudi na rukhsa ya wao wote kuingia mjini. Mfanyabiashara aliamuru kwamba watu watembee wakiwa kimya bila ya muziki au sauti za kelele, kuonyesha heshima kwa msiba alioupata sultani.

Ulikuwa mji mdogo wenye vibanda dazeni mbili au tatu. Vibanda vilijikusanya katika vikundi vitatu hadi vinne kwa pamoja. Hali ya hewa ilitoa harufu ya uvundo wa samaki waliooza. Pembezoni mwa maji kulikuwa na majukwaa ambayo yaliegemea nguzo na kuezekwa kwa paa za nyasi. Vipande vya turubali na majamvi vilitandazwa katika baadhi ya majukwaa. Na ngalawa kubwa zilivutwa nje ya maji na kuwekwa chini ya vivuli vya majukwaa. Watoto waliokuwa wakicheza kivulini walitoka nje ili kushuhudia msafara ukipita kimyakimya.

Watu walijikusanya huko walipoelekezwa na walingoja hadi Mfanyabiashara amalize maafikiano. Baada ya muda mdogo baadhi ya watu wengine wakaanza kusambaratika wakitafuta wenyeji ambao walikuwa hawaonekani kwa makusudi. Kutokana na ukimya uliotanda, sauti zao za kujuliana hali na watu waliokutana nao ziliwafikia wengine kwa urahisi. Hivyo iliwafanya wengi kuondoka polepole. Sultani alipeleka ujumbe mwengine kwamba sasa atamwona Mfanyabiashara na watu wake, lakini mzee mwenye hasira aliyekuja kuleta huo ujumbe aliagiza kwamba watu wanne tu ndiyo wataruhusiwa kuonana na sultani. Katika hali yake ya huzuni, sultani hakuweza kuvumilia kuona halaiki ya watu na kelele. Mnyapara na Nyundo walifuatana na Ami Aziz nyumbani kwa sultani, pamoja na Yusuf. *Mlete msomi ili aweze kujua jinsi ya kuwaamkia wamiliki wa nchi*, Ami Aziz alisema. Walikaribia kundi la vibanda vingi zaidi vilivyokuwepo karibu na maji na wakaongozwa katika jumba kubwa lililokuwa na baraza iliyofunikwa. Ndani humo kulikuwa na hali ya majonzi na ukimya. Kulikuwa na moshi uliotokana na moto uliowaka karibu na mlango. Na walivyokuwa wakiongozwa kuelekea upande mmoja, chumba kiling'ara kidogo.

Sultani alikuwa kibonge cha mtu, aliyevaa nguo rangi ya kahawia iliyofungwa kiunoni kwa mkanda uliosukwa na majani makavu. Sehemu ya juu ya mwili wake ilikuwa imekakamaa na kumeremeta kwenye mwanga hafifu. Alikaa juu ya kigoda, na kuweka viwiko juu ya mapaja yake, huku mikono yote miwili ikishikilia fimbo iliyochongwa. Fimbo ilisimamishwa baina ya miguu yake na kugusa sakafu.

Mtizamo wake ulimfanya aonekane kama mtu mwenye shauku na msikivu. Kulia na kushoto kwake walisimama wanawake wawili wenye umri mdogo, wakiwa vifua wazi hadi kiunoni. Kila mmoja wao alikuwa amebeba kibuyu cha kinywaji. Nyuma yake alisimama mwanamke mwengine, pia kifua wazi hadi kiunoni huku akimpepea sultani mabegani kwa kipepeo kilichosukwa. Nyuma yake huyo mwanamke, kivulini, alisimama kijana wa kiume. Wazee sita walikaa sakafuni juu ya jamvi wakiwa ubavuni mwa sultani. Baadhi yao walikuwa vifua wazi. Moshi uliokuwa ndani ya hicho chumba ulimfanya Yusuf ahangaike kupumua na kuyafanya macho yake yatoke machozi. Alishangaa vipi sultani na watumishi wake waliweza kumudu kutulia kwa starehe.

'Anasema mnakaribishwa,' Nyundo alitafsiri baada ya sultani kusema maneno mawili matatu hivi huku akitabasamu. 'Mmekuja wakati mbaya,' anasema, 'lakini rafiki hukaribishwa daima nyumbani kwake.' Baada ya ishara kutoka kwake, mwanamke aliyekuwa upande wake wa kulia aliweka kibuyu mdomoni mwa sultani, naye sultani akafyonza mara nyingi kwa mivuto ya nguvu. Mwanamke alielekea kwa Mfanyabiashara, na Yusuf aliona matiti yake yalikuwa yamechanjwa kwa chanjo ndogondogo. Alinuka moshi na jasho, harufu iliyokuwa ya kawaida lakini yenye kukerehesha. 'Anasema sasa na wewe unywe pombe,' Nyundo alimwambia Mfanyabiashara, huku akishindwa kuficha tabasamu lake.

'Nashukuru, lakini inanibidi nitoe kumradhi,' Mfanyabiashara alisema.

'Anauliza kwa nini?' Nyundo alisema, huku akitoa tabasamu la kukenua. 'Ni pombe nzuri. Au unadhani ina sumu? Ameshaijaribu yeye mwenyewe kwa ajili yako. Je, humwamini?' Sultani alisema kitu kingine na wazee wakapasuka kwa vicheko miongoni mwao, huku wakitoa meno yao kwa furaha. Mfanyabiashara alimtizama Nyundo ambaye alitingisha kichwa. Kujikurupusha kwake haku-kufahamika, ilikuwa kama vile labda hakuelewa au pengine alihisi ni bora kutotafsiri.

'Mimi ni Mfanyabiashara,' Ami Aziz alisema, huku akimtizama sultani. 'Na mimi ni mgeni katika mji wako. Pindi nikinywa pombe nitaanza kupiga kelele na kuanza kupigana. Hivi sivyo mgeni anavyostahili kufanya.'

'Anasema kuwa, ni kwa sababu mungu wako hatokuruhusu. Anajua kuhusu habari hii,' Nyundo alisema, huku sultani na watu wake wakicheka tena miongoni mwao. Nyundo alichukua muda mrefu kutafsiri maoni ya sultani yaliyofuata. Tabasamu la kukenua lilipotea usoni mwake na alizungumza kwa uangalifu ili kutoa dhana kwamba yeye alikuwa anajitahidi kutafsiri kwa uaminifu. 'Anasema, mungu gani huyo mkatili ambaye haruhusu watu kunywa pombe?'

'Mwambie ni Mungu mwenye masharti lakini mwenye haki,' Mfanyabiashara alisema kwa haraka.

'Anasema, vyema, vyema sana. Pengine wewe unakunywa pombe yako kwa siri. Haya nipe habari zako sasa,' Nyundo alisema wakati sultani akiwaonyesha wageni sehemu ya kukaa kwenye majamvi sakafuni. 'Je biashara yako inakwenda vizuri? Umeleta nini safari hii? Anasema si unaona hakudai tozo au hongo, au huoni? Amesikia bwana mkubwa amesema hairuhusiwi tena kudai hongo. Hivyo hataki kufanya kosa la kuomba chochote asije bwana mkubwa akasikia na kuja kumpa adhabu. Anasema je, unajua bwana mkubwa gani anamwongelea?' Mwili wa sultani ulikuwa unatingishika kwa vicheko vya sauti ya mpasuko alipokuwa anauliza hivi. 'Mjerumani, yeye bwana mkubwa. Kutokana na alivyosikia huyo ndo mfalme mpya sasa. Alikuja karibu na hapa hivi majuzi na alimfahamisha kila mtu yeye Mjerumani ni nani. Wao wamesikia kwamba Mjerumani ana kichwa cha chuma. Je, ni kweli? Na ana silaha zinazoweza kuan-gamiza mji mzima kwa pigo moja. Watu wangu wanataka kufanya biashara na kuishi katika amani, yeye anasema, siyo kufanya vurugu kwa Wajerumani.' Baada ya hayo sultani aliongeza jengine ambalo liliwafanya watumishi wake kucheka tena.

'Je, tunaweza kupata msaada wako ili tuweze kuvuka?' Mfanya-biashara alisema wakati upenyo wa muafaka ulipopatikana.

'Anauliza unakwenda kumwona nani nga'mbo ya pili ya maji?' Nyundo alisema. Sultani alijisogeza mbele kama vile kuwepo hali ya umakinifu, huku akitarajia jawabu litakalothibitisha kwamba Mfanyabiashara alikuwa mpumbavu na mzembe.

'Chatu, sultani wa Marungu,' alisema Ami Aziz.

Sultani alijiegemeza nyuma na kutoa sauti ndogo kama ya kukoroma. 'Anasema anamfahamu Chatu,' Nyundo alisema. Walitizama jinsi sultani alivyoashiria kupewa pombe zaidi. 'Anasema amekuambia kwamba mke wake alifariki hivi karibuni. Anasema hadi sasa hajaweza kuwa na uwezo wa kumzika na moyo wake hautulii.'

Baada ya muda sultani akaendelea. Hakuweza kumzika mke wake bila ya sanda, alisema. Yeye mwenyewe amepoteza nguvu zote za uhai tangu kifo cha mkewe, na hakuweza kufikiria wapi ataipata hiyo sanda. 'Anasema mpe sanda,' Nyundo alimwambia Mfanyabiashara.

'Je, ungemnyima mtu sanda ya kumzikia mke wake?' alisema kijana ambaye alikuwa amesimama kivulini huko nyuma. Alisogea mbele kumkabili Mfanyabiashara na kuongea naye ana kwa ana bila ya kumhitaji Nyundo. Mguu wake wa kushoto ulikuwa umevimba kwa ugonjwa, na alipokuwa anatembea kuja mbele aliuburura mguu wake kwa nyuma. Uso wake haukuwa na chanjo, na macho yake yaling'aa kwa raghba na kwa uelewa. Yusuf sasa aliweza kujua tofauti baina ya harufu, hususan ya nyama ya mwili wa mwanadamu anayevunda, na harufu ya nyama ya kubanika kwenye kibanda kili-chojaa moshi. Wazee kadhaa wa sultani nao pia walizungumza baada ya huyo kijana, huku wakikunja nyuso zao kama vile hawaamini. Wanawake walifyonza midomo yao na kunong'ona kwa karaha.

'Bila ya shaka nisingeweza kumnyima sanda mtu yeyote,' alisema Ami Aziz, na akamwagizia Yusuf kuleta jora tano za bafta nyeupe.

'Tano!' kijana alisema, akichukua mwelekeo wa kupatana. Mzee mmoja wapo alisimama kwa mshangao na kutema mate kuelekea upande wa Mfanyabiashara. Yusuf aliangukiwa kidogo mkononi na mate yale. 'Majora matano ya bafta kwa sultani mwenye haiba kama huyu. Utavukaje maji namna hiyo. Hivi kweli ungeweza kumpa sultani wenu jora tano tu kumzika mke wake? Acha kufanya upumbavu sasa! Watu wake wanampenda na wewe unamkashifu namna hii.'

Sultani na wazee walicheka jinsi hii ilivyotafsiriwa kwa ajili yao.

Mwili wa sultani ulitetemeka na baadaye kutikisika kwa furaha kubwa. 'Huyo ni mwanawe wa kiume,' Nyundo alimnong'oneza Mfanyabiashara. 'Nilimsikia akisema.'

'Mfanyabiashara, wewe hucheki?' kijana aliuliza. 'Au mola wako hakuruhusu ufanye hayo pia? Ni bora ujichekelee unavyoweza, kwa sababu mimi sidhani kwamba utapata maskhara kutoka Chatu.'

Walifikia muafaka wa jora mia na ishirini za bafta. Sultani pia alitaka bunduki na dhahabu, lakini Mfanyabiashara alitabasamu na kusema kwamba wao hawafanyi aina hiyo ya biashara. 'Siyo tena,' kijana alisema. Mwishoni, sultani alitoa rukhsa kwa Mfanyabiashara kuongea na mabaharia na kupatana nao kwa bei yake mwenyewe. 'Tumeshaibiwa,' Mohammed Abdalla alinong'ona kwa ghadhabu.

'Tulikuwachieni watu wetu wawili tulivyotembelea hapa mwaka jana,' Mfanyabiashara alisema huku akitabasamu. 'Walikuwa wagonjwa na nyinyi mlikubali kuwatunza hadi watakavyopona. Vipi waliendeleaje? Je, hawajambo?'

'Waliondoka,' kijana alisema kwa kituo, lakini uso wake ulijaa chuki na uasi.

'Walikwenda wapi?' Ami Aziz aliuliza kwa utaratibu.

'Kwani mimi mjomba wao? Waliondoka,' alisema kwa hasira. 'Nenda kawatafute huko nje. Unafikiri mimi siwajui nyinyi?'

'Mimi nilimkabidhi sultani awaangalie,' alisema Ami Aziz.

Yusuf alihisi Mfanyabiashara alishakata tamaa kwa hao watu wawili.

'Je, mnataka kwenda Marungu au hamtaki?' kijana aliuliza.

Walipelekwa kwa baharia aliyeitwa Kakanyaga. Alikuwa mtu mdogo mwenye nguvu, ambaye alielekeza macho yake mbali na wao kwa kuelekea majini huku akiwasikiliza kimya kuhusu shida zao, na aliuliza maswali kuhusu idadi na uzito wao. Walirudi naye sehemu kulikokuwa na mizigo yao na wapagazi ili athibitishe yeye mwenyewe.

'Watavuka kwa ngalawa zao kubwa nne,' alisema. Baadaye alitaja bei yake na baharia wenzake na kisha akaondoka polepole, ili kuwapa nafasi kutafakari bei hiyo. Lakini hiyo bei ilikuwa muafaka kabisa, na Mohammed Abdalla alitamani kuondoka, hivyo wakamwita baharia kabla hata hajapiga hatua nyingi.

Wataondoka asubuhi, baharia alisema. Na bidhaa zao walikubali kuwaachia kabla hawajaondoka.

'Kwa nini tusiondoke sasa hivi?' Mohammed Abdalla aliuliza. Alikuwa na mashaka kwa jinsi alivyoona kiwango cha pombe ambacho sultani amekunywa. Nani anajua njozi za sultani wa kishenzi aliyelewa?

'Watu wangu inabidi wajitayarishe,' baharia alisema. 'Mna haraka hivyo kwenda kwa Chatu? Kama tukiondoka sasa itakuwa tunasafiri usiku. Hakuna usalama katika maji wakati fulani fulani.'

'Kuna pepo wabaya wakati wa usiku, si wapo au sivyo?' Mnyapara aliuliza. Baharia aliisikia hiyo kashfa lakini hakujibu. Wataondoka asubuhi, alisema.

'Wewe unazungumza lugha yetu vizuri,' alisema Ami Aziz, huku akitabasamu kwa furaha. 'Na pia mwana wa sultani wenu.'

'Wengi wetu sisi tulifanya kazi kwa mwuzaji wa bidhaa Mswahili, akiitwa Hamidi Matanga. Yeye alikuwa akisafiri sehemu hizi na hata pia ng'ambo,' baharia alisema huku akisitasita, na baadaye alikataa kusema zaidi pamoja na jitihada za Ami Aziz kumshawishi.

'Mara ya mwisho tulipokuwa hapa nakumbuka sultani wenu aliongea Kiswahili kidogo, lakini sasa inaonekana amekisahau,' Mfanyabiashara alisema huku akiendelea kutabasamu. 'Wakati hutuhadaa sote namna hiyo. Hebu niambie, wale majeruhi wawili tuliowaacha hapa tulipotembelea mwaka uliopita.....je, kiliwatokea nini? Walipona?' Wakati anazungumza naye, alimpenyezea huyo baharia kifurushi kidogo cha tumbaku na mfuko wa misumari ambayo alimtuma Yusuf akamchukulie.

Baharia alingoja kwa muda kidogo kabla ya kujibu, alimwangalia Mfanyabiashara, akafuatilia kwa Mnyapara na hatimaye Simba Mwene, ambaye alikuwa nao sasa, na hatimaye akamtizama Yusuf. Macho yake yaling'ara kidogo kabla ya kuzungumza, akidokeza kuzungumzia tendo lililojaa utundu.

'Waliondoka. Sidhani kama walipona. Walikuwa hapa katika kibanda kile, wakinuka vibaya. Walituletea magonjwa. Wanyama walikufa na samaki walipotea. Halafu kijana mdogo alikufa hivihivi bila ya sababu. Rika lake huyu. Umri mmoja na huyo,' alisema huku akimwangalia Yusuf. 'Hiyo sasa ilikuwa imezidi. Watu walisema hao watu lazima waondoke.'

Baada ya baharia kuondoka, Simba Mwene alisema, 'Hawa wanafanya uchawi hapa'

'Usikufuru,' Mohammed Abdalla alisema kwa sauti kali. 'Hawa ni washenzi wajinga wanaoamini ndoto za majinamizi ya kitoto.'

'Tusingaliwaacha hapa. Hilo lilikuwa jukumu langu, makosa yangu,' alisema Ami Aziz. 'Lakini kuyajua hayo haiwasaidii kitu wao wenyewe na hata jamaa zao.'

'Ujuzi gani ulikuwa muhimu Seyyid, kuweza kukisia kwamba hawa hayawani wangaliweza kukitolea muhanga chochote ili kuendelea maisha yao hayo hayo ya kipuuzi. Hata mimi ningalifanya hivyohivyo. Kwa nini usiwaambie wafanye uchawi wao na wawarudishe watu wetu wawili?' Mnyapara alimwuliza Simba Mwene kwa kumbeza.

Simba Mwene alinywea. 'Bora tumlinde kijana,' alisema huku akimwangalia Yusuf. 'Ndo hilo nililokusudia. Hakikisha hapati madhara. Unakumbuka jinsi walivyomtizama kule Mkata, na jinsi huyu baharia alivyomwangalia.'

'Kwani watafanya nini? Watamtupa ili kuwalisha mashetani wao? Nadhani wewe unawachukulia hawa wavuvi wanaonuka kama vile ni watu wa maana. Waache wajaribu chochote!' alipiga kelele Mohammed Abdalla, huku akitikisa bakora yake kwa hasira. 'Hivi hasa wewe unafikiria nini? Nitawapiga viboko hawa wanaharamu hadi kizingiti cha Jahanam. Nitawatapikia. Nitawatupia uchawi kwenye utupu wao wa nyuma unaonuka, washenzi wachafu.'

'Mohammed Abdalla,' Ami Aziz alisema kwa sauti kali.

'Kila mmoja aweke tahadhari,' alisema Mnyapara, huku akiji-kurupusha kama vile hajamsikia Mfanyabiashara, hata hivyo aliteremsha sauti yake chini. 'Simba wafahamishe watu kuhusu uchawi na maradhi mabaya. Wewe unajua jinsi ya kufanya haya. Haya yana uzito kwako. Na waambie wasiende mbali vichakani wakati wanapokwenda haja bila ya hivyo pepo au nyoka wa uchawi wanaweza kuwagonga katika sehemu zao za utupu wa nyuma. Na waambie wakae wasijihusishe na wanawake. Na wewe kijana, wakati wote hakikisha umebaki na Seyyid na uwache kiherehere.'

'Mohammed Abdalla, utajipa ugonjwa wa tumbo kwa kupiga kelele,' alisema Ami Aziz.

'Seyyid, hapa ni pahala paovu,' alisema Mnyapara. 'Tuondoke hapa.'

4

Ugomvi wa ngumi ulizuka baina ya wapagazi wawili kabla hawa-jaondoka siku iliyofuata. Mmoja wao aliiba jembe kutoka kwenye bidhaa za biashara ili kumhonga mwanamke awe naye. Yule mpagazi mwengine alimchongea kwa Mnyapara kuhusu wizi huo. Na Mnyapara alitangaza mbele ya kadamnasi kwamba malipo ya yule mpagazi wa kwanza aliyeiba jembe ni kukatwa pato lake kwa thamani ya majembe mawili. Mnyapara alitumia maneno mengi ya kashfa katika kutoa hukumu hii. Hii haikuwa mara ya kwanza kwa mpagazi huyo kuiba ili aweze kuwa na mwanamke. Na Mohammed Abdalla alitamba huku akijidai kujizuia kutomrushia bakora yake huyo mpagazi. Watu wengine walichochea kwa kuongeza fedheha kwa kumzomea na kumshutumu mpagazi. Mara alipoweza, wakati hayo maonyesho ya kashfa yaliposita, mpagazi aliyedhalilishwa alimrukia yule aliyemshtaki, na watu hao wawili walipewa nafasi na kujawa jazba ya kukung'utana kwa uhakika. Umati mkubwa uliji-tokeza kuangalia, wakibiringika kwenye sehemu za wazi ufukoni huku wakishangilia mapambano, huku wakipiga kelele kuonyesha msisimko na kuchangamkia. Mwishoni, Mfanyabiashara alimtuma

Simba Mwene kwenda kusitisha mapigano. 'Tujishughulishe na yale yanayotuhusu,' alisema.

Ilikuwa inakaribia milango ya adhuhuri wakati walipokuwa tayari kuanza safari yao. Wakati ulipowasili wa kuingia kwenye mitumbwi, shauku yao ilipinduka na kuwa wasiwasi. Baharia Kakanyaga, alipanga mizigo yeye mwenyewe na kumwelekeza Ami Aziz na Yusuf kupanda ngalawa yake. 'Kijana huyu atatuletea baraka,' alisema. Mabaharia walipiga makasia bila ya kusita katika joto lililozidi kuwa kali, migongo yao iliyokuwa wazi na mikono yao ilimeremeta kwa jasho. Mitumbwi yao ilikaribiana katika mpangilio maalum uliowawezesha kujibizana kwa nyimbo huku wakichekelea majibu waliyopeana. Wasafiri walikaa kimya takriban safari nzima, huku wakikhofia ukubwa wa maji ya ziwa waliouona. Maisha yao yalitegemea mabaharia shupavu. Wengi wao hawakuwa waogeleaji japokuwa waliishi kandokando na bahari. Nyayo zao zilikuwa na uwezo wa kuvuka milima na mabonde milele, lakini hata hivyo ziliepuka harakaharaka sauti ya mawimbi ya maji yaliyoangukia ufukweni kwao.

Baada ya kusafiri kwa takriban saa mbili hivi, mbingu iligeuka ghafla na kuwa kiza na dhoruba ikajitokeza bila ya kutegemewa, ikitokea pasipofahamika. 'Yallah!' Yusuf alimsikia Mfanyabiashara akisema kimyakimya. Kakanyaga aliita hiyo dhoruba kwa jina lake, akiipigia makelele yenyewe, kwa wale watu waliokuwa naye na wale waliokuwa katika mitumbwi mingineyo. Kutokana na mayowe ya mabaharia, na kazi za upigaji wa makasia, papohapo wote walifahamu kwamba walikuwa katika hatari. Mawimbi yalipanda juu na kupiga mkumbo ngalawa dhaifu, kurowesha watu na bidhaa zao na kutoa mbubujiko wa malalamiko ya khofu, utafikiri la muhimu kuliko yote kwa wakati huo ni kutokurowa maji. Baadhi ya wapagazi walianza kulia na kumwomba Mola, wakiomba wapatiwe muda wa kurekebisha maisha yao. Kakanyaga akiwa katika mtumbwi uliokuwa unaongoza, akabadili mwelekeo na ngalawa nyengine zikafuatilia. Mabaharia walipiga makasia kwa nguvu zao zote huku wakipeana moyo kwa kupiga mayowe yaliyojaa khofu ya ghafla.

Mawimbi sasa yalikuwa na nguvu kiasi ya kuweza kubeba ngalawa nje ya maji na kuzitupa chini tena.

Kwa Yusuf, ilikuwa dhahir, ghafla, jinsi mitumbwi ilivyokuwa dhaifu, na ambavyo ingeweza kubingirika katika maji makali mfano wa kijiti katika mchirizi wa maji machafu. Vipande vya du'a na maombolezo ya mara kwa mara yalikuja juu na kusikika kutokana na mvumo wa dhoruba. Baadhi ya watu walijitapikia wenyewe kwa woga. Katika mikasa hii yote, Kakanyaga alikuwa kimya isipokuwa kwa msikiko wa maguvu aliyotumia kupiga makasia akiwa amekunja goti moja na huku jasho lake na maji ya ziwa yakimiminika mgongoni mwake. Hatimaye walikiona kisiwa kilichokuwa mbali.

'Tambiko. Tunaweza kutambika kule,' alimpigia kelele Mfanya-biashara.

Kuonekana kwa kisiwa kuliwapa ari watu kupiga makasia kwa ghadhabu kubwa huku wakiwa na vilio vya jazba, huku wakipewa moyo na abiria wao. Walipotambua wapo salama, mabaharia walipa-suka kwa shangwe za ushindi na vilio vya kumshukuru mola. Abiria wao hawakutabasamu hadi mitumbwi ilipotolewa nje ya maji na mizigo yao kuteremshwa. Baada ya hapo walijikinga dhidi ya upepo mkali na kwenda vichakani na majabalini kwa haja ndogo, huku wakipumua kwa nguvu na kunong'ona kuhusu bahati waliyoipata. Kakanyaga alimwomba Mfanyabiashara ampe kitambaa cheusi, kitambaa cheupe, shanga nyekundu na kifuko kidogo cha unga. Kitu chengine chochote Mfanyabiashara akitaka kumwongezea, atashukuru, ila tu isiwe kitu cha madini ya chuma. Madini huunguza mkono wa pepo wa tambiko hili, Kakanyaga alisema. 'Itabidi na wewe uje,' alisema. Du'a hii ni kwa ajili yako wewe na safari yako. Na mlete huyo kijana pia. Pepo wa tambiko hili ni Pembe, na yeye anapenda ujana. Lirudie kulisema jina lake kimoyomoyo tutakapo-ingia katika tambiko, lakini usiite kwa kelele ila pindipo tu ukinisikia mimi nikifanya hivyo.'

Walitembea masafa mafupi kupitia vichaka vya majani ya miiba na nyasi, huku wakiongozana na Mnyapara na baadhi ya mabaharia. Katika uwanda uliozungukwa na vichaka vilivyoshikamana na kiza na miti mirefu, waliona mtumbwi mdogo umeegezwa juu ya mawe ukiwa kama mhimili wake. Ndani ya huo mtumbwi kulikuwa na zawadi za wasafiri wengine ambao walikuwa wameweka kafara zao hapo.

Kakanyaga aliwaongoza warudie maneno baada ya yeye kuyatamka na baadaye aliwatafsiria. 'Tumewaletea zawadi hizi. Tunakuombeni mtupe amani katika safari hii, ili tuweze kwenda na kurudi kwa usalama.'

Baadaye akaziweka hizo zawadi ndani ya mtumbwi na kuuzunguka mara moja kuelekea upande mmoja na mara ya pili kuelekea upande mwengine. Mfanyabiashara alimpa Kakanyaga mfuko wa tumbaku ambao alikuwa amekuja nao, na baharia akauweka huo pia katika tambiko. Ilipofikia wakati wa kurudi kwenye mitumbwi, pepo zilikuwa zimetulia ghafla.

'Kama uchawi,' Simba Mwene alisema, huku akimcheka Mnyapara. Mohammed Abdalla alimtizama kwa hasira na kutingisha kichwa kama kutoamini. 'Ingaliweza kuwa mbaya zaidi. Wangaliweza kutaka sisi tule kitu kichafu au kujamiiana na hayawani,' alisema. 'Haya, tupakie mizigo.'

Jua lilikuwa linakuchwa walipouona ufukwe wa ng'ambo ya pili. Mionzi ya mwanga iliyojipinda iling'arisha majabali mekundu na kuyafanya yaonekane kama ukuta wa cheche za moto. Ilikuwa imekaribia usiku wa manane wakati walipofika nchi kavu, na anga za usiku zilifunikwa na mawingu. Waliivuta mitumbwi nje ya maji, lakini Kakanyaga hakuruhusu hata mtu mmoja kulala nchi kavu. Nani angejua kilichokuwa kikitembea ardhini pale kizani? alinena.

5

Asubuhi jua lilipoanza kuchomoka tu, Kakanyaga na mabaharia wake waliondoka kurudi kwao baada tu ya mizigo kupakuliwa kutoka mitumbwini na kuwaacha wasafiri na mizigo yao ufukoni. Mara moja watu wakaanza kujitokeza na kuwauliza wameleta biashara gani. Nani kawaleta pale? Wametoka umbali gani? Walikuwa wanaelekea wapi? Je, walikuwa wanatafuta nini hasa?

Yusuf na Simba Mwene walitumwa kuwatafuta wazee wa mjini, mji ambao ulionekana kuwa mkubwa zaidi kuliko ule waliotoka kabla ya kuvuka ziwa. Walielekezwa kwa mtu mwenye jina la Marimbo, ambaye walimpata na ndiyo kwanza alikuwa kaamka kutoka usingizini.

Alikuwa mzee mwembamba sana, uso wake ulikuwa na mikunjo iliyochimba na nyama zilizoning'inia. Nyumba yake haikutafautiana na nyengine zilizokuwa jirani, na mwanamke aliyekuwa amewaongoza alitembea hadi kwenye nyumba hiyo na kugonga mlango bila ya kusita, bila ya kuomba ridhaa au kutoa taarifa ya kufika kwake. Marimbo alifurahi kuwaona; alikuwa na udadisi na alionyesha ukarimu. Yusuf alitambua kwamba japokuwa alikuwa mcheshi, lakini alikuwa anawachunguza, na papo hapo alitambua kwamba shughuli kama hizi zilikuwa daima zikipitia mikononi mwake. Nyundo alifuatana nao ili tu aweze kutafsiri, lakini wao wala hawakumhitaji.

'Chatu!' alisema Marimbo, na ghafla kama alibadilika na ile tabasamu ndogo ikaondoka na akajikurupusha kwa uangalifu. 'Chatu siyo mtu wa kawaida, natumaini mnakusudia kufanya biashara ya kweli. Yeye siyo mtu wa kuchezewa hata kidogo. Mji wake upo masafa ya mwendo wa siku chache, hata hivyo sisi hatuendi kwake ila tu anapotuita. Yeye anaweza kuwa mtu katili pindipo akihisi mtu amemkosea. Hata hivyo yeye ni baba mwangalifu kwa watu wake. Khaa, mimi binafsi nisingependa kuishi kule. Rafiki zangu, nataka kukuambieni jambo moja, hawapendi wageni katika mji wa Chatu.'

'Huyo anaonekana kama chale,' Simba Mwene alisema.

Marimbo alicheka, huku akitaniana nao kwa uangalifu.

'Je, anafanya biashara?' Simba Mwene aliuliza.

Marimbo alipandisha mabega. 'Ana pembe za tembo. Akipenda atafanya biashara.'

Alikubaliana nao kuwapa mtu wa kuwaongoza njia, na pia kuhifadhi mizigo yao yoyote watakaporudi. 'Mimi nimeshughulika na wafanyabiashra mara nyingi kabla,' alisema. 'Msinipe vitambaa vyenu vyoyote. Biashara zenu zitafika wapi bila ya vitambaa hivi? Hivi ndivyo jinsi mlivyoweza kujipatia rukhsa ya kupita njiani kote.

Nipeni bunduki mbili ili niweze kumpeleka mwanangu kuwinda ili kupata pembe. Je, mnayo hariri yoyote? Nipeni hariri. Huyo atakayewaongoza safari nitakaowakabidhi anaijua nchi vyema. Huu si wakati mzuri kwa vile mvua imeanza, lakini kama mtamlipa vizuri, mnaweza kumwamini kabisa.'

Nchi hii ilikuwa imejaa misitu kwa upande huu wa ziwa na ilikuwa na miinuko mikali. Japokuwa kulikuwa na watu wengi katika mji wake wa Marimbo, lakini wengi wao walionekana wagonjwa.

Wakati wa usiku, makundi ya mbu yaliwavamia watu, huku wakiwauma vikali sana kiasi ambacho baadhi ya wale walioumwa na mbu walipiga mayowe kwa maumivu na karaha. Hakukuwa na chochote cha kuzidi kuwachelewesha kubakia mjini pale, hivyo mara tu walipofikia makubaliano na Marimbo safari ingeanza. Marimbo alichukua visu na majembe na jora ya kitambaa cheupe cha bafta ikiwa kama bakhshishi ya kuangalia mizigo yao. Watamaliziana kikamilifu watakaporudi. Kero ya kupindukia ya mbu ilimfanya kila mmoja wao kufurahia kuondoka. Hata Ami Aziz naye pia alikuwa na hamu ya kuondoka. Bidhaa zao zilikuwa zimepungua mno baada ya kulazimika kutoa hongo wakati wa msafara wao, na ilhali walikuwa bado hawajaanza hata kufanya biashara yoyote. Hata hivyo Ami Aziz alisema kwamba bado zipo bidhaa za kutosha kuwawezesha kufanya biashara. Hilo ndilo lengo lililowafanya kufunga safari kuja huku kote hadi hii nchi ya Marungu nyuma ya majabali mekundu.

Mapema siku iliyofatia walianza safari kuelekea katika nchi ya Chatu. Mwongozaji njia ya safari ambaye Marimbo aliwatafutia alikuwa mtu mrefu na mkimya. Yeye hakuongea nao wala haku-tabasamu mbele yao, ila alingojea kando wakati wao walipokuwa wakifunga mizigo yao. Walitembea katika vijia vyembamba mashambani, wakiwa taabani kwenye milima katika mandhari ya mimea iliyostawi. Mimea iliyokuwa migeni kwao iliwachapa na kuwakwaruza nyusoni na miguuni mwao. Makundi ya wadudu mithili ya mawingu ilizunguka vichwani mwao. Wakati waliposi-mama kupumzika, wadudu walikuja kuwavamia na kutafuta vipenyo na maeneo ya ngozi laini. Ilipofikia mwisho wa siku ya kwanza hapo Marungu, wengi wao walikuwa wameshaugua. Waliteseka na mbu ambao walikuwa ni wengi sana na hivyo asubuhi nyuso zao zilikuwa zimejaa damu na makovu ya kutafunwa. Siku iliyofuata waliendelea na safari yao, wakiwa na shauku ya kuondokana na hilo pori ambalo lilikuwa limewaelemea wakati wa msafara. Usiku kucha walikuwa wakisikia vishindo na ngurumo vichakani na hivyo wakisongamana pamoja kwa woga wa kushambuliwa na mbogo na nyoka. Msiende mbali sana kwa ajili ya haja zenu, alitania Simba Mwene. Mnyapara aliwasukuma watu waendelee kusonga mbele huku akivurumisha bakora yake kwa wale waliozagaa nyuma na kupasua kelele za msitu kwa unyanyasaji wake. Mwinuko wa ardhi ulisababisha ugumu wa kusonga mbele.

Simba Mwene na Nyundo waliongozana na mwongozaji njia na huku wakitoa tahadhari kila kukiwa na dalili ya vitisho. Nyundo ndiye pekee aliyeweza kumwelewa mwongozaji njia na alitia fitna jinsi alivyoweza ili kumkera Mnyapara na huku akiwafanya wengine wacheke. Mwongozaji njia hakuzungumza sana na kila mwisho wa safari ya siku ilipofika alikaa na Nyundo.

Ilipofikia siku ya tatu, watu walioathirika walikuwa wagonjwa sana na wengine walionyesha dalili za kuendelea kudhohofika kwa maradhi. Waliougua zaidi walishindwa hata kuidhibiti miili yao na walikwenda haja ovyo. Wenzao waliwabeba jinsi walivyoweza huku wakipokezana. Miili ya wagonjwa ilinuka sana, na bila ya kujali vilio vyao vya maumivu, wenzao walijaribu kukwepa damu zao chafu zilizochukua rangi nyeusi na kuchuruzika kutoka kwenye miili ya hao wagonjwa. Katika miinuko mikali watu waliweza kusonga mbele hatua chache kwa wakati, huku wakiiburuza mizigo yao kwa mikono na magoti. Siku ya nne watu wawili miongoni mwao walikata roho. Waliwazika haraka haraka na walingoja kiasi cha saa moja hivi wakati ambapo Mfanyabiashara alisoma sura ya Koran kimoyomoyo. Wote hivi sasa waliteseka na madonda yao yaliyovuja usaha, kutokana na wadudu kuchimba na kutaga mayai yao kwenye hayo madonda na huku wakiwanyonya damu mpya. Katika khofu zao, watu walikuwa na uhakika kwamba huyo mwongozaji njia alikuwa anawaelekeza kwenye vifo vyao na walimchunguza jinsi walivyoweza katika kuangamia kwao.

Mnyapara alimkaripia mwongozaji njia kadri alivyoweza huku akimkazia macho Nyundo kwa karaha ya wazi kabisa kutokana na jinsi alivyokuwa akitafsiri. 'Hii siyo njia tuliyopita mwaka uliopita. Huyu anawapeleka wapi? Acha upuuzi wako na uliza maswali haya inavyostahili.'

Ile njia nyengine haina usalama baada ya mvua, alitafsiri Nyundo.

Pale watu wawili walivyokutwa wamekufa asubuhi ya siku ya tano, macho yalimgeukia mwongoza njia, ambaye alikuwa anangoja na Nyundo kwa ajili ya kuendelea na safari ya siku hiyo. Mohammed Abdalla alimwendea mwongoza njia na kumpiga mwereka na kumburuza, na huku wapagazi wakishangilia na kumchochea, Mnyapara alimchapa kwa bakora yake tena na tena wakati mwongoza njia akijikinga na mashambulizi huku akiomba ahurumiwe.

Nyundo alijaribu kuingilia kati ili kumsaidia, lakini Mohammed Abdalla alimpiga bakora mbili za hapo kwa hapo usoni mwake, zilizomfanya akimbizane kwa kilio cha mshtuko. *Macho yangu.* Mnyapara akamrudia mwongoza njia ambaye hatimaye alibiringika ardhini, huku akipiga mayowe na kulia kila alipochapwa upya, mwili wake ulizidi kuchanika hadi kwenye nyama zake. Mnyapara bado tu aliendelea kumpiga viboko na watu wakaanza kumkaribia huku wakiwa wamebeba fimbo na mijeledi mikononi mwao.

Simba Mwene alikuja mbio hadi kwa Mnyapara na kumshika mkono wake, halafu akajaribu kumkinga mwongoza njia aliyekuwa akipiga mayowe. 'Imetosha! Imetosha sasa,' alibembeleza. Mohammed Abdalla alikuwa anapumua kwa kasi, uso wake na mikono ikitiririka jasho wakati anahangaika kuendelea kumchapa Simba Mwene.

'Wacha nimchape huyu mbwa!' alipiga kelele. Huyu anataka kutuua sisi sote katika pori hili.'

'Amesema bado siku moja. Tutakuwa tumeivuka hii jahanam ikifika kesho….' Simba Mwene alisema, huku akimwondoa Mnyapara.

'Huyo ni mshenzi anayesema uongo. Na yule kikaragosi mpuuzi Nyundo, badala ya kufuatilia…Huyu mtu amekuwa anatudanganya wakati wote huu. Sisi hatukupita njia hii mwaka jana,' Mohammed Abdalla alisema. Ghafla alimponyoka Simba Mwene na kumrudia yule mtu aliyeanguka chini na kumcharaza viboko visivyokuwa na kikomo. Wakati Simba Mwene alipomkimbilia tena, Mohammed Abdalla alimgeukia na kumkodolea macho.

'Unachofanya si haki,' alisema Simba Mwene, huku akirudi nyuma.

Mnyapara alimtizama bila ya kuongea, huku uso wake ukivuja jasho. Mfanyabiashara alijitokeza miongoni mwa msongamano wa watu na alizungumza kidogo na kwa upole kwa Mohammed Abdalla, huku akimkamata mkono. Akatoa ishara kwa Yusuf na kumwagiza kutayarisha mazishi ya hao watu wawili waliokufa asubuhi hiyo. 'Na uwasomee Ya sin, alisema.'

Siku nzima jinsi walivyoendelea na safari yao kwenye msitu uliokuwa unazidi kuwa finyu, walisikia sauti ya kuelemewa kwa maumivu kutoka kwa mwongozaji njia aliyekuwa mbele yao. Nyundo alijikongoja kimyakimya nyuma ya mwongozaji njia, huku uso wake ukipwita kwa hasira kutokana na kipigo alichokipata. Watu walichekelea na kutingisha vichwa vyao, huku wakitahayari kwa kuona haya ya kujikurupusha kwao kushindwa kujizuia kumcheka mwongozaji njia. Yaani jinsi Mnyapara alivyompiga! walisema. 'Lo! salale, yule Mohammed Abdalla ni mnyama, mwuaji! Ila kwa huyo Nyundo ilipaswa afahamu kwamba ipo siku huyo Mnyapara angemkomesha tu.'

Asubuhi ya siku ya sita walifikia uwanda uliokuwa wazi. Walipumzika hadi mchana na baadaye kuendelea na safari yao kuelekea mji wa Chatu. Msafara wao ulivyokaribia kupita mashamba yaliyokuwa yamelimwa na vihenge, waliona watu wanawakimbia. Japokuwa walikuwa wamechoka sana, wanamuziki waliendelea kupiga midundo ili kutangaza kuwasili kwao. Kila mmoja wao alitembea huku kanyoosha mgongo wake kadri alivyoweza. Mohammed Abdalla alitamba nyuma ya wanamuziki huku akionyesha mikogo pindipo kulikuwa na wahuni wanaangalia kutoka vichakani.

Walipokelewa na wajumbe wa sultani ambao waliongozana na umati mkubwa wa wakaazi wa mjini ambao walikuwa wanacheka. Wazee waliwaongoza kwenye uwanja mkubwa uliokuwa wazi na uliozungukwa na msururu wa nyumba fupi zenye paa za manyasi. Nyumba kubwa nyuma ya kuta za udongo ni makaazi ya Chatu, wazee walisema. Pumzikeni hapa na watu watakuja kuwauzia chakula.

'Uliza kama tutaweza kumsalimia sultani,' Mfanyabiashara alimwambia Nyundo.

'Anauliza kwa sababu gani?' Nyundo alisema baada ya kuzungumza na mkuu wa wazee. Huyo mzee alikuwa mtu mfupi mwenye nywele zenye mvi na macho yake yaliangaza angaza kwenye majeraha yaliyokuwa usoni mwa Nyundo wakati akiongea naye. Mzee huyo aliongea kwa hasira, kiburi cha shari na chuki ya dhahir. Nyundo alimwambia Mfanyabiashara kwamba jina la mzee huyo lilikuwa Mfipo.

'Mara ya mwisho tulipita karibu na mji wenu hapa na tulisikia mengi kuhusu sultani wenu. Tumerejea hapa kumletea zawadi na kufanya biashara na yeye sultani pamoja na watu wake,' alisema Ami Aziz.

Nyundo alishindwa kutafsiri na aliomba msaada wa mwongoza njia. Watu waling'ang'ania kusikiliza mazungumzo hayo, lakini hapohapo walirudi nyuma wakati Mfipo alipowakodolea macho. 'Mfipo anauliza je mmemletea nini?' Nyundo alisema baada ya kujibizana kwa muda mrefu. 'Hizo zawadi afadhali ziwe zawadi za thamani kubwa kwa sababu Chatu ni mtawala mtukufu. Hataki vijipambo vyenu visivyokuwa na thamani, anasema.' Nyundo alikenua meno yake baada ya kusema haya, na kudhihirisha kwamba Mfipo aliyasema mengi zaidi.

'Sisi tungependa kumkabidhi zawadi zetu kwake yeye mwenyewe,' Mfanyabiashara alisema baada ya kumwangalia kwa utulivu wa muda mrefu. 'Itatupa furaha kubwa.'

Mfipo alimtizama Mfanyabiashara kwa bezo na baadaye akacheka kidogo. Alisema polepole ili kumpa Nyundo muda. 'Anasema tunahitaji mapumziko na tiba, siyo biashara. Atatuletea mganga.

Mwache huyo kijana alete zawadi kwa Chatu. Anakusudia huyu, Yusuf. Anamtaka aende kwa Chatu. Kama Chatu atafurahi, atakuita na wewe pia. Nadhani hivyo ndo alivyosema.'

'Kila mtu anamtaka Yusuf,' Mfanyabiashara alisema huku akitabasamu. Mfipo alidharau majaribio zaidi ya kuzungumza naye na akatembea kwa kupiga hatua ndefu. Baada ya kuchukua hatua chache aligeuka na kumpungia mwongozaji njia. Mfanyabiashara na Mnyapara walitizamana kwa chati. Wakaazi wa mjini walileta chakula kuwauzia wasafiri, na wakaingiliana nao huku wakiwauliza maswali na huku wakitaniana nao. Maneno waliyoyazungumza hawakuweza kuyafahamu hadi hapo Nyundo alipopatikana na kukubali kutafsiri. Hata hivyo walimudu kuelewana kwa kiasi fulani. Waliongelea ukubwa wa mji wao na madaraka ya mtawala wao. Kama mtakuja hapa kufanya madhara, mtajuta,' walisema. 'Madhara gani?' Watu walisema.' Sisi ni wafanyabiashara. Watu wa amani. Azma yetu hasa ni kufanya biashara tu. Sisi mambo ya matatizo huwaachia vichaa na wazembe.'

Mohammed Abdalla alinunua mbao na nyasi ili kujenga kibanda cha muda kwa ajili ya wagonjwa na bidhaa. Alisimamia ujenzi akiwa katika mwanga uliokaribia kiza, huku watu wakicheka kwa makelele yake na viroja vyake. Baada ya hapo alitoa amri kwamba mizigo yao yote ipangwe vizuri katikati ya banda na iwe inalindwa kila wakati.

Wakati Mfanyabiashara alipomaliza kukoga na kusali, alimwita Yusuf na kumwelekeza kuhusu zawadi ambazo angezichukuwa kumpelekea Chatu. *Pindipo tutafanikiwa kufanya biashara nzuri hapa, basi safari yetu yote itakuwa ya maana yenye thamani*, alisema. Mohammed Abdalla alihisi ingekuwa bora wangengojea hadi asubuhi, waweke ulinzi madhubuti wakati wa usiku huo na kujiweka tayari. Bunduki zao mbili tu zilikuwa zimejazwa risasi, pengine ingalikuwa bora zaidi kuzijaza nyengine mbili zaidi zilizokuwa zimefungiwa. Mfanyabiashara alitingisha kichwa chake kukana. Alikuwa na azma kwamba zawadi zingepelekwa kabla ya usiku haujaingia, isije kuwa sultani akawa ameudhika kwa wao kukosa kuonyesha uungwana. Yusuf alihisi kwamba Ami Aziz alikuwa na wasiwasi, au pengine alikuwa tu na jazba. 'Hebu tuone, je yule

Mfipo alikuwa anabweka tu yeye mwenyewe au ilikuwa kwa ajili ya bwana wake,' alisema. Simba Mwene ambaye ndiye angaliongozana na Yusuf aliharakisha kukusanya bidhaa na kuchagua wapagazi watano wa kubeba mizigo kuvuka uwanja hadi kufika nyumbani kwa Chatu. Nyundo pia ingebidi ajiunge nao kama sauti yao. Uchepe wake ulikuwa kama unaanza kujirekibisha kutokana na umuhimu aliopewa hivi sasa. Lakini watu walikuwa wakimtania kwamba alikuwa anatia chumvi tafsiri zake siku hadi siku. Mara kwa mara aliyagusa makovu usoni mwake, na wakati alipoghafilika alipapasa ngozi yake iliyoathirika.

Waliingia katika uwa uliozungukwa na kuta nyumbani kwa Chatu bila ya kusimamishwa. Ndani ya uwa walimngojea mtu aje kuwapokea na kuwaongoza, na mara walikuja vijana wawili wa kiume ambao walijitambulisha kuwa ni watoto wa Chatu. Watu walikuwa wamekaa nje ya nyumba na baadhi yao waliwaangalia bila ya kuwajali. Watoto walikimbizana, wakishughulika na michezo yao.

'Tumeleta zawadi kwa ajili ya sultani', alisema Yusuf.

'Na pia salaam kutoka kwa Seyyid. Waambie hilo pia,' Simba Mwene aliongezea kwa nguvu, kama vile anamkosoa Yusuf.

Vijana wawili waliwasindikiza katika nyumba mojawapo iliyokuwa tofauti na nyengine kutokana na upana wa baraza mbele ya hiyo nyumba. Watu kadhaa walikuwa wameketi kwenye mbao fupi za kukalia hapo barazani. Mfipo na baadhi ya wazee walikuwa miongoni mwao. Walipokaribia, mtu mmoja mwembamba aliyekuwa amekaa ubaoni alisimama huku akitabasamu na kuwangojea. Walipokaribia, alitoka barazani na kuelekea kwao na kunyoosha mikono na kuwakaribisha. Ilionekana kwamba alikuwa amefurahi kuwaona. Namna ya urafiki na bashasha alizoonyesha Chatu, ilikuwa tofauti na jinsi alivyotarajia Yusuf hasa kutokana na mikasa aliyoisikia juu yake. Aliwasindikiza hadi barazani na kuwasikiliza. Alionekana kama amekereka kutokana na salamu za kuvikwa kilemba cha ukoka kutoka kwa Mfanyabiashara. Salamu hizo zililetwa na Simba Mwene na kutafsiriwa na Nyundo. Kuna wakati Chatu alionekana kushangaa jinsi Nyundo alivyosema kwa kutafsiri na hata alifikia kuwa na wasiwasi naye.

'Anasema mnamtukuza mno,' alisema Nyundo. 'Kuhusu zawadi ananishukuru mimi kwa ukarimu wangu. Na sasa anasema tafadhalini kaeni chini na msipige kelele. Anataka mimi nimweleze habari zangu.'

'Wacha upumbavu,' Simba Mwene alinung'unika. 'Hatukuja hapa kucheza. Hebu tuambie anasemaje na achana na maskhara.'

'Anasema kaeni,' Nyundo alisema kwa ujuba. 'Na usinipigie makelele, bila ya hivyo mnaweza kuzungumza naye nyinyi wenyewe. Hata hivyo, anataka kujua nini hasa kilichotuleta sisi hapa miongoni mwao.'

'Biashara,' Simba Mwene alisema, na kumwangalia Yusuf huku akimhimiza afafanue.

Chatu akamkabili Yusuf kwa tabasamu huku akijirudisha nyuma ili aipate taswira kamili ya umbile la Yusuf. Kwa dakika hivi, Yusuf alishindwa kuongea kwa jinsi Chatu alivyokuwa anamtizama kwa kumchunguza bila haya. Alijaribu kumrudishia tabasamu, lakini sura yake ilishindwa kutoa tabasamu na alijitambua kwamba alikuwa anaonekana mpumbavu na mwoga.

Chatu alichekelea kimyakimya huku meno yake yakimulika katika mwanga unaofifia. 'Mfanyabiashara mwenyewe ataelezea biashara gani atakayofanya,' hatimaye Yusuf alitamka huku akiwa na wasiwasi moyoni. 'Yeye ametutuma kwako kufikisha heshima zake kwako, na pia kukutafadhalisha kumruhusu aje kuonana na wewe kesho.'

Chatu alicheka kwa furaha wakati haya yalipotafsiriwa kwake. 'Hakika wewe umeongea kiungwana, anakuambia,' alisema Nyundo, jambo ambalo lilimsababisha Chatu kupata furaha. 'Kusema kweli mimi nilibadili maneno yako ili wewe uonekane mtu wa busara kuliko ulivyo. Hata hivyo huna haja kunishukuru. Na kuhusu Mfanyabiashara, Chatu anasema mtu yeyote anaweza kuja kuonana naye wakati wowote anapotaka. Chatu anasema yeye si chochote isipokuwa ni mtumishi tu wa watu wake. Anataka kujua je, wewe ni mtumishi au mtoto wa Mfanyabiashara.'

'Ni mtumishi,' alisema Yusuf, huku akiimeza hiyo kashfa.

Chatu alimwacha Yusuf na kumgeukia Simba Mwene kwa dakika chache. Nyundo alibabaika na hili na kuongea kwa sekunde chache tu kwa yale aliyoyasema Chatu kwa dakika nyingi zaidi. 'Pindipo yote yatakwenda sawa, basi atamwona Mfanyabiashara kesho. Mwongoza njia wetu amemweleza Chatu kuhusu safari yetu tuliyopitia msituni. Anasema tujaaliwe wenzetu wapone haraka. Hebu, tusikilize anachosema. Anasema mumlinde huyu kijana mzuri. Ndicho hicho alichosema. Mumlinde huyu kijana mzuri. Je, unataka nimwulize kama ana binti anataka akuozeshe? Au labda yeye mwenyewe anakutaka. Eti Simba, kweli tutaweza kubahatika kurudi naye mwambao huyu kijana bila ya mtu kumwiba kutoka kwetu.'

Simba Mwene aliwasilisha risala ya shauku kwa Mfanyabiashara, na kuwapa wote wawili, Mfanyabiashara na Mnyapara, midadi ya ile hamu aliyokuwa nayo yeye. Yaani alikuwa na bashasha na mtu wa mantiki hasa. *Hapa tutafanya biashara vizuri*, alisema Mfanya-biashara. *Nimeshasikia kwamba hawa wana pembe nyingi za tembo za kuuza.* Watu wengi walikuwa wamechoka na wamejilaza hapo uwanjani. Haikuchukua muda, kambi ya wasafiri ilikuwa kimya, na walinzi walishaanza kujiegemeza na chochote walichoweza kujiegemeza nacho. Yusuf alipitiwa na usingizi na kulala hapohapo, lakini aliamka ghafla kwa makelele na taa zilizokuwa zinamulikamulika. Alikuwa anahangaika wakati akipanda mlima mkali, na alitishwa kwa majabali yaliyochongoka na wanyama pori waliokuwa waki-zungukazunguka na kunyemelea. Alipoweza kutoka kwenye jabali, aliona mbele yake maporomoko ya maji yenye ngurumo na huko mbali aliona ukuta mrefu wenye lango la cheche za moto. Mwanga ulikuwa wenye rangi ya maradhi ya tauni na kulikuwa na nyimbo ya ndege iliyoashiria madhara. Umbile la kivuli lilijitokeza karibu naye na kusema kwa utaratibu, '*Wewe umevuka salama.*' Angalau halikuwepo lile jibwa la kuchakurachakura mbele yake, alijiwazia mwenyewe, huku akitambua woga aliokuwa nao ambao ulikuwa unafifia katika nafsi yake. Alitahayari kutokana na khofu iliyokuwa ikimwingia katika nyakati kama hizi za kimya katika safari yao. Na alipowachungulia waliolala karibu naye, alijaribu kujisahaulisha kwamba walikuwa karibu mno na kingo za dunia tuijuwayo.

Alikuwa amelala tena wakati watu wa Chatu walipow-avamia kutoka pande zote. Waliwachinja walinzi mara moja na kuwanyang'anya silaha zao. Baadaye wakawapiga marungu watu waliolala. Hakukuwa na pingamizi yoyote kwa vile walikuwa wameshtukizwa ghafla mno. Wasafiri walikusanywa na watu waliokuwa wakiwazomea na kushangilia na wakapelekwa katikati ya uwanja uliokuwa wazi. Mienge iliwashwa moto na kushi-kiliwa juu ya umati wa mateka ulioshonana. Umati uliamrishwa kuchutama huku wakiweka mikono yao juu ya vichwa vyao. Mizigo ya bidhaa waliyoileta kwa kuibeba mabegani mwao ilinyakuliwa na kupelekwa gizani na wanaume na wanawake waliokuwa wanacheka. Hadi alfajiri, watekaji waliwazunguka huku wakiwa na furaha na kuwakashifu kwa viroja na kuwapiga baadhi yao. Wasafiri walipeana moyo kwa kurushiana maneno, na sauti ya Mohammed Abdalla ilipaa juu kuliko vilio na maombolezi, na huku akiwapigia mayowe aliwaambia wasivunjike moyo. Baadhi ya watu walikuwa wanalia. Wanne miongoni mwao walikuwa wameuwawa na wengi walikuwa wamejeruhiwa.

Katika mwanga, Yusuf aliona kwamba Mnyapara alikuwa amepigwa. Damu iliyokuwa ikitiririka iliufunika upande mmoja wa uso wake pamoja na nguo zake. 'Funika maiti,' Mohammed Abdalla alisema. 'Wapeni heshma zao, Mwenyezi Mungu awarehemu.' Alipomwona Yusuf alitabasamu. 'Angalau kijana wetu yupo nasi. Ingetuletea mkosi kama tungempoteza.'

'Bahati ya Shetani,' mtu mmoja alisema kwa kupaza sauti. 'Angalia bahati aliyotuletea hadi sasa. Angalia jinsi kila jambo lilivyotu-haribikia. Tumepoteza kila kitu.'

'Hawa watatuua,' alipiga kelele mtu mwengine.

'Tumwamini Mola,' alisema Mfanyabiashara. Yusuf alijisogeza bila ya kusimama ili kujiweka karibu na Ami Aziz. Mfanyabiashara alita-basamu na kumgusa begani. 'Usiogope,' alisema. Kulipokucha, watu wa mjini walikuja kutizama mateka, huku wakicheka na kuwatupia mawe. Waliwachunguza asubuhi yote na kuwacha shughuli zao huku

wakiangalia watu waliofungwa na kusongamana kama vile walitar-
ajia hao mateka wangefanya jambo la ajabu lisilotarajiwa. Mahabusu
walilazimika kwenda haja hapo hapo walipokaa. Hii iliwafurahisha
sana watoto na mbwa. Baadaye asubuhi, Mfipo alikuja kumwamuru
Mfanyabiashara aende kuonana na Chatu. Mazungumzo yake
yalikuwa ya kebehi na yenye sauti kubwa. 'Anamtaka huyo pia,'
alisema Nyundo huku akinyoosha kidole kwa Mnyapara. 'Na wale
wengine wawili waliokwenda jana usiku.'

Chatu alikuwa ameketi kwenye baraza lake tena huku akizun-
gukwa na wazee. Uwanja wake ulikuwa umejaa watu wakiwa na
shangwe na tabasamu. Chatu alisimama lakini hakuwakaribia
wafungwa. Uso wake ulionyesha masikitiko. Alitoa ishara kwa
Nyundo aje. Naye alimkaribia kwa kusitasita. 'Anasema atasema
polepole ili mimi niweze kufahamu kila kitu anachoniambia,'
Nyundo alitangaza kwa wengine. 'Nitajitahidi nitakavyoweza ndugu
zangu, lakini mtanisamehe pindipo nikikosea.'

'Tumwamini Mola,' alisema Mfanyabiashara kwa utaratibu.

Chatu alimtizama kwa chuki na akaanza kusema. 'Haya ndiyo
anayosema,' alianza Nyundo, huku akisita kila baada ya maneno
machache hadi Chatu alivyorudia kusema tena. 'Sisi hatukuwaambia
mje hapa na sisi hatuwakaribishi. Madhumuni yenu hayana ukarimu
na kuja kwenu miongoni mwetu nyie kunatuletea maovu na janga.
Nyie mmekuja hapa kutudhuru. Sisi tumeteseka kutokana na
wengine waliokuja kabla yenu, na hatutaki tena kuteseka. Walikuja
miongoni mwa majirani zetu na kuwateka na kuwachukua. Baada
ya safari yao ya kwanza tu nchini kwetu, majanga matupu yalituan-
gukia. Na nyinyi mmekuja kutuongezea hayo majanga. Mazao yetu
hayastawi, watoto wetu wanazaliwa vilema na wenye magonjwa na
wanyama wetu wanakufa kwa magonjwa yasiyojulikana. Matukio
yasiyosemeka yametokea tangu kuwapo kwenu miongoni mwetu.
Nyie mmekuja kuleta maovu maishani mwetu. Haya ndiyo Chatu
anayoyasema.'

'Sisi tumekuja kufanya biashara tu,' alisema Mfanyabiashara,
lakini Chatu hakusubiri hadi hili litafsiriwe.

'Hataki kukusikia wewe bwana tajiri,' Nyundo alieleza haraka-haraka, huku akihangaika kufuatilia maneno aliyokuwa anasema Chatu. 'Anasema hatutongoja hadi nyinyi mtugeuze sisi kuwa watumwa wenu na kuumeza ulimwengu wetu. Watu kama nyinyi walipofika mara ya kwanza nchini mwetu, mlikuwa na njaa na mlikuwa uchi, na sisi tuliwalisha. Wengine wao walikuwa wagonjwa na tukawatunza hadi walipopona. Baadaye mkatudanganya na kutu-saliti. Haya ndiyo maneno yake. Msikilizeni anavyosema! Nani anayesema uongo hivi sasa? Anasema mnadhani sisi ni hayawani tuendelee tu kukubali mnayotutendea namna hii? Bidhaa zote mlizoleta ni mali yetu, kwa sababu bidhaa zote zinazozalishwa nchini kwetu ni zetu. Hivyo basi sisi tunazichukua kutoka kwenu. Ndivyo alivyosema.'

'Basi mtakuwa mnatuibia,' alisema Mfanyabiashara. 'Mwambie hayo kabla hajaanza kuongea tena. Kila kitu tulichokuja nacho ni haki yetu, na tumekuja hapa kufanya biashara kwa kubadilishana bidhaa zetu kwa meno ya tembo na dhahabu na chochote kile cha thamani.'

Chatu aliingilia kati na kudai tafsiri. Tafsiri ilipokuja, ilipokelewa na vilio vya kejeli kutoka kwenye umati wa watu. Baadaye Chatu alisema tena huku uso wake ukiwa na hasira na dharau. 'Anasema kilichokuwa chetu, kwa hivi sasa ni maisha yetu tu,' Nyundo alieleza.

'Tunashukuru kwamba ametuachia hilo,' alisema Mfanyabiashara huku akitabasamu. Nyundo hakutafsiri hili. Chatu alielekeza kwenye mkanda wa pesa wa Mfanyabiashara na akamwamrisha mmoja wa watu wake akipasue kifuko kutoka kwa Mfanyabiashara.

Umma wa watu uliojikusanya ukashusha pumzi wakati Chatu alipokuwa anamtizama Mfanyabiashara kwa jicho kali. Baada ya muda mfupi alizungumza tena polepole na kwa kitisho, huku hasira na chuki zikimjaa mdomoni. 'Anasema kwamba janga lili-lowashukia linatosha. Hataki kumwaga damu yetu kwenye nchi yao. Vinginevyo angehakikisha kwamba hatungewasumbua tena watu wengine katika ulimwengu huu. Lakini anasema kabla hatujaon-doka, anataka kumshikisha adabu mmoja wa watumishi wako. Hayo ndiyo aliyoyasema.' Kwa ishara kutoka kwa Chatu, yule mwongoza njia waliyekuja naye kupitia msituni alitoka nje ya umati wa watu na kwenda kumgusa Mohammed Abdalla kifuani kwake. Kitendo hiki kilimfanya Mnyapara kushtuka na kunywea. Na bila ya kukusudia alionyesha karaha.

Chatu alipotoa ishara, watu wawili walikuja kumkamata Mohammed Abdalla wakati wengine walimtandika kwa bakora. Damu ikabubujika kutoka puani mwake na mwili wake ulitetemeka kwa kasi ya vipigo. Vifijo na kelele vya umati vilipotezesha mayowe yoyote ambayo yalitoka kwa Mnyapara. Hivyo mitetemeko ya mwili wake ilionekana kama mchezo wa kuigiza usiokuwa na sauti. Waliendelea kumpiga hata baada ya yeye kuanguka chini na kuzirai. Waliposita kumpiga, mawimbi ya mishituko yaliendelea kujitokeza kwenye mwili wa Mnyapara.

Yusuf aliyaona machozi yakimiminika kutoka usoni mwa Ami Aziz. Chatu alizungumza tena. Umati wa watu ulitoa kelele za masikitiko na baadhi ya wazee walitingisha vichwa vyao kuonyesha kutokuridhika. Chatu akasema tena huku akipaza sauti dhidi ya minong'ono ya umati ya kutokuridhika. Wakati akiongea alimtizama Nyundo na huku akimwonyesha kidole Mfanyabiashara. 'Anasema ondoa msafara wako mwovu na uondoke kutoka hapa,' Nyundo alisema.

'Watu wake hawapendi, lakini anasema hataki tena kuleta majanga mengine zaidi nchini hapa. Anasema anapowatizama vijana kama huyu, anatumaini kwamba sio sote wateka nyara waovu na wawindaji wa minofu….na hicho ndicho kinachomfanya atuhurumie. Ondokeni sasa, anasema, kabla hajabadili mawazo yake na kuwanyima huruma yake. Kijana ametuletea bahati hatimaye.'

'Rehma zote ni za Mola,' alisema Mfanyabiashara. 'Mwambie haya, mwambie kwa uangalifu Rehma zote ni za Allah. Sio yeye Chatu anayetoa na kuchukua. Mweleze hayo kwa uangalifu.'

Chatu alimwangalia Mfanyabiashara huku akipigwa butwaa, huku wazee na wale waliokuwa karibu kuweza kumsikia Nyundo akiongea kwa utaratibu, wakianguka kwa vicheko na kuzomea. 'Anasema wewe una ulimi wa kijabari mdomoni mwako. Anakuambia tena, pindi ulimi wako uliteleza bila kujitambua, chukua watu wako na uondoke. Hilo ndo analokuambia, bwana. Na ninahisi anapandisha hasira tena.'

'Hatutaondoka bila ya mizigo yetu,' alisema Mfanyabiashara. 'Mwambie kama anataka maisha yetu, anaweza kuyachukua. Hayana thamani. Lakini kama tutapata maisha yetu, pia tunadai bidhaa zetu. Sisi tutafika wapi kama hatutaweza kufanya biashara? Mwambie hatuondoki bila ya bidhaa zetu.'

6

Mfanyabiashara aliwaelezea watu kilichotokea katika kasri ya sultani: maneno mabaya ambayo Chatu aliyasema, kupigwa kwa Mohammed Abdalla, bidhaa zao kuchukuliwa ngawira, kufukuzwa kwao kutoka mjini, na kukataa kwake kuondoka. Aliruhusu wale waliotaka kuondoka, waondoke. Watu walipiga makelele na kula yamini uaminifu wao kwa Mfanyabiashara. Na waliapa kukubali rehma iliyoandikwa na Mola. Simba Mwene aliwaambia jinsi ujana wa Yusuf ulivyowaponyesha kutoka kwenye maovu zaidi. Hii ilisababisha furaha na pia kejeli.

Baadaye wakakaa kimya kama walivyotakiwa na watekaji wao, lakini walilazimika kutafakari kutokana na jinsi njaa ilivyowashika na pia jinsi wenzao walivyokuwa bado wagonjwa. Kulikuwa hakuna kivuli cha kujikinga na jua lilikuwa kali hivyo walizidi kulalamika jinsi muda ulipozidi kusonga mbele. Walijenga vibanda kwa kutumia nguo zao wenyewe na kushikiza kwa mihimili ya majiti na kukazia kwa kamba.

Mnyapara alipata fahamu yake japokuwa alikuwa bado dhaifu na alitetemeka kwa homa iliyoanza kumshika. Alilala chini akiwa na maumivu huku akinong'ona maneno ambayo hakutokea mtu hata mmoja aliyejali kuyafahamu. Macho yake yaliyojaa matongotongo aliyafungua mara kwa mara huku akitizama pembeni mwake utadhani hana fahamu ya wapi alipokuwepo. Watu walingoja uamuzi wa Mfanyabiashara huku wakibishana miongoni mwao kuhusu lipi bora la kufanya. Je, si bora wangeondoka wakati bado wapo salama? Nani angeweza kutambua kitendo gani kitafuata kutoka kwa Chatu?

Wafanye nini sasa? Kama wakibakia mjini wataishia kufa na njaa, na kama wakiondoka bila ya bidhaa zao pia watakufa na njaa. Au hata pia kuna hatari ya kutokea mtu kuwachukua kama mateka.

'Angalia jinsi mwili wa mwanaadam ulivyokuwa dhaifu,' Ami Aziz alimwambia Yusuf, huku lile tabasamu lake la asili likianza kuvinjari kwenye uso wake. 'Mwangalie jasiri wetu bin Abdalla, na uangalie jinsi mwili wake ulivyobadilika kuwa dhaifu na kumtupa mkono. Mtu dhaifu hangeweza kupona kutokana na kipigo cha namna ile, lakini yeye atapona. Ni matukio tu huwa mabaya kuliko hivi, kwa sababu hulka yetu pia ni duni kiasili, na ni ya kidanganyifu. Kama ningalitambua vinginevyo, ningeweza kuamini madai ya yule sultani mwenye ghadhabu. Yeye kaona kitu kwetu ambacho kwa makusudi alitamani kukiharibu. Na anatusimulia mikasa ili tuweze kukubaliana naye na kumfurahisha. Laiti kama tungaliweza kuiwachia miili yetu iwe huru, na kuwa na uhakika kwamba hiyo miili yetu itaweza kujineemesha na kujifurahisha wenyewe. Yusuf, unaweza kusikia jinsi watu wanavyolalamika. Je, unafikiri tufanyeje? Labda ndoto ilikujia usiku na unaweza kuitafsiri kwa kutuokoa, kama vile alivyofanya yule Yusuf mwengine,' Ami Aziz alisema huku akitabasamu.

Yusuf alitingisha kichwa chake huku akishindwa kusema kwamba hakuweza kuona matumaini kwa ajili yao.

'Basi ikiwa hivyo ni bora tubakie hapa na tufe kwa njaa. Je, jambo hili linaweza kumwaibisha sultani kwa ukatili wake?' Mfanyabiashara aliliuliza hili swali huku Yusuf akitoa sauti iliyojaa huruma.

'Simba,' Mfanyabiashara aliita, huku akimwonyeshea ishara amkaribie. 'Unafikiria nini? Je, tuondoke bila ya bidhaa zetu au tubaki hapa hadi tuzipate?'

'Tuondoke halafu turejee kuwapiga vita,' Simba Mwene alisema bila hata kusita.

'Bila ya silaha au hata bila ya uwezo wa kuzinunua? Na vita hivi vitamalizika lini?' Mfanyabiashara aliuliza.

Wakati wa mchana Chatu aliwapelekea ndizi mbivu na majimbi ya kuchemsha, na kiasi cha nyama pori iliyobanikwa. Baadhi ya watu wa mjini waliwaletea maji ya kunywa na ya kunawa. Baadaye Chatu alipeleka ujumbe wa kumwita Mfanyabiashara, naye alikwenda huku akisindikizwa na Nyundo, Simba Mwene na Yusuf. Safari hii kulikuwa hakuna umati wa watu uwani mwa nyumba ya Chatu, lakini wazee walikuwa bado wapo wamekaa barazani, wamestarehe kwa utulivu, bila ya kufuata itifaki ya desturi. Labda daima huwa wanakaa pale kama wale wazee waliokuwa wakikaa dukani, Yusuf alifikiria. Chatu aliongea kwa utulivu kama vile alishafikia uamuzi kutokana na kuwaza kwake kwa muda mrefu. 'Anasema miaka miwili iliyopita kulikuwa na kikundi cha watu wetu waliopita hapa,' Nyundo alisema, huku akijisogeza kumkaribia sultani ili aweze kumsikiliza vyema, kwa vile sultani alikuwa akiongea kwa sauti ndogo. 'Wengine walikuwa na ngozi nyeupe kama wewe, bwana tajiri, na wengine weusi zaidi. Walisema wao walikuja kufanya biashara. Kama wewe ulivyosema. Anasema yeye aliwapa dhahabu na pembe za tembo na ngozi nzuri. Mfanyabiashara wao alisema hana bidhaa za kutosha za kulipa na wataondoka na baadaye kurudi kutulipa iliyosalia. Toka wakati huo hajawaona tena. Anasema yule Mfanyabiashara ni ndugu yetu. Kwa hivyo bidhaa zetu zitalipia deni la ndugu yetu. Hivi ndivyo anavyosema.'

Mfanyabiashara alitaka kusema, lakini Chatu akaanza kusema tena na kumlazimisha Nyundo amsikilize. 'Anasema hataki kujua wewe unafikiri nini kuhusu jambo hili. Ameshapoteza wakati mwingi na wewe. Unafikiri yeye ni khoikhoi? Khoikhoi atawaachia watu asiowajua kumwibia na huku yeye akibaki anacheza ngoma katika mwanga wa mwezi. Yeye anataka tu nyinyi mwondoke kabla jambo baya halijatokea. Siyo kila mtu hapa anafurahia suluhisho hili, anasema, lakini anataka kulimaliza jambo hili. Baada ya kutafakari kwa uangalifu, hili ndilo aliloamua. Atakupa baadhi ya bidhaa ili uweze kufanya biashara, bidhaa za kutosha kukuwezesha kuondoka katika nchi yake. Sasa anataka kujua kama una chochote cha ziada ungependa kujibu.'

Mfanyabiashara alikaa kimya kwa muda. 'Mwambie uamuzi wake unamwonesha yeye ni mtawala wa busara, lakini hukumu yake si haki,' alisema mwishowe.

Chatu alitabasamu alipotafsiriwa hayo maneno. 'Kitu gani kili-chowaleta hapa kutoka huko kwenu?' Mnafuata haki? Hilo ndilo analoliuliza. Kama ndiyo hivyo, anasema, basi mmepata hiyo haki. Nazichukuwa bidhaa zenu ili niweze kuwapa haki watu wangu kwa bidhaa walizopoteza kwa ndugu yako. Sasa wewe nenda kamtafute huyo ndugu yako aliyeniibia mimi na upate haki yako kutoka kwake. Nadhani ndivyo hivyo alivyosema.'

Waliendelea siku iliyofuata, wakibishana kiasi cha bidhaa Mfanyabiashara angeweza kuruhusiwa kuchukua. Na pia thamani ya bidhaa zilizochukuliwa, na kile ambacho Chatu anadaiwa. Wazee walioketi waliwazunguka huku wakichangia kila aina ya busara waliyoweza kuitoa, lakini Chatu alizipuuza tu. Vijana walitaka bunduki tatu ambazo walikuwa wamezichukua kutoka kwa walinzi na walitaka wapewe haraka ili waweze kwenda kuwinda. Lakini Chatu pia aliwapuuza. Hakuna mwanamke aliyekaribia, japokuwa Yusuf aliwaona wakizurura humo uwani wakijishughulisha na mambo yao. Nyundo alihangaika kutafsiri maneno ya kila mtu na kila upande ulimtizama kwa kumtilia mashaka. Mfanyabiashara alitoa ombi kwamba wakati wakiwa bado wameshikiliwa katika mji wa Chatu, na hadi hapo watu wake watakapopona vizuri na kuweza kusafiri, wangeruhusiwa kutembea wanavyotaka na labda hata kuruhusiwa kuwafanyia kazi watu wa mjini ili angalau kupata chakula?

Chatu alikubali kwa masharti kwamba Yusuf abakie naye kama mateka. Usiku ule wakati Yusuf alipolala katika baraza la uwa la mojawapo ya nyumba za Chatu, wasafiri wawili waliweza kutoroka bila ya kugunduliwa ili kwenda kutafuta msaada.

Yusuf alikarimiwa vizuri nyumbani kwa Chatu. Sultani mwenyewe alizungumza naye ijapokuwa Yusuf hakuweza kuelewa zaidi ya maneno mawili matatu. Au pengine alidhani ameelewa kwa vile maneno mengi yalionekana si mageni. Kutokana na ishara usoni mwa Chatu na kutokana na maneno mengine ambayo Yusuf aliya-fahamu, aliweza kubuni maudhui ya maswali na majibu yake: Wali-shasafiri kwa umbali gani, idadi gani ya watu wakiishi nchini kwake, nini hasa kilichowafanya kusafiri masafa marefu kama hayo. Yusuf alizungumza kwa taadhima kuhusu mambo haya, lakini si sultani wala hata mmoja wa wazee walionekana kuelewa nini hasa Yusuf alikuwa akisema. Wakati Mfanyabiashara alipokuja siku iliyofuata kwa ajili ya kuendelea na mabishano ya makubaliano, alimwangalia Yusuf huku akimchunguza na alitabasamu.

'Mambo yote mazuri kwangu,' Yusuf alisema.

'Umemudu vizuri sana,' alisema Ami Aziz, huku bado akitabasamu. 'Njoo ukae na mimi ili tuweze kusikia mikasa ya sultani kuhusu wewe.'

'Yusuf hakuruhusiwa kutoka nje ya kuta za uwa, na wala hakutakiwa kukaribia baraza, pale ambapo Chatu na wazee walipitisha muda wao mwingi wa siku, ila tu kama angeitwa. Je, wazee hawakuwa na kazi ya kufanya, au kuamia mashamba au hata kuangaza tu kwa kuhusudu kile kilichopendeza na kilichowafurahisha? Labda kuwepo kwa msafara katika mji wao kuliwafanya wao waache yote. Yusuf pia alikaa kivulini siku nzima akingojea muda upite, na huku akiangalia wanawake wakati wakijishughulisha na mambo yao. Kwa mpita njia tu, ingeweza kuonekana kama vile wote wao kazi yao ilikuwa ni kukaa tu kivulini na kuangaza kilicho mbele yao.

Wanawake walimtania Yusuf huku wakimtupia maneno ya vijembe na tabasamu za uso kwa uso. Hata hivyo haikuonyesha kama vile hayo maneno yao na tabasamu zao zote zilikuwa za huruma tu. Wanawake waliwatuma wasichana wadogo kumpelekea vizawadi vidogo na ujumbe wa salamu. Yaani Yusuf alichukulia hizo kuwa salamu za ujumbe, na kwa vyovyote vile akavifasiri alivyotaka ili kupitisha muda. Njoo unione leo mchana wakati mume wangu amelala. Je, unataka unawishwe? Je, kuna sehemu inakuwasha unataka mimi nikukune? Kuna mara nyengine wakicheka kwa vifijo vya kuzomea huku wakimwita kwa makelele, na mwanamke mmoja kati ya wale wanawake wazee alimrushia mabusu na kutikisa matako yake kila alipopita na kumkaribia Yusuf. Msichana aliyemletea chakula alimkodolea macho bila aibu yoyote huku akikaa kando wakati Yusuf alipokuwa akila. Alizungumza na Yusuf mara kwa mara huku kaukunja uso wake kwa ukali. Yusuf aliepusha macho yake ili asiangalie kifua kilichokuwa wazi cha huyo msichana. Hata hivyo alimwonyesha shanga zake alizozivaa shingoni huku akizinyanyua juu ili kumwezesha kuzihusudu vizuri.

'Shanga. Ninazifahamu,' alisema Yusuf. 'Sielewi kwa nini watu wanapenda shanga kiasi hiki. Kuna sehemu nyingine tulizopita, watu waliuza kondoo mzima kwa shanga kidogo tu. Hivi ni vipambo tu visivyokuwa na thamani. Kwani mtu utafanya nini na shanga?'

'Jina lako nani?' alimwuliza mara nyengine lakini alishindwa kumwelewa. Alimwona mrembo, sura yake ilikuwa nyembamba iliyochongoka na mwenye macho ya kutabasamu. Mara kwa mara alikaa karibu naye bila ya kusema neno na Yusuf alihisi angaliweza kujionyesha kuwa yeye ni dume lakini hakutaka kumvunjia heshima. Wakati wowote alipoonyesha ishara kwamba anahitaji kitu, aliletewa na msichana huyo kumhudumia. Hata Chatu alianza kumtania Yusuf kuhusu jambo hilo wakati Ami Aziz alipokuja kubishana na kupatana kuhusu bidhaa. 'Anasema kwamba amesikia kijana wetu ameshamwoa binti yao mmoja wapo, na itabidi tuongeze hili katika deni letu,' Nyundo alisema huku akikenua meno kwa Yusuf. 'Umefanya mambo harakaharaka, wee maluuni. Anasema mwacheni hapa akae na sisi na kumpa Bati watoto wa kiume. Hii biashara inahusu nini na kijana shabab kama Yusuf? Anasema mwacheni hapa na Bati atamfundisha yote kuhusu maisha.'

Bati, kumbe ndo lilikuwa jina lake. Yusuf aliona kila Bati alipomkaribia, watu waliokuwa wanatizama walikonyezana kwa tabasamu.

Siku ya nne akiwa katika uwa wa Chatu, msichana alikuja kumtembelea ilipoingia kiza. Alikaa kwenye jamvi la Yusuf huku akiimba kwa sauti ya chini polepole na huku mkono wake ukimpapasa uso na nywele zake. Naye Yusuf alimpapasa bila ya kusema, huku ameghumiwa na starehe na raha aliyoihisi kutokana na kupapaswa. Hakukaa kwa muda mrefu na akaondoka ghafla, kama vile alikumbuka kitu. Siku nzima iliyofuata, alishindwa kutomfikiria yule msichana. Na kila alipomwona hakuweza kuficha tabasamu lake. Wanawake walipiga makofi na kuwaita kila walipowaona, huku wakichekelea mkasa huo.

Ami Aziz alimtembelea tena Chatu siku hiyo na alihakikisha anazungumza na Yusuf. 'Jiweke tayari,' alisema, 'tutaondoka usiku mmoja hivi karibuni. Tutajitahidi kupata bidhaa zetu na kutoroka. Kuna hatari.'

Usiku ule yule msichana alikuja tena kwake na akaketi karibu yake kama alivyofanya awali. Walikumbatiana hadi wakalala chini. Alishusha pumzi zake kwa furaha, lakini msichana alisimama ghafla, tayari kuondoka. 'Baki', Yusuf alisema.

Alimnong'oneza kitu, na kuweka kiganja chake mdomoni mwa Yusuf ili kumnyamazisha. Katika kilele cha furaha yake kubwa Yusuf alipaza sauti yake na alimwona Bati akitabasamu kizani. Mtu alikohoa katika nyumba iliyokuwa pembeni na Bati alikimbia na kupotea katika kiza. Yusuf alikaa macho kwa muda mrefu huku akikumbuka ule muda mfupi wa furaha na huku akiwa na matumaini ya kumwona asubuhi. Alijishangaa jinsi mwili wake ulivyomtamani na jinsi mwili wake ulivyopata maumivu kwa kuondoka kwake ghafla. Aliwakumbuka Chatu na Mfanyabiashara na alihisi watam-kasirikia kwa mambo anayoyafanya. Wazo hilo lilimpa khofu. Lakini alijituliza kwa kukumbuka jinsi Bati alivyomsisimua kwa hisia kali. Baadaye akajikurupusha na kutafuta usingizi.

Asubuhi alimwona akiondoka uwani kuelekea mashambani pamoja na wanawake wenzake. Aligeuka nyuma kumtizama Yusuf, na wanawake walicheka kukiona kile kisa chake cha kuonyesha dhahir mahusiano yaliyokuwapo kati yao wawili. *Ni mahaba*, walipiga kelele. *Harusi itakuwa lini*? Au tuseme hivyo ndivyo Yusuf alivyofasiri mazungumzo yao.

7

Kwenye majira ya asubuhi, safu ya kikosi iliingia mjini. Ilion-gozwa na mzungu ambaye aliwapeleka watu wake moja kwa moja katika uwanja wazi uliokuwa mkabala na nyumba ya Chatu. Hema kubwa lilipigwa mara moja na mlingoti wa bendera ulisimam-ishwa. Mzungu, aliyekuwa mrefu mwenye upara na ndevu nyingi, alikuwa amevaa shati na suruali ndefu huku akijipepea kwa kofia yake kubwa na pana. Aliketi nyuma ya meza aliyowekewa na watu wake na mara moja akaanza kuandika katika kitabu. Safu ya kikosi chake ilijumuisha dazeni kadha za maaskari na wapagazi, wote walikuwa wamevaa kaptura na mashati makubwa. Watu walijikusanya kuzunguka kambi, lakini walirudishwa nyuma na askari ambao walikuwa wamejihami vizuri kwa silaha. Wakati Mfanyabiashara alipopata habari kuhusu kuwasili kwa safu ya askari, alikimbilia haraka kwenda kuonana na mzungu. Na japokuwa hapo awali alizuiliwa na walinzi, lakini alihakikisha kwamba mzungu anamwona. Baada ya mzungu kumaliza kuandika, alimwangalia mtu aliyevaa kanzu ndefu nyeupe na akamwashiria aje karibu. Askari wake kiongozi ambaye alikuwa akizungumza Kiswahili fasaha, alikuja mbele kutafsiri. Mfanyabiashara alimhadithia kwa haraka mkasa uliomkumba, huku akimsihi amsaidie kurudishiwa bidhaa zake alizoibiwa. Baada ya kusikia huo mkasa Mzungu alipiga miayo na alisema atapumzika sasa. Alipoamka alitaka Chatu aletwe mbele yake.

Mfanyabiashara na Chatu walisubiri uwanjani hadi Mzungu aamke. Bwana mkubwa yupo hapa sasa, watu wa Ami Aziz walimsuta Chatu. Atakulisha choo wewe mwizi. Chatu alimwuliza Nyundo kama aliwahi kuwaona Wazungu kabla. Aliwahi kusikia kwamba Wazungu wanakula chuma. Hivi ni kweli?

Hata hivyo alivyoitwa aliona heri aje kuliko kujiongezea matatizo zaidi. 'Anauliza je, unajua hawa ni watu wa aina gani?' Nyundo alimwambia Mfanyabiashara.

'Mwambie ataona punde tu,' Mfanyabiashara alisema. 'Lakini atanirudishia rasilimali yangu kabla siku ya leo haijamalizika.'

Yusuf alisimama na wasafiri wenzake ambao walimtania kwa furaha kuhusu likizo yake aliyoipitisha nyumbani kwa sultani. Hatimaye Mzungu alitoka nje ya hema lake, uso wake ukiwa mwekundu na umejikunja kwa usingizi. Akanawa vizuri kama vile yuko peke yake, na ilhali alikuwa amezungukwa na mamia ya watu. Baadaye akakaa mezani na kula chakula kilichowekwa mbele yake na kuandaliwa na mtumishi wake. Alipomaliza aliwaita Mfanyabiashara na Chatu waje mbele yake.

'Wewe ni Chatu?' aliuliza.

Askari kiongozi alitafsiri maneno ya Mzungu kwa ajili ya Chatu, na Nyundo alitafsiri maneno ya askari kwa ajili ya Mfanyabiashara. Sultani alitoa ishara ya kichwa kwa mkalimani na haraka akamgeukia Mzungu kumtizama tena. Hakuwahi kabla ya hapo kuona kitu chochote cha kushangaza kama mtu mwekundu anayeng'aa na nywele zilizoota nje ya masikio yake, ndivyo baadaye sultani alivyoelezea.

'Wewe Chatu. Umekuwa bwana mkubwa? Hivi ndo unavyofikiri?' mkalimani aliuliza baada ya Mzungu kuongea tena. 'Inakuwaje unawaibia watu mali zao? Hivi wewe huogopi sheria ya serikali?'

'Serikali gani? Unazungumza kuhusu nini wewe?' Chatu alisema huku akimpandishia sauti mkalimani.

'Serikali gani? Unataka kuona serikali gani? Na tahadhari rafiki yangu na usithubutu kupandisha sauti yako wakati unazungumza na mimi. Hivi wewe hujawahi kuwasikia waropokwaji wakubwa kama wewe ambao serikali imewafyata midomo yao na kuwafunga minyororo?' mkalimani aliuliza kwa ukali. Nyundo alitafsiri maneno haya kwa kupaza sauti juu, huku akiwafanya watu wa Mfanyabiashara kushangilia.

'Je, amekuja kuchukua watumwa?' Chatu aliuliza kwa hasira. 'Huyu bwana mkubwa wako amekuja hapa kuchukua watumwa?'

Mzungu alisema bila ya subira, uso wake ukizidi kuwa mwekundu kwa kero. 'Wacha mazungumzo yako ya kipuuzi,' mkalimani alisema. 'Serikali haijihusishi na watumwa. Ni watu hawa ambao walikuwa wakinunua watumwa na bwana mkubwa amekuja kuwasitisha wasinunue. Nenda ukalete bidhaa za watu hawa kabla hayajazuka matatizo.'

'Mimi sikuchukua bidhaa zao bila ya sababu. Mmoja wa ndugu zao alichukua pembe zangu za tembo na dhahabu,' Chatu alilalamika, huku akipaza sauti yake tena kwa ugomvi.

'Amesikia yote haya,' mkalimani alisema, huku akidhibiti kikamilifu mambo yote hayo mikononi mwake. 'Na hataki kusikia zaidi habari hizi. Lete bidhaa zote ambazo ni mali ya watu hawa.

Haya ndiyo bwana mkubwa anayosema…bila ya hivyo sasa hivi utatambua serikali inaweza kufanya nini.'

Chatu alizungusha macho kuzungukia kambi yote, akiwa hajaamua la kufanya. Ghafla Mzungu alisimama na kujinyoosha.

'Anaweza kula chuma huyu?' Chatu aliuliza.

'Anaweza kufanya chochote anachotaka,' mkalimani alisema. 'Lakini sasa hivi kama hutofanya anavyokuambia atakufanya uyale mavi.'

Watu wa Mfanyabiashara walicharuka na makelele ya shangwe na kashfa, wakipiga mayowe kumtukana Chatu na wakimwomba Mola amlaani yeye pamoja na mji wake. Bidhaa zote zilizobakia zililetwa. Mzungu alitoa amri kuwa Mfanyabiashara na watu wake waondoke sasa hivi, na warudi kokote walikotokea, pia waziwache bunduki zao tatu pale.

Kulikuwa hakuna haja ya kubeba bunduki sasa kwa sababu serikali imeshaleta utaratibu mzuri nchini. Bunduki zilitumika kwa ajili ya kuleta vita na kuteka watu. Haya ondokeni sasa, bwana mkubwa ana shughuli za kufanya na huyu mtemi, mkalimani alisema. Mfanya-biashara angalipenda kupekua nyumba kwa ajili ya kutafuta bidhaa zilizokosekana, lakini hakutaka kubishana tena. Walifunga mizigo yao haraka, na hii iliwafanya kuwa na furaha na ari kutokana na wao kupata ushindi.

Yusuf aliiangalia umati uliokuwa umewazunguka wakati wana-harakisha kujiandaa, huku akiwa na matumaini ya kumwona Bati kwa mara ya mwisho. Kabla usiku haujaingia, walikuwa tayari safarini. Walifuatilia zile alama za njia ngumu ya safari walikotokea ili kurejea kuelekea mji wake Marimbo uliokuwa kando ya ziwa. Wakiwa na khofu kubwa, iliwabidi wakimbizane kwa haraka huku wakiporomoka kwenye njia za vilima vikali. Na kwa kipindi chote hiki walitegemea kumbukumbu za Simba Mwene kwa ajili ya kukumbuka ile njia yao ya awali. Simba Mwene alikuwa mtu pekee kwa mara ya kwanza safarini, aliyeweza kumudu kuwa-pitisha msituni na kuweza kumudu kuwaepusha na hali zote za vitisho na mateso.

Watu walitunga nyimbo kuhusu Chatu ambaye ni nyoka, chatu mmeza watu, lakini huyo chatu naye alimezwa na jinni la Kizungu lenye nywele zinazoota na kutokeza masikioni. Lakini pori lilidunisha sauti zao na kuziondolea mvumo wake. Mfanyabiashara alisikitika kwamba hawakuweza kusuluhisha mambo baina yao na sultani. 'Sasa Mzungu ameshawasili huko, ataichukua nchi yote,' alisema.

Walikaa mji wake Marimbo kwa majuma kadhaa, wakipumzika na kufanya biashara kadri walivyoweza na huku wakiwa na matumaini wale watu wawili waliotoroka kutoka mji wa Chatu labda watatokeza hapo. Hapakuwa na mengi ya kufanya. Hapo mwanzoni, kutokana na furaha ya wao kuweza kutoroka, walikuwa wakifurahia kutulia kivivu huku wakilipia sherehe za ngoma na karamu za vyakula na mapochopocho waliyoyafurahia kilafi. Jioni walicheza karata na kupiga hadithi, huku wakiwapiga mbu waliokuwa wakiwazunguka vichwani na kuwatesa. Wengine kati yao waliwafuata wanawake wa mjini. Walinunua pombe kutoka kwa watu wa mjini na kunywa kwa siri. Lakini katika kulewa kwao, walilia na kuomboleza mitaani usiku na kuharibu ile bahati waliyoipata ambayo ilisababisha hali yao duni. Mnyapara alipona kutokana na kipigo alichokipata, isipokuwa kwa kidonda kwenye mnofu wake wa mguu karibu na goti ambacho kilikuwa bado hakijapona. Lakini maumivu na fedheha aliyoipata zilimdhohofisha na kumnyamazisha, na hakufanya lolote kudhibiti watu. Simba Mwene hakujihusisha na wenzake na alipata ajira kama kibarua wa siku. Haukupita muda mzozo ulizuka miongoni mwa watu.

Watu walitishana na kuonyeshana visu. Marimbo alilalamika kuhusu tabia za ovyo kupita kiasi zilizojitokeza miongoni mwa watu wake, lakini hata hivyo Marimbo alikubali zawadi nyengine ili aendelee kuvumilia vituko hivyo. Yusuf alihisi Ami Aziz alichoshwa mno. Mabega yake yaliporomoka na kujiinamia chini, na alikaa kwa muda mrefu bila ya kuzungumza. Akiwa anamtizama katika giza la jioni, Yusuf ghafla alimhisi Ami Aziz amekuwa kama mnyama mdogo dhaifu aliyepoteza gamba lake na hivi sasa amekwama nje na amekuwa mwoga wa kutembea. Alipozungumza na Yusuf sauti yake ilikuwa bado ya taratibu na kufurahisha, ila kauli yake ilikuwa haina tena hekima wala ujanja. Yusuf akaanza kupata khofu akihisi kama vile wametelekezwa katika dunia isiyofahamika. Wakati mwingine jua lilipokuchwa nyakati za jioni, yeye alikuwa akiungua.

'Je, umeshawadia muda wa kusafiri?' Yusuf alimwuliza Mnyapara siku moja. Walikuwa wamekaa jamvini pamoja, na Yusuf alijaribu kutoangalia donda lake lililokuwa linameremeta mguuni mwake. Aliangaza mbinguni na alihisi kama vile anapata kizunguzungu kutokana na wingi wa nyota zilizomeremeta. Zilionekana kama ukuta wa majabali yaliyong'ara yaliyokuwa yakiwaporomokea chini.

'Mwambie Seyyid,' Mohammed Abdalla alimwambia. 'Hanisikilizi mimi tena. Nimeshamweleza bora tuondoke kabla sote hatujateketea katika jahanamu hii, lakini ana mzigo mkubwa umemwelemea. Yeye hanisikilizi tena.'

'Niseme nini? Sithubutu kusema naye,' Yusuf alisema, japokuwa alijua ataongea naye.

'Umo moyoni mwake. Zungumza naye na umsikilize majibu yake. Lakini mwambie lazima tuondoke. Wewe si mtoto tena,' Mohammed Abdalla alisema kwa ukali. 'Je, unajua kwa nini ana huruma na wewe? Kwa sababu wewe ni mpole na una msimamo. Na usiku wewe unalalama kwa ndoto ambazo zinaashiria mambo ambayo hata mmoja wetu hawezi kuyaona. Labda anahisi wewe umetukuzwa.' Yusuf alitabasamu kusikia lugha ya kuzungusha maneno aliyotumia Mnyapara. Kusema mtu katukuzwa ni sawa sawa na kumdanganyia aliye na wazimu. Mohammed Abdalla alimchekea huku akifurahia kwamba Yusuf alikuwa ameelewa maskhara yake. Baada ya muda Mohammed Abdalla akabinya paja la Yusuf taratibu.

'Naona umekua mkubwa katika hii safari yetu,' alisema, huku akitizama kando.

Yusuf aliona kwamba ndani ya nguo ya Mohammed Abdalla uume wake ulikuwa umenyanyuka kutokana na kusisimka, na papo hapo alisimama ili kuondoka. Alimsikia Mnyapara akitoa kicheko cha chini kwa chini na baadaye kujikohoza. Yusuf alikwenda ziwani kuwaangalia wavuvi wakileta shehena yao ya samaki ya mwisho kwa siku hiyo. Alingoja hadi ilipokaribia mchana wakati hali ya hewa imekuwa ya joto na misukosuko haikuwa mizito sana kwao.

'Je, wakati umewadia kwa sisi kuondoka, Ami Aziz?' aliuliza, huku akikaa mbali kidogo na kujiinamisha mbele ili kuonyesha heshima. Kwanza huyu wala si ami yako! Ilikuwa ni mara ya kwanza tangu wao kuwa mateka, alipothubutu kumkabili na kumwita ami. Lakini ukweli ni kwamba hali ya mambo ilikuwa tofauti kabisa sasa.

'Ndiyo, tungalikuwa tumeshaondoka siku nyingi zilizopita,' Mfanyabiashara alisema na baadaye kutabasamu. 'Je, umekuwa na wasiwasi? Nilikuona unaniangalia kwa kunijali. Ni jambo zito kidogo kwangu ndiyo maana limenizuia na nikabakia hapa. Uvivu au uchovu…. Nimeshasikia kuhusu hawa mbwa wetu wanavyo-kosa adabu, labda wakati umewadia tungewaondoa hapa. Nitamwita Mnyapara na Simba hivi karibuni tu, lakini kwa sasa keti na mie na unieleze je unaonaje kuhusu mambo yote hayo yaliyotusibu.

Walikaa kimya kwa muda kidogo. Yusuf alihisi mzunguko wa picha za matukio ya maisha yake ukipita mikononi mwake na yeye akauruhusu mzunguko huo bila ya pingamizi. Halafu alisimama na kuondoka. Kwa muda mrefu baadaye, alijikalia kimya mwenyewe na nafsi yake, akiwa kapigwa ganzi na majuto kwa vile yeye hakuweza kuidumisha kumbukumbu ya wazazi wake katika maisha yake. Alijiuliza kama wazazi wake bado walikuwa wanamkumbuka, kama bado walikuwa hai, na alifahamu nafsini mwake kwamba ingekuwa bora asingegundua kabisa. Hakuweza kuzizuia kumbu-kumbu nyengine katika hali yake aliyokuwa nayo, na taswira za yeye kutelekezwa zilimjia kwa kasi sana. Wote walimlaani yeye kwa kutojijali mwenyewe. Matukio yalitawala maisha yake na alinyanyua kichwa chake juu ya kifusi na kutupia macho yake kwenye upeo wa karibu. Aliamua bora achague ujinga kuliko elimu ya kuyafa-hamu yaliyokuwa mbele yake ambayo hayakuwa na manufaa yoyote. Hakuna chochote alichoweza kukifikiria kufanya, ambacho kingali-weza kumkomboa kutokana na hali ya maisha ya kitumwa aliyokuwa anaishi.

Kwanza huyu wala si ami yako. Alimwaza Khalil na kutabasamu japokuwa alikuwa katika hali ya majonzi, na hisia ya ghafla ya kuji-hurumia iliyomkumba. Hivyo ndivyo atakavyokuwa pindi kama ataidhibiti akili yake. Kama vile alivyo Khalil. Mwenye wahka na mpambanaji, aliyebanwa kila sehemu na mhitaji. Amekwama pasipojulikana. Aliwaza kuhusu maskhara ya daima na wateja wake, na kujikalifisha kuonyesha ucheshi na hali yeye binafsi akitambua fika kwamba alikuwa akificha maumivu ya hisia zake. Kama vile Kalasinga aliyepo maili elfu kutoka kwao. Kama wao wote, wamezama katika sehemu moja au nyengine yenye uvundo, wametapakaa shauku na kuliwazwa na kumbukumbu za njozi za kupotelewa na hali ya uzima wa kikamilifu.

8

Mfanyabiashara alisema ili kuondokana na hasara iliyowakumba katika safari yao, ukiondolea mbali suala la kufanya faida yoyote, ilikuwa bora kuchukua njia nyengine na kupitia maeneo yaliyojaa watu. Kwa vile kuna wengi wagonjwa miongoni mwao, safari itakuwa ya mwendo wa polepole sana, lakini kwa vyovyote vile, mwendo wa kasi haukuwa suala la kuwasumbua. Walikuwa wameshapoteza takriban robo ya watu walioanza nao safari, na takriban nusu ya bidhaa zao zilipotea kwa kutoa hongo na kwa wizi wa Chatu.

Walisafiri kupitia njia ya kuelekea kusini, kuzunguka mwisho wa mipaka ya kusini ya ziwa. Mnyapara alidhibiti tena msafara, lakini ushupavu wake ulikuwa umepotea. Wote wawili yeye na Mfanyabiashara walimtegemea zaidi Simba Mwene kuliko hapo awali. Biashara ilikuwa nyingi katika nchi walizokuwa wanapitia lakini bidhaa walizokuwa wamebeba zilikuwa hazina thamani kubwa hapa. Pia bidhaa za maeneo ya hapa hazikuwa na thamani kama pembe za tembo. Katika mambo mengineyo waliweza kununua vipusa vya faru, lakini kwingi zaidi ilikuwa hakuna budi kuridhika na ngozi na gundi tu. Baada ya siku chache, mpangilio wa biashara ulianza kujengeka kwa jinsi walivyokuwa wakivinjari na kuyazunguka maeneo ya mbali kuchukua njia nyengine ili kutafuta vitongoji na miji.

Maumbile ya maeneo ambayo yalimpa mshangao na pia khofu wakati wa safari yao ya mwanzo, hivi sasa yalififia na kuwa kama uluilui wa vumbi na machofu. Walitafunwa na wadudu na kukatwa na kuchanwachanwa kwa miba na vichaka. Jioni moja kikundi cha nyani kiliwavamia na kukimbia huku wakichukua walichoweza. Kuanzia wakati huo katika kila kituo walichosimama, walijenga boma kujikinga na wanyama waliowazungukazunguka wakati wa usiku kwani bila ya bunduki zao walikuwa hatarini sana. Kila wali-pokwenda walihadithiwa mikasa ya Wajerumani, ambao walikuwa wamepiga marufuku kuchukua hongo, na hata pia waliwanyonga watu kadhaa kwa sababu ambazo hazikueleweka na mtu yeyote. Simba Mwene alifanya bidii kuviepuka vituo vyote vilivyotambu-likana kuwa vya Wajerumani.

Safari yao ya kurejea nyumbani iliwachukua miezi mitano huku wakitembea polepole na mara nyengine iliwabidi wafanye kazi katika mashamba ya watu ili wapate chakula. Katika mji wa Mkalikali, kaskazini ya mto mkuu walilazimika kubaki siku nane hadi walipomaliza kujenga boma la mifugo ya sultani. Sultani alisisitiza kufanyika kwa ujenzi huo kabla ya kuwauzia chakula kwa ajili ya safari yao.

'Misafara yenu ya biashara imekwisha,' sultani wa Mkalikali alisema. 'Hawa Wadachi! hawana huruma. Wametuambia hawawataki nyie hapa kwa sababu mtatufanya tuwe watumwa wenu. Niliwaambia hakuna mtu atakayethubutu kutugeuza sisi kuwa watumwa. Hata mtu mmoja! Tulikuwa tunawauzia watumwa watu hao wanaotoka pwani. Tunawajua na hatuwaogopi.'

'Wazungu na Wahindi watachukua kila kitu sasa,' alisema Mfan-yabiashara huku akimchekesha sultani.

Hapo Kigongo walilazimika kufanya kazi kwenye mashamba ya wazee kabla hawajauza majembe yao. Walipokuwa pale, Mfan-yabiashara aliugua. Alikataa kubebwa na baada ya siku tatu hapo Kigongo alisisitiza waondoke. Hakuweza tena kuvumilia kuendelea kubaki miongoni mwa watu wezi ambao walikuwa wakiwafilisi kila siku kwa kuchukua bidhaa nyingi sana ukilinganisha na kile wana-chobadilishana nao, Mfanyabiashara alisema.

Kwa sababu ya maradhi yake iliwabidi wapumzike mara kwa mara njiani, na Yusuf ilimbidi kutembea karibu naye ili kumsaidia anapo-choka. Walipofika Mpweli walijua sasa wanakaribia kufika maeneo ya pwani. Hapo walipumzika kwa siku nyingi, na Ami Aziz alikaribishwa na rafiki yake wa zamani ambaye akimiliki duka mjini. Rafiki yake alisikiliza mikasa iliyowakumba na bahati mbaya iliyowaangukia, huku machozi yakimtoka. Je, umeweza kuchuma cha kutosha ili kuweza kuwalipa Wahindi? Alimwuliza Mfanyabiashara. Ami Aziz alitingisha mabega.

Baada ya Mpweli waliharakisha kuelekea maeneo ya pwani, na kuwasili kwenye viunga vya mji wao baada ya siku sita. Furaha ya watu ilipata dosari kutokana na machofu na kutokufanikiwa kwa safari yao. Nguo walizokuwa wamevaa zilikuwa ni mararu tu, na njaa yao ilijitokeza kwa sura zao kukondeana kwa dhiki na huzuni. Walipiga kambi kando ya dimbwi na kukoga kadiri walivyoweza, na Mfanyabiashara aliwaongoza katika sala. Alimwomba Mwenyezi Mungu awasamehe kwa jambo lolote walilolikosea. Asubuhi yake walitembea hadi mjini, huku wakiongozwa na mpiga zumari ambaye aling'ang'ania kufanya hivyo pamoja na maafa yote yaliyowakumba. Mdundo wake wenye makelele ya kukera, pamoja na kujitahidi kwao kutembea vizuri kama gwaride uliishia kujitokeza kama makelele ya mkwaruzo na majonzi.

Kitalu cha Matamanio

1

Baadaye Yusuf hakuweza kukumbuka wakati wa kuwasili kwao. Siku kadhaa baada ya kurejea kwao, kulizuka umati mkubwa wa watu walioizunguka nyumba na uwanja wake, huku wakipiga makelele na kila mmoja wao akitaka asikike. Wapagazi na walinzi walikuwepo pia, wakihadithia visa vya ushujaa wao na kulalamika kuhusu mkosi uliowapata na huku wakingojea malipo yao. Kijiji cha mahema na moto ya wapiga kambi kilijitokeza kwenye uwanja mkubwa kando ya nyumba ya Mfanyabiashara. Watu walikuja usiku na mchana wengine kwa ajili ya umbeya tu na wengine kuuza chakula na kahawa. Vibanda vya ovyo vilijitokeza kando kando ya barabara, na harufu ya kuvutia ya nyama ya kuchoma na samaki wa kukaanga ziliwavutia wengi kwenda pale. Makundi ya kunguru wala mizoga, yaliacha shughuli zao za kawaida na kufika hapo yakiparamia miti iliyopo karibu huku macho yao makali yakinyemelea mapande ya nyama yaliyowachwa bila ya ulinzi. Marundo ya takataka yalitapakaa hadi mwisho wa ukingo wa kambi, na urojo mwembamba wa uchafu unaoteleza ulifanya mchirizi kutoka hapo jinsi siku zilivyopita.

Mfanyabiashara alipata mlolongo wa wageni kwenye baraza mbele ya duka. Wale wazee ambao kwa kawaida hukaa pale kwa kistaarabu waliwapa nafasi wengine pia wakae lakini walihakikisha kimya kimya kwamba nafasi zao pia hazichukuliwi asilan. Na wao pia walitaka kuwa karibu ili kupata mikasa ya kurejea kwa Mfanyabiashara. Hulka ya wageni wa Mfanyabiashara ilikuwa ya kuwa na hamu ya kujua, na walipitisha muda mrefu wakiwa wameketi tu huku wakisikiliza mikasa ya safari. Mara kwa mara walichopeka maneno au kusikitika kwa huruma kwa yaliyompata Mfanyabiashara na kutoa vijineno vya masikitiko. Wakati wakizungumza na kunywa kahawa, umati wa watu uliojaa jazba uliendelea kuwazunguka. Mara nyengine, ilitokea mtu akatoa kijitabu na kuandika kitu, au akazungukia maghala.

Mohammed Abdalla alikuwa amewekwa katika mojawapo ya ghala akiwa bado njiani kupona kutokana na uchovu mkubwa na homa iliyomkamata, na hapo hapo aliteseka na maumivu ya ajabu yaliyotokana na kutandikwa vibaya sana katika mji wa Chatu. Pazia la nguo lilining'inia mlangoni, likipeperushwa na hata upepo hafifu tu. Wageni waliokuwa wakienda kuangalia maghala mengine, walipita na kumjulia hali wakimwombea kila la kheri.

'Wamekuja kumtafash na kumkera Seyyid,' Khalil alimwambia Yusuf.

Kulikuwa na vinywele vya mvi kidogo kwenye nywele za Khalil na uso wake ulikuwa umekonda na kuchongoka zaidi kuliko Yusuf alivyoukumbuka. Khalil alifurahia kurudi kwao kwa mihemko ya furaha na raha, na ilimjaza furaha Yusuf wakati Khalil alipokuwa akirukaruka huku akimzunguka na kumminya huku akimpiga mgongoni kwa kumpongeza. 'Amerudi,' aliwaambia wateja wake. 'Ndugu yangu mdogo amerudi. Angalia jinsi alivyokuwa mkubwa!' Siku zilizofatia baada ya vurugu, alimleta tena Yusuf dukani huku akimshikilia arudi angalau afanye kazi ya maana hapo dukani. Ami Aziz alichekelea kama kukubaliana, na Yusuf akafahamu kwamba hayo ndiyo matakwa ya Mfanyabiashara. Ami Aziz alikuwa anapenda Yusuf awe karibu naye ili aweze kumtuma kwa kuwapa huduma wageni wake na kila mara alimtunukia heshima ya kumwonyesha kwamba yeye amemfurahia. Khalil alizungumza na Yusuf kwa mfululizo isipokuwa tu wakati walipokuja wanunuzi dukani. Na wakati huo alionyesha fakhari kubwa kuwatambulisha kwa msafiri aliyerejea. 'Hebu itizame hiyo misuli, nani angaliweza kufikiria kile kimbaumbau, kifa urongo leo kingaliweza kugeuka kuwa mtu namna hii? Sijui walimlisha nini huko nyuma ya milima, lakini amejaza vizuri, angemfaa binti yenu mmoja wapo.' Usiku, wakati kambi ilipovuma kwa minong'ono na mipasuko ya vicheko au nyimbo, walitandika virago vyao pembezoni mwa baraza. Kila usiku Khalil alisema, 'Sawasawa, nipe sasa habari za safari. Nataka kusikia kila kitu.'

Yusuf alihisi kama vile ameamka kutoka kwenye usingizi wa jinamizi lililokuwa linamkaba. Alimwambia Khalil kwamba mara nyingi walipokuwa safarini alihisi kama vile yeye ni kiumbe mwenye nyama laini iliyokosa gamba lake la kumhifadhi na alikuwa amezingirwa kwenye eneo la uwazi huku mnyama mwovu anayetisha akipasua njia kwa kutapakaza kokoto na miiba bila hata ya kutazama. Hivyo ndivyo alivyofikiria ilivyokuwa hali yao wote, walikuwa wakijikwaa ovyo bila ya kuona na kupita mahali ambapo hawakupajua. Khofu aliyoihisi haikuwa sawa na woga, alisema. Ilikuwa kama vile yeye hakuwa na uhai wa kweli, kama vile alikuwapo katika ndoto iliyokuwa ikielekea katika hatua zake za mwisho za kuangamia. Ilimfanya ashangae ni nini hasa watu walichokuwa wanakitaka mno, kiasi ambacho wangeweza kuishinda khofu yao ya kutafuta biashara. Haikuwa kila kitu khofu, hata kidogo, alisema. Lakini ile khofu ndiyo iliyokipa kila kitu umbile lake. Na aliona vitu ambavyo kwa nafsi yake hangeweza kamwe kuvitabiri.

'Mwanga juu ya mlima ni kijani,' alisema. 'Kama mwanga ambao sijawahi kuufikiria. Na hewa utadhani imesafishwa safi kabisa. Asubuhi wakati jua linavyopiga kilele cha theluji, unahisi kama vile ni kitu cha milele, utadhani kama vile wakati hautoweza kubadilika. Na baada ya alasiri kando kando na maji, mvumo wa sauti hupanda ndani kabisa ya mbingu. Jioni moja karibu na usiku, katika safari yetu wakati tukipanda mlima, tulisimama karibu na maporomoko ya maji. Ilikuwa taswira nzuri ajabu, utadhani kila kitu kilikamilika. Sijawahi kuona chochote kilichokuwa kizuri kama hicho. Ni kama vile ungemsikia Mungu anapumua. Lakini alitokea mtu akaja kutufukuza. Usiku na mchana, kila kitu kilipwita na kuvuma na kutingishika kwa makelele. Mchana mmoja nikiwa karibu na ziwa niliona mwewe wawili wala samaki wametulia kabisa katika kiota chao kilichokuwa kwenye tawi la mkalitusi. Mara ghafla wote wawili wakatoa ukelele wa nguvu ajabu, ukifuatwa na mayowe mawili au matatu makali sana huku shingo zao zimejipinda nyuma na midomo yao iliyofunguka ikiangaza mbinguni, mabawa yao yakatanuka na kujisukuma hewani huku miili yao ikinyooka kwa mkazo. Baada ya muda, jibu la sauti ya chini lilirudi kupitia ziwani. Baada ya muda mfupi tu, unyoya mweupe ulichomoka kutoka kwa ndege dume, na katika huo ukimya mkubwa ule unyoya uliteremka polepole hadi ulipotua chini.'

Khalil alisikiliza bila ya kuongea, na ilitokea mara chache akaitikia *hem* kama kuunga mkono. Lakini Yusuf alipoacha kuhadithia, kwa vile alihisi Khalil alikuwa keshapitiwa na usingizi, swali lilijitokeza gizani kumchochea yeye.

Mara nyengine Yusuf mwenyewe aliduwaa kwa kumbukumbu za ile nchi kubwa nyekundu, iliyojaa watu na wanyama pomoni, na taswira ya majabali yaliyojitokeza juu kutoka ziwani mithili ya kuta za cheche za moto.

'Kama lango la Peponi,' Yusuf alisema.

Khalil alitoa sauti ya kutia mashaka. 'Na nani anaishi kwenye Pepo hiyo? Washenzi na wezi wanaowaibia wafanyabiashra wasiokuwa na hatia yoyote na kuuza ndugu zao halisi kwa vipambo visivyokuwa na thamani,' alisema. 'Hawana Mungu wala dini, au hata huruma za kawaida. Kama hayawani wanaoishi nao kule kule.' Yusuf alijua kwamba hivi ndivyo watu walivyopeana ushawishi na kuhadithiana mikasa ya Chatu tena na tena, lakini yeye alinyamaza kimya. Na kila mara alipowaza kuhusu maisha yao kwenye mji wake Chatu, alimfikiria Bati na zilimjia hisia na joto la pumzi yake iliyosi-simsha shingo yake. Ilimfedhehesha kufikiria jinsi ambavyo Khalil angecheka angaligundua habari hii.

'Vipi yule maluuni Mohammed Abdalla? Yule sultani jahili kweli alimshikisha adabu, eti eeh? Ulikuwepo pale! Lakini kabla ya hapo… alifanya nini kabla ya hapo?' Khalil aliuliza. 'Baada ya kila safari watu hurejea na hadithi za kutisha. Unayajua mambo yake na wanaume siyo, au hujui?'

'Mimi kanifanyia wema,' Yusuf alisema baada ya muda. Kwenye ukimya alimwona Mnyapara akicheza ngoma kwenye mwangaza wa moto, huku akifurika majivuno na majisifu na huku akikazana kuyaficha maumivu yake ya begani.

'Usidanganyike na kuamini tu watu,' Khalil alisema kwa kukereka. 'Huyo mtu ni hatari. Hata hivyo je, uliwaona mbwa mwitu-watu? Lazima uliwaona. Au siyo? Labda hungoja ndani kabisa ya misitu. Mimi najua hao ni maarufu sana nchini mle. Je, uliwaona wanyama wowote wa ajabu?'

'Sikuwaona mbwa mwitu-watu wowote,' Yusuf alisema. 'Labda walikuwa wanajificha kuogopa wanyama pori wa ajabu waliokuwa wakitembea kwa vishindo nchini mwao.'

Khalil alicheka. 'Kumbe huwaogopi tena mbwa mwitu-watu.'

Ama kweli umekua mkubwa! Sasa tukupatie mke. Ma Ajuza angali bado anakungoja, na atainusanusa hiyo *zub* yako tena atakapokuona safari nyengine, haijalishi uwe umekua au hujakua. Anakungojea tu kwa hamu miaka yote hii.'

Ma Ajuza alipigwa na butwaa na mshangao wa kusisimka alipom-wona Yusuf dukani. Kwa muda hivi alikuwa kama vile kapata ganzi, na kukosa la kusema kwa kupigwa bumbuwazi. Halafu polepole akatabasamu kwa furaha. Yusuf aliona jinsi huyo bibi alivyotembea kwa shida na jinsi uso wake ulivyochakaa. 'Ah mume wangu amerudi kwangu,' alisema Ma Ajuza. Namshukuru Mola! Na amependeza hasa. Itanibidi niwe na hadhari na wasichana wengine sasa. Lakini jinsi alivyokuwa anamtania hakuwa na shauku, na sauti yake ilion-ekana kama yenye kuomba radhi na staha, kama vile aliogopa asije akamkera.

'Wewe mwenyewe hasa ndo mzuri, Ma Ajuza,' alisema Khalil. 'Siyo huyu kifyefye chembamba asiyetambua mahaba ya kweli anapoyaona. Kwa nini usinichague mimi zuwarde? Ningalikupa ugoro tele wa kunusa. Je, unajionaje leo? Na watoto nyumbani?'

'Sisi sote tupo tu kama tulivyo. Tunamshukuru Mungu kwa yote aliyotupa,' alisema Ma Ajuza, huku sauti yake ikipaa juu kwa kujihurumia. 'Yeye akitupa umaskini au utajiri, udhaifu au nguvu, tunachoweza kusema ni Alhamdulilah. Tunamkushukuru

Mwenyezi Mungu. Kama yeye hatojua kilichokuwa chema kwetu, nani mwengine atajua? Hebu sasa nyamaza, ngoja niongee na mume wangu. Natumai hukutembea na wanawake wowote huko wakati ulipokuwa hupo hapa. Sasa lini unakuja nyumbani kuishi na mie? Kuna karamu nimekuwekea inakungoja.'

'Usimkere, Ma Ajuza,' alisema Khalil. 'Yeye amekuwa mbwa mwitu-mtu sasa. Atakuja nyumbani kwako akutafune.'

Ma Ajuza alipiga kigelegele kidogo aliposikia hayo, ikamfanya Khalil achezeshe kiuno chake kwa furaha za kiasherati. Yusuf aliona kwamba Khalil alimwongezea kipimo kwa kila mahitaji yake Ma Ajuza. Na pia akamwona akimwongezea sukari kiasi cha kiganja kilichojaa. 'Je, nitakuona usiku huu kwa wakati ule ule kama kawaida yetu? aliuliza Khalil. Ninahitaji kukandwa.'

'Kwanza unataka kuniibia halafu kuingilia maisha yangu,' Ma Ajuza alisema kwa kelele. 'Niondokee hapa, mtoto wa haramu.'

'Si unaona, bado anakupenda wewe,' Khalil alimwambia Yusuf, huku akimpiga piga begani na kumpa ari.

2

Mlango wa kuingia bustanini ulifungwa kuzuia wageni wasiweze kuingia, na ilikuwa Khalil na Ami Aziz tu waliopitia mlango huo, pamoja na mtunza bustani Mzee Hamdani. Yusuf aliona vilele vya miti mirefu vilivyovuka kuta na alisikia ndege wakiimba alfajiri. Alitamani kuingia tena kwenye kitalu cha matamanio. Wakati wa asubuhi alimwona Mzee Hamdani akijipitia njia yake uwanjani na kuzungukia mahema na vijilima vya matakataka na hakuonekana kama anavitizama. Hakuangalia kushoto wala kulia na alipita moja kwa moja kuelekea kwenye mlango wa ukuta wa kitalu. Mchana alijiondokea kimyakimya. Ilimchukua Yusuf siku kadhaa kuweza kupata ari kujiweka kwenye njia fulani ili Mzee Hamdani asiweze kukosa kumwona. Lakini mzee hakuonyesha dalili zozote kwamba alimwona Yusuf. Mwanzoni jambo hilo lilimpa uchungu Yusuf, lakini baadaye akajichekelea na kuwachilia mbali.

Watu waliokuwa wanaishi uwanjani walianza kuondoka mmoja mmoja. Wakati huo Ami Aziz alikuwa bado yupo anaendelea na majadiliano na wakopeshaji na wafanyabiashara, lakini watu walikuwa wameshaanza kuchoshwa na kuwa wasumbufu. Walikuja kwake kila mmoja akiwa na cheti kilichoandikwa mapatano yao ya awali ambayo Mfanyabiashara alikuwa ameyaandika. Mohammed Abdalla na Simba Mwene walihudhuria kama mashahidi na wakati huo mfanyabishara binafsi aliziweka hesabu katika daftari. Walipokea kile walichopewa na Mfanyabiashara na kuchukua cheti chengine ambacho kilikuwa na madai yao kwa Mfanyabiashara. Hapakuwa na faida ambayo iliahidiwa.

Ami Aziz alimfahamisha kila mmoja wao. Jinsi ilivyokuwa, yeye angelazimika kutafuta pesa kwengineko ili kuwalipa wakopeshaji wake. Watu hawakumwamini ingawaje walizungumzia habari hizo miongoni mwao tu. Wafanyabiashara wakubwa walikuwa na sifa mbaya ya kuwadhulumu watu waliosafiri nao. Kwa Mfanyabiashara walilalamika na kubembeleza wakiomba zaidi. Nyundo alisisitiza kwamba huduma zake muhimu za kuwa kama mkalimani zifikiriwe, na Mfanyabiashara alikubaliana naye na kurekebisha cheti chake ilivyostahili. Baada ya watu kuweka sahihi zao katika kitabu cha hesabu ili kumaanisha kwamba wamekwishalipwa, vipande vyao vya cheti viliwekewa alama na Mohammed Abdalla na Simba Mwene. Hawa wote wawili walikuwa hawajui kuandika. Baadhi ya watu walichelewesha kukubali vipande vya cheti zao, wakilimbikiza malalamiko kwa baadaye, lakini mwishoni wote walikubali walichopewa na Mfanyabiashara au vinginevyo wangekosa kabisa. Kwa zile koo za watu waliokufa safarini, kilipelekwa kile ambacho watu wao waliofariki walistahili. Ami Aziz aliwapelekea kitambaa cha sanda nyeupe cha kutosha, japokuwa wale marehemu walikuwa wameshazikwa huko mbali sana, na pia aliwaongezea kutoka mfukoni mwake mwenyewe. 'Kwa ajili ya sala za maiti,' alikuwa akiwaambia wale aliowaaminisha hizo pesa.

Ami Aziz alizizuia pesa za wale watu wawili ambao walikuwa wametoroka kutoka mji wake Chatu na hawakuonekana tena. Kama angalipeleka hizo pesa kwa ndugu zao, na baadaye hao watu wakajitokeza, ugomvi ungeweza kuendelea daima. Na pia kama haku-walipa, wakati wote jamaa za hao watu wangeweza kujitokeza kuja kudai na kumlaani kwa usaliti. Lakini hilo lilikuwa nafuu, alisema Mfanyabiashara.

Wakati watu wote walipokuwa wakianza kuondoka kurudi makwao, ndivyo hivyo hivyo pia walivyofanya wauza biashara wa mitaani na vibanda vya kuuzia vyakula, wakawaacha kunguru tu wakichakura takataka zilizoachwa. 'Msitusahau kwa msafara mwengine,' watu walimwambia Mohammed Abdalla wakati wali-pokuwa wanaondoka. Walimwambia hayo kwa kumhurumia tu, kwa sababu ilikuwa dhahir Mnyapara alikuwa mgonjwa na amechoka, na alisumbuliwa na udhaifu wa hali yake. 'Je, sisi hatujakufanyieni kazi vizuri? Ilikuwa tu Mola hakujaalia safari yetu kwenda vizuri. Hivyo usitusahau Mnyapara.'

'Msafara gani mwengine mnaotaka kwenda? Hakutokuwa na msafara mwengine, Mnyapara alisema, huku akionyesha uso wa kiburi uliojaa ukatili pamoja na uovu na kashfa. 'Mzungu kesha-chukua kila kitu.'

Watu wa mwisho kupokea malipo yao walikuwa Mohammed Abdalla na Simba Mwene. Waliikubali amana yao kwa kutoa shukrani za kimyakimya, bila hata kuangalia kile walicholipwa. Baadaye walikaa kwa heshima barazani na Mfanyabiashara, wakiwa hawana hakika kama watahitajika tena. Hata hivyo walisita kuondoka mapema wasije kuonekana wamemkosea adabu. Walivyonyanyuka kutaka kuondoka, Mfanyabiashara alimshika mkono Simba Mwene na kumzuia. Kwa kipindi kifupi Mohammed Abdalla alisimama tu kama vile haondoki, huku akiweka macho yake chini. Halafu akajiondokea taratibu moja kwa moja.

Khalil alimgonga Yusuf kwa kiwiko cha mkono wakati wali-pokuwa wakiangalia jinsi Mohammed Abdalla anavyotimuliwa. Uso wa Khalil ulikuwa uking'ara kwa shauku ya ushindi utadhani yeye ndiye aliyepanga mipango ya maasi dhidi ya Mohammed Abdalla.

'Hilo lishamwondoa huyo mbwa mchafu,' alinong'ona. 'Sasa itambidi arudi porini kwake na kuwatesa wanyama wake. Tokelea mbali kelb wee!'

Yusuf alizishangaa jazba na chuki za Khalil, na akamtizama kwa matarajio ya kupata maelezo kuhusu hilo. Lakini Khalil akajiondokea na akaanza kupanga upya masanduku ya mchele na maharagwe juu ya meza ya duka. Macho yake yalipepesa harakaharaka, na mdomo wake ukajipinda kama vile alikuwa anajitahidi kujidhibiti. Mishipa ya uso wake ilisimama na kuvimba na akawa anaonekana kama mtu aliyekosa nguvu. Alijaribu kunyanyua macho yake kumwangalia Yusuf huku akijikurupusha kwa tabasamu. Yusuf alimwangalia kwa uso wenye kutaka maelezo, lakini Khalil akajifanya kama vile hajaona. Halafu akaanza kuimba huku akipiga makofi taratibu kama vile anatizama nje barabarani kama wapo wateja wanaokuja.

Mchana wa siku hiyo Mohammed Abdalla alikaa barazani na mzigo wake pembeni akiwa tayari kusafiri. Alikuwa akimngojea Mfanyabiashara ajitokeze baada ya kujipumzisha kwa usingizi wake wa mchana. Yusuf alikuwa mwenyewe tu nyuma ya meza ya duka, lakini kulikuwa hakuna wanunuzi.

Khalil alikuwa amekwenda nyuma ya duka kujipumzisha. Mohammed Abdalla alimwita Yusuf na kumtafadhalisha akae kwenye bao karibu naye. 'Itakuwaje sasa kuhusu wewe?' alimwuliza bila ya upole. Yusuf alikaa kimya, akingoja kutaka kusikia kile ambacho Mohammed Abdalla anataka kumwelezea. Baada ya muda, Mohammed Abdalla alifanya sauti ya dhihaka kama kukoroma huku akitingisha kichwa. 'Majinamizi! Kulilia kizani kama mtoto mgonjwa! Hivi ni jambo gani ulioliona katika ndoto zako ambalo lilikuwa baya kuliko maovu yote tuliyopitia? Hata hivyo ulijitahidi kwa jinsi ulivyo mvulana mzuri. Ulimudu kuvumilia yote na ulifungua macho yako wazi na kufanya yote uliyoambiwa ufanye. Baada ya msafara mwengine ungaliweza kuwa shupavu kama chuma. Lakini hakutokuwepo tena misafara mingine kwa vile sasa mbwa wa Kizungu wamezagaa kote. Watakapomalizana na sisi, watakuwa wameshakaza kila upenyo mwilini mwetu. Watatukaza hadi tutashindwa kutambuana. Tutakuwa nyang'anyang'a kuliko hata kinyesi watakachotulazimisha kula. Kila ovu litakuwa ndo letu, la watu wetu wenyewe wenye damu yetu, na hata wale washenzi wanaotembea uchi watatuchukia sisi. Utaona.'

Yusuf aliendelea kumtizama Mohammed Abdalla lakini alihisi Khalil amejitokeza kutoka kule nyuma ya duka. 'Huyu Seyyid…. ni Mfanyabiashara jabari hata ukiondoa safari hii,' Mohammed Abdalla aliendelea kusema. 'Laiti kama ungemwona mara ya mwisho kule Manyema. Hajali kujitosa hata katika hatari na haogopi kitu chochote. Chochote! Hakuna mambo ya kipumbavu kwake, kwa sababu anauona ulimwengu kama ulivyo. Na ni mahala palipojaa ukatili, unajua mwenyewe. Jifunze kutoka kwake! Fungua macho, fungua macho….na usikubali wakugeuze kuwa muuza duka kama yule mpumbavu alonenepeana ambaye ukiishi naye. Yule Hamid mwenye matako makubwa na duka tupu! Muungwana, eti anajiita mstaarabu mwenye heshima, na ilhali yeye si lolote wala si chochote, ila ni andazi duchu lililovimba, anayetembeatembea kwa mikogo kama wale njiwa wake weupe na wanene. Hatokuwa na uungwana wowote Seyyid akishamaliziana naye safari hii. Au yule mwanamke mdogo mdogo kule. Yule. Usiwakubalie wakugeuze uwe kama huyo pia.' Mohammed Abdalla alinyoosha bakora yake na kuielekeza upande wa meza ya duka ambapo Khalil alikuwa amesimama huku akitizama. Alimkodolea macho Khalil kama vile akimwambia ajaribu kuthubutu kumpinga kama ataweza. Alipomaliza kuongea, Yusuf alisimama kuondoka. 'Fungua macho yako.' Mohammed Abdalla alisema huku akichekelea.

3

Simba Mwene alikwenda mjini akifuatana na Ami Aziz ambaye alikuwa na mazungumzo na wakopeshaji wake na pia kwa ajili ya kupanga utaratibu wa malipo. Japokuwa Simba Mwene hakuhusishwa na mazungumzo hayo, lakini alielewa kiasi kilichomwezesha kufahamu kile kilichokuwa kinaendelea, alisema hivyo. Aliporejea aliwaambia Khalil na Yusuf kile alichofahamu kuhusu kazi za Mfanyabiashara. Hasara imekuwa kubwa mno, na wakopeshaji wote imebidi wachangie hasara hiyo, lakini mzigo mkubwa bado umemwangukia Mfanyabiashara. 'Lakini yeye ni mtu aliyefungua macho yake kwa makini, na ameepuka kuubeba mzigo peke yake, na Mhindi pia kapoteza pesa nyingi sana, hivyo hakuwa na budi kusaidia. Sisi itatulazimu kupanda treni kwenda safari nyengine. Kwenda sehemu ambayo bwana wetu ana bidhaa za thamani. Lakini ni bwana na mimi tu ndo tutakaokwenda,' Simba Mwene alisema kifahari huku akitabasamu na kumtazama Yusuf.

'Wapi? Bidhaa gani za thamani? Dukani kwa Hamid?' Yusuf aliuliza.

'Hajui chochote huyo,' Khalil alisema. Kwa kiasi fulani, Simba Mwene alipoteza jeuri yake tangu watu walipoondoka na ilimuwiya vigumu kukabili tabia ya Khalil ya kuropokwa. 'Anajionyesha tu. Kazoea tu kujionyesha mbele ya wapagazi wajinga na wale watu wa maporini huko, hivyo anafikiri anaweza kutufanya sisi wajinga. Unafikiri Seyyid angeweza kumwamini huyu na chochote cha thamani?'

'Nadhani unapajua hapo mahala Yusuf. Je, unafahamu bidhaa gani za thamani alizokuwa nazo katika ghala dukani kwa Hamid? Kama hujui basi vyema usiulize,' Simba Mwene alisema huku akikenua meno na kumpuuza Khalil.

'Bidhaa gani?' Yusuf aliuliza, huku kakunja uso kama vile hafahamu kabisa ili kumchochea Simba Mwene azungumze. 'Kulikuwa na magunia ya mahindi makavu humo ndani.'

'Labda kuna ghala ya siri ya chini ya ardhi ambapo jinni amehifadhi dhahabu na vito vya thamani kwa ajili ya Seyyid,' alisema Khalil. 'Na sasa mropokwaji wetu mkubwa Simba anakwenda kuileta hiyo hazina ili kuinusuru biashara ya Seyyid. Ni yeye peke yake mwenye pete ya uchawi na yeye peke yake ndo anayejua maneno ya kichawi ambayo yatafungua milango mizito ya shaba.'

Simba Mwene alicheka. 'Unaikumbuka hadithi aliyotusimulia Nyundo katika msafara wetu? Jinni alimwiba binti mfalme kutoka nyumbani kwao usiku wa kuchumbiwa kwake…Unaikumbuka hadithi hiyo? Na akamwiba na kumpeleka katika ghala ya chini ya ardhi huko msituni ambapo amejaza dhahabu na vito vya thamani na vyakula vyote vyenye ladha vya aina kwa aina na starehe zote. Kila baada ya siku kumi huyo jinni alimtembelea binti wa mfalme na kuwa naye kwa usiku huo, na baadaye aliondoka kwenda kufanya shughuli zake za kijinni. Binti wa mfalme aliishi humo chini kwa miaka na miaka. Siku moja mchanja kuni alijikwaa dole gumba lake kwenye kitasa cha mlango wa sakafuni ambao ulielekea chini kwenye hilo ghala. Aliufungua mlango na kushuka ngazi na kuteremka chini kwenye ghala ambapo alimkuta binti wa mfalme. Alimpenda papo hapo na binti mfalme alimpenda yeye pia. Binti wa mfalme alimhadithia hadithi yake ya kufungiwa hapo kwa miaka nenda miaka rudi. Mchanja kuni aliziona anasa kubwa alizokuwa anaishi nazo hapo, na binti mfalme akamwonyesha kitungi kidogo kizuri cha kuwekea maua ambacho alitakiwa kukisugua iwapo angehitaji huyo jinni kuja kwa haraka. Baada ya kukaa na binti mfalme kwa jumla ya siku nne, mchana na usiku, mchanja kuni alijaribu kumshawishi binti mfalme aondoke naye, lakini yule alicheka na kumwambia kulikuwa hakuna njia ya kumtoroka huyo jinni ambaye alimwiba kutoka nyumbani kwao wakati alipokuwa na umri wa miaka kumi tu, jinni angalijua tu jinsi ya kumpata kokote kule ambapo angalikwenda. Mchanja kuni alielemewa na mapenzi na wivu na katika mlipuko wa ghafla wa ghadhabu, mchanja kuni alikichukua hicho kitungi cha maua na kukivurumusha ukutani.

Ghafla jinni akajitokeza hapo walipo, huku upanga wake kaushika mkononi. Katika mtatanisho huo, mchanja kuni alitoroka na kupanda ngazi kwenda juu, lakini alikuwa ameacha viatu vyake vya ndara na shoka lake. Jinni sasa alifahamu kwamba binti mfalme alikuwa anamstarehesha mwanamme mwengine, na kwa pigo moja aliikata shingo yake.'

'Na vipi kuhusu mchanja kuni?' aliuliza Khalil kwa hamu. 'Kilimtokea nini mchanja kuni? Endelea basi kuelezea.'

'Jinni alimpata mara moja kutokana na viatu na shoka lake. Aliwaonyesha watu katika mji wa karibu, akijidai yeye alikuwa rafiki, na wao walimpeleka kwa mchanja kuni. Unajua alimfanya nini huyo mchanja kuni? Alimchukua juu ya mlima mkubwa uliojaa ukame na kumgeuza kuwa nyani,' Simba Mwene alisema kwa shauku. 'Kwa nini asingeweza kumtembelea binti wa mfalme kwa zile siku tisa wakati jinni alikuwa hayupo? Unaweza kuelezea?'

'Kwa sababu ilikuwa ndiyo hatima yake,' Khalil alijibu bila ya kusita.

'Hivyo Ami Aziz anayo ghala ya chini ya ardhi ya siri kwa Hamid….' Yusuf alianza kunena, akitaka kurudia mazungumzo yao kuhusu magendo katika ghala ya Hamid. Aliona mtazamo wa mshangao ukitokeza kwenye uso wa Khalil. *Kwanza kabisa si ami yako*. Alitafakari kujilazimisha kusema Seyyid lakini hakuweza. 'Hata hivyo, kuna bidhaa gani za thamani katika ghala ya Hamid?'

'Vipusa,' Simba Mwene alinong'ona. Pembe za Kifaru. 'Lakini mkimwambia mtu yeyote yule, sisi sote tutakuwa katika matatizo makubwa. Serikali ya Mdachi imepiga marufuku biashara ya vipusa ili wao tu wapate faida zote. Ndiyo maana bei imepanda juu na bwana wetu amejikalia starehe anangojea tu kuuza bidhaa hiyo kwa Mhindi. Sisi hatutorudisha vipusa hapa. Hiyo ndiyo kazi yangu, kuvichukua na kuvivusha kupitia milimani, njia yote hadi kufika mpakani juu kwa juu, na kuziwasilisha kwa Mhindi fulani karibu na Mombasa. Bwana wetu ana shughuli nyingi za kusimamia, hivyo haya yote ataniachia mimi.'

Simba Mwene aliwapa ujumbe huu huku akijikuza, kwamba yeye ndiye mmiliki wa siri. Aliwaangalia wote wawili kuona jinsi yale maneno yake yalivyowaingia. Yusuf aliona Khalil kajifanya kama vile ana khofu lakini pale pale alitambua kwamba alikuwa anamdhihaki tu Simba Mwene.

'Seyyid amemchagua mtu shupavu kwa ajili ya kazi hii, simba mwenyewe,' Khalil alisema.

'Barabara ya hatari hiyo,' alisema Simba Mwene, huku akitabasamu bila ya kuitambua ile kashfa ya Khalil. 'Tena hasa huko mpakani. Na hasa zaidi wakati huu ambapo kuna uvumi wa vita baina ya Mwingereza na Mjerumani.'

'Kwa nini vipusa vina thamani kubwa hivyo?' aliuliza Yusuf. 'Hivi hutumika kwa kazi gani?'

Simba Mwene alifikiria kwa muda kujaribu kutoa jawabu la maana, lakini baadaye akaacha. 'Sijui,' alisema. 'Dawa, labda. Nani anaweza kujua mambo ya dunia? Mimi ninavyojua ni kwamba

Mhindi ananunua, na sijali anaiweka wapi baada ya hapo. Haiweze-kani kwamba anaila. Lazima itakuwa kwa ajili ya dawa.'

Simba Mwene alivyowaacha ili kurudi katika chumba cha ghala alipokuwa sasa anaishi baada ya Mohammed Abdalla kuondoka, Khalil alisema, 'Seyyid atawaita wale ambao anawadai ili wamka-milishie mikopo yake. Daima huwa anaweka akiba kibindoni. Hiyo ndiyo mikato yake. Hata kama inaonekana shughuli zake zimemwendea vibaya, husafiri kwenda huku na kule na katika muda mfupi tu shughuli zake zinakuwa zimeongoka. Anaweza hata kumwendea Ba wako. Watafikia mwafaka miongoni mwao na wewe hutowekwa tena rehani. Ba wako atalipa madeni yake na Seyyid atalipa yake, na halafu wewe utakuwa huru. Halafu utafanya nini wewe? Utarejea kuishi milimani kama walii kutoka Zanzibar? Lakini mimi sidhani kitu kama hicho kinaweza kutokea. Ba wako sasa hivi labda ni masikini kabisa, kama marehemu Ba wangu, na hakuweza kulipa deni lake katika dunia hii au hata nyengine. Kwa hivyo kwa upande wake hakuna suala la kurejea milimani…Lakini Seyyid wala hatoweza kumwuliza, mimi sidhani. Anakupenda wewe. Mtizame yule mropokwaji Simba na majisifu yake! Anapelekwa kwenye kazi ya hatari kwa sababu Seyyid hajali chochote kitakachomtokea… vyenginevyo angekupeleka wewe.'

'Au wewe,' Yusuf alisema kwa usuhuba tu na uaminifu. Khalil alitabasamu, halafu akatikisa kichwa kutokubali. Alitoa hisia za kujuta huku akisikitikia ujinga wa Yusuf. 'Bibie', alisema. 'Utaongea naye vipi bila wewe kujua Kiarabu? Na kama unadhani nitakuachia duka langu ulifilisi…kama Seyyid akishindwa kulipa madeni yake, duka hilo ndilo litakalobakia kuwa njia pekee ya kupata riziki yake. Atatafuta kitu kingine kwa ajili yako. Anakupenda wewe.'

Yusuf alitetemeka. 'Hata hivyo yeye bado si ami yako,' Khalil alisema, huku akimpiga Yusuf nyuma ya kichwa. Yusuf aliweza kuzuia kipigo hicho kirahisi.

Ami Aziz aliwaalika kula naye mkesha wa usiku wa safari ya kuelekea huko bara. Wakati uliopangwa baada ya sala ya magharibi jua lilipokuchwa, Khalil aliwaongoza Simba Mwene na Yusuf kitaluni. Kwenye kiza na ukimya ulioleta utulivu, sauti ya mtiririko wa maji ulikatiza ukimya huo. Harufu nzuri ilijaa hewani, kama muziki uliosisimua hisia. Mwisho ukingoni mwa kitalu kulikuwa na taa zilizotundikwa katika milingoti na ziliangaza baraza na kulifanya lionekane kama upinde wa dhahabu kutokana na kiza nzito iliyokuwepo. Mwanga uliojiakisi uligeuza michirizi ya maji kuonekana kama njia za madini yaliyofifia. Mazulia yalitandikwa barazani na mvuke uliofukizwa sandali na ambali ulijitokeza.

Walipoketi tu, papo hapo Mfanyabiashara alitokeza kutoka uwani, huku akiwa amevaa kanzu ya darzi nyepesi ambayo ilijiburuza kwa mawimbi jinsi alivyokuwa anatembea kuelekea kwao. Alivaa kofia iliyofumwa na nakshi ya nyuzi za hariri ya dhahabu. Wote walisimama kumwamkia, lakini huku akitabasamu aliwatafadhalisha wakae na yeye mwenyewe akakaa miongoni mwao. Yusuf aliona kwamba huyu sasa ndo hasa Seyyid mwenyewe, mtu ambaye alimchukua kutoka kwa wazazi wake nyumbani kwao kwa wepesi. Na ndiye aliyetembea nchi ngumu kwenye maziwa huku akiwa na tabasamu isiyobadilika. Hata katika wakati mgumu walipokuwa katika mji wake Chatu, alikuwa ana haiba na mwenye ahadi thabit kwa wao wote. Katika safari yao ya kurudi na tangu kuwasili, wasiwasi ulimwondoshea ile imani na kumwacha bila ya kinga kutokana na mabishano na madai yasiyokwisha kutoka kwa watu waliokuwa katika msafara wake. Lakini sasa karudi tena vilevile kuwa Seyyid, katulia na hasumbuliki, na tabasamu la kicheko kikuu limemjaa na halimwondoki.

Alianza kuleta kumbukumbu za msafara, lakini kidogo kidogo tu kama vile yeye mwenyewe binafsi hakuwepo kule; kama vile anakumbuka tu maelezo ya mtu fulani. Kwa ishara na kwa kumwangalia tu, alimpa nguvu Simba Mwene kuthibitisha yote yaliyozungumzwa, na kuonyesha ishara ya kukubaliana naye kwamba naye amekumbuka hivi sasa. Yusuf alikisia kwamba labda Simba Mwene alikuwa anafahamu fika yaliyokuwa yanatendeka, na alifahamu kutokana na kicheko chake cha nguvu; na jinsi sauti yake ilivyozidi kuwa nzito na kupaa juu kwamba sifa za kumdanganyia kutoka kwa Mfanyabiashara zilimpumbaza. Baada ya muda mfupi tu, Simba Mwene alikuwa keshapandwa na jazba na alihitaji msukumo mdogo tu kuendelea kusimulia hadithi moja hadi nyengine utadhani kwa mara nyengine tena walikuwa wamezunguka moto katikati ya msitu.

Mlango wa uwani ulifunguka kidogo sana, na Khalil alisimama bila ya taklifu kama vile kapewa ishara. Alipotea ndani na baada ya muda alitoka nje huku kabeba sinia ya wali. Alifanya safari kadha za kuleta sinia ya samaki, nyama zilizopikwa, mbogamboga, mkate na pakacha kubwa lililojaa matunda. Mazungumzo yote yalisita kilipoanza tu kuletwa chakula na walingoja kimya kwa heshima wakati Khalil alipokuwa anaendelea kufanya safari za kuleta chakula. Yusuf alijitahidi kutoangalia chakula lakini hakuweza kumudu kutokukodolea macho ule wali uliokuwa unang'ara kwa samli na uliomiminiwa zabibu kavu na lozi. Katika hali ya ukimya ambapo walikuwa wameketi, Yusuf alisikia sauti ambayo ilizoea kumfurumusha kutoka pale kitaluni. Kule kuitambua tu kulimpa shauku na zile kumbukumbu. Hatimaye Khalil alitoka na tasa la maji lenye bakuli na taulo aliyoitupia kwenye kigasha cha mkono wake. Mmoja mmoja aliwamiminia maji ili wakoshe mikono yao. Simba Mwene pia alisukutua mdomo wake na kuyatema maji kwa makelele kitaluni. Bismillah, Ami Aziz alisema, huku akiwakaribisha kula.

Simba Mwene sasa hakuzuilika kwa mazungumzo yake walipo-endelea kula, na huku akimkabili Mfanyabiashara kwa mazung-umzo bila ya kumstahi. Simba Mwene alielekea kubebesha lawama zote za kushindwa kwa msafara wao juu ya Mnyapara. 'Laiti kama hangempiga yule mtu msituni, Chatu asingalikuwa dhidi yetu kiasi hicho,' alisema huku sauti yake ikionyesha hasira. 'Aliwafanyia watu wote kama vile walikuwa watumishi na watumwa. Utaratibu kama huu ulikuwa sahihi kwa wakati wa zamani, lakini sasa hivi hakuna mtu atakayekubali. Sijui Chatu alifikiri nini? Bila ya shaka alituchu-kulia sisi kama watekaji nyara na wafanyabiashara wa wanaadamu. Usingemwachia uhuru mkubwa kiasi vile, bwana. Alikuwa mtu mwenye roho ngumu, mweee, hana hata chembe ya huruma. Lakini nafikiri Chatu alimzidi.'

Ami Aziz alimkubalia kimya tu na hakukanusha. Simba Mwene aliendelea kusema, huku sauti yake iliyopayuka ikizamisha sauti za kutingishika kwa vichaka na miti na kujaza ghasia katika kitalu.

Yusuf alishangaa kwamba hakuwa akijisikia mwenyewe alivyokuwa akiropokwa, na aliendelea tu kupayuka kama mtu aliyelewa. Mfanyabiashara alimkodolea macho bila huruma na Yusuf alihisi kwamba Ami Aziz alikuwa akimpima Simba Mwene kuhusiana na siri ya vipusa vilivyofichwa ndani ya ghala ya Hamid. Mwisho Ami Aziz alizungumza na Khalil kwa Kiarabu, naye Khalil alianza kupeleka sinia ndani ya nyumba baada ya vyakula kuliwa ingawa aliziinamisha kuwatafadhalisha wageni kuendelea kula kabla ya kuziondoa.

'Uliona uso wa Seyyid wakati yule mropokwaji alipotema yale maji kitaluni kutoka mdomoni mwake? Au wakati akiongea kuhusu sababu za msafara kuharibika?' Khalil alimnong'oneza baadaye, huku akichekelea kwa furaha. Walikuwa wamelala kwenye majamvi yao mbele ya duka vichwa vyao vikikaribiana. 'Anajua hawezi kumwamini, lakini hana budi. Matatizo chungu mbovu kwa ami yako! Na yule Simba Mwene anabweka kama fisi kipofu.'

'Yule siyo mjinga,' alisema Yusuf. 'Kulikuwa na wakati katika safari ambapo yeye peke yake ndiye aliyeweza kufikiri.'

'Aliyeweza kufikiri,' Khalil alicheka. 'Maneno gani hayo? Hivi umejifunzia wapi kuzungumza namna hiyo? Itakuwa imetokana na wewe kusahibiyana na waungwana katika safari zako. Ungeweza kuwa hakim uzeeni mwako. Unasema yeye si mpumbavu? Kwa nini basi ana tabia namna hiyo? Au labda tu ana lake. Au anataka kuleta ukorofi na anataka Seyyid afahamu hivyo. Enzi yao Seyyid na Mohammed Abdalla wangemvingirisha Simba katika majani ya mchicha na kumla kama kitoweo cha mchana. Lakini sasa Mohammed Abdalla amekwisha na Seyyid kabakia na wewe, na wewe unamfanya ahisi kwamba yeye hafanyi sahihi. Nadhani pia unamfanya ahisi kitu kingine tofauti. Nafikiri. Unamtizama kila wakati. Hata hivyo, hadi akifahamu kwamba pembe zake za faru zinazonuka zipo salama, ami yako hatolala vizuri usiku kwa siku kadhaa,' Khalil alisema, huku akifurahia muhtasari alioutoa.

'Sasa ndo nini….kwamba mimi namtizama,' Yusuf aliuliza, huku kakunja uso kwa hasira. 'Na kwa nini nisimtizame? Mimi nakutizama wewe.'

'Wewe unamtizama kila mtu, kila kitu,' alisema Khalil, bila kutoa nafasi ya kubishiwa. 'Nani asiyejuwa haya? Na mtu yeyote anaweza kuona macho yako yasiyokuwa na furaha yapo wazi na hutaki kitu kikupite. Kama mimi naweza kuona hivyo, wewe unafikiri mtu mwenye akili kama Seyyid anaonaje? Eh, ndugu yangu, anaona macho yako yanamchunguza hasa. Huoni hayo? Sasa kitu gani kwamba mimi namtizama! Usisahau nilikuona jinsi unavyojiharia kuona mbwa wenye mapele ambao wao wenyewe wanawaogopa nzi, na wewe uliona kitu kwao. Mbwa mwitu-watu labda. Hata hivyo, ulimsikia yule hayawani akimzungumzia yule shetani Mohammed Abdalla? Ule wakati wa kutisha umekwisha! Mpayukaji gani huyo! Na uliona jinsi alivyokishindilia kile chakula?'

Asubuhi Khalil aliushika na kuubusu mkono wa Ami Aziz kwa unyenyekevu huku akimuaga, na halafu akasimama pembezoni mwake huku akimkubalia yote na akisikiliza maagizo ya mwisho. Ami Aziz alimpa ishara Yusuf amsindikize nusu njia kuelekea stesheni. Alimpa ishara Simba Mwene atangulie na alifuata nyuma yake hatua kadhaa.

'Tutazungumza nikirejea,' Ami Aziz alimwambia Yusuf. 'Umekua mkubwa na sasa hatuna budi tukutafutie kitu cha maana ili uweze kufanya. Hapa upo nyumbani kwako ukiwa na mimi. Unajua hilo. Nafikiri. Fanya kama upo nyumbani kwako, na tutaongea nitaka-porejea.'

'Nakushukuru,' Yusuf alisema huku akishindwa kuficha jinsi mwili wake ulivyohisi kibaridi kikitetema na kutuna ndani ya mwili wake.

'Ninafikiri Hamid alikuwa sahihi. Labda umeshawadia wakati wa kukutafutia mke. Ami Aziz alisema huku akionyesha tabasamu kubwa, macho yake yakiangaza kwa kuchunguza sura ya Yusuf. Tabasamu lake liligeuka kuwa kicheko cha furaha cha muda mfupi. 'Nitaangazaangaza katika safari zangu, na nitakuletea taarifa zote kuhusu warembo nitakaosikia habari zao. Usiwe na khofu,' alim-wambia.

Halafu akampa mkono wake aubusu.

Waliutembelea mji mara moja walipopata fursa. Khalil alitaka kwenda kila mahala walipofahamu kabla. Hakuwahi kwenda mjini kwa miaka yote wakati Yusuf hakuwapo, alisema, japokuwa kila Ijumaa alikumbuka safari zao walizokuwa wakizifanya pamoja. 'Ningalikwenda wapi mimi mwenyewe peke yangu? Namjua nani? Alisema. Msikitini Yusuf hakuweza kujizuia kuonyesha ilmu yake ya Koran, na baadaye alimwambia Khalil mkasa wa kugundulikana na aibu aliyoipata. 'Kujua Koran daima kutakusaidia,' alisema Khalil. 'Hata kama ukipotea katika pango kubwa namna gani au msitu mzito na wenye kiza. Japokuwa huwezi kuyafahamu maneno.' Yusuf alimweleza habari za Kalasinga na mipango yake ya kutaka kutafsiri Koran, ili Waswahili waweze kujua jinsi gani Mola wao wanaomwabudu alivyokuwa katili. Khalil alipigwa na mshangao wa ghadhabu; inakuwaje Yusuf akae kimya na kusikiliza kufuru ya namna hiyo kutoka kwa kafiri. Ningefanyaje? Ningempiga mawe hadi afe? Yusuf aliuliza. Walitembelea mtaa ambapo waliwahi kuona msururu wa sherehe ya harusi ya Wahindi na kumsikia yule mtu akiwatumbuiza wageni.

Kuna wakati walicheza wenyewe mitaani kama watoto wawili wakirushiana matunda mabovu na kukimbizana miongoni mwa umati wa watu wasiowajua. Hata walipofika pwani ilikuwa usiku ushaingia, lakini bahari iling'ara kwa mwanga wa rangi ya fedha na mapovu yaliyovimba yaliteleza na kufunika miguu yao. Walipokuwa wanarudi nyumbani walipitia mkahawani wakaagizia nyama ya kondoo na maharagwe na mikate mingi, na birika zima la chai iliyojaa sukari, vyote hivyo kwa ajili yao peke yao. Wote walikubali kwamba hakuna kati yao aliyewahi kuonja maharagwe yaliyokuwa na ladha nzuri kama hayo waliyokula kwa pamoja katika mkahawa huo.

Kuhusu Mzee Hamdani, Yusuf alisubiri. Mhudumu wa kitalu hakuonekana kuwa mzee zaidi ya alivyokuwa zamani tu, ingawa Yusuf aliona kwamba alikuwa anatembea polepole na alikuwa anaepuka watu zaidi sasa hata kuliko zamani. Yusuf alingoja hadi siku moja alipomwona anahangaika na ndoo za maji wakati jua linawaka, na ndipo hapo alipojitokeza kumsaidia. Mzee Hamdani alikuwa kapata mshangao na akashindwa kukataa, na pengine bila ya shaka kwa safari alizokuwa amekwishazifanya kwenye joto lile, kutoka kwenye bomba hadi kitaluni, alifarijika kuweza kupumzika kidogo. Na Yusuf alipomwonyesha tabasamu la ushindi wenye woga kutokana na ushindi mdogo wa hila yake, macho ya mzee mwangalizi wa kitalu hayakujikurupusha. Alijaza ndoo mbili za maji za mwangalizi wa kitalu kila asubuhi, na kuzipanga ndani ya ukuta kwa ajili ya matumizi yake. Kwenye mwanga wa mchana aliona jinsi bustani ilivyoshamiri. Miti midogo ya michungwa karibu na ukuta wa mbali ilikuwa imepata nguvu na kukua. Mikomamanga na minazi ilikuwa imestawi na imetuna utadhani itaendelea kuwa pale milele na milele. Maua meupe yalichanua na kuyafunika mastafeli ambayo yalipata umbile la mviringo la kutosha. Lakini miongoni mwa majani ya klova yenye pande tatu na majani mengineyo, aliona mti mrefu wa upupu na mafungu ya michicha pori na mirujuwani iliyobanwa baina ya matuta ya yungiyungi na airisi yenye umbo la upanga. Ukingoni mwa dimbwi ambapo ndani kulikuwa kunaingia michirizi ya maji, mwani ulijitokeza juu, na michirizi yenyewe ilijaa matope. Vioo vyote mitini vilikuwa vimeondoshwa.

Alikuwa anakwenda bustanini tangu asubuhi mapema, mara kwa mara kabla Mzee Hamdani mwenyewe hajawasili. Alitoa magugu katika majani na kuyapunguza mayungiyungi na kuanza kusafisha michirizi. Mzee mhudumu wa bustani alimwacha aendelee huku akiwa kimya tu. Pale tu alipokosea ndipo alipokereka kidogo na kumsahihisha. Yusuf alihisi kwamba sasa Mzee Hamdani alitumia muda mrefu zaidi kwa sala kuliko hapo awali. Utendi wake ulikuwa wenye majonzi na huzuni na wenye mizani ya uchungu kwa sauti iliyovutwa kwa muda mrefu. Tofauti na ile sauti ya mtindo wa kasida zake za zamani zilizobeba kilele cha hisia na sauti ya kupanda na kushuka. Khalil alikuwa anamwita kila alipohitaji msaada wake au wakati Ma Ajuza alipokuja dukani. Vinginevyo alimwachia na kumvumilia kuendelea na kujipumbaza na shughuli za bustani. Na ikitokea kumvunja moyo, ilikuwa tu kwa kumtania mbele ya wateja. Alikuwa anafadhaishwa wakati Yusuf alipokuwa akiendelea kuwa bustanini hadi jioni sana, na hapo ndipo akija kumwita. 'Mimi natoka jasho hapa kukutafutia riziki uweke tumboni mwako, lakini wewe Mswahili mjinga unataka kuendelea kucheza bustanini siku nzima. Njoo hapa ufagie uwanja na baadaye uje kunisaidia na haya magunia. Kila anayekuja hapa anakuulizia wewe. Wazee wanataka kusikia kila kitu kuhusu safari. Wateja wanataka kukujulia hali. Yupo wapi mdogo wako? Wanauliza. Mdogo wangu! Yule bwege mkubwa yupo bustanini anacheza, nawaambia. Anahisi yeye ni mpwa wa Mfanyabiashara tajiri na anapenda kujilaza chini ya michungwa na kuota ndoto za Peponi.' Lakini Yusuf alihisi kwamba Bibie hakutaka yeye awepo bustanini wakati magharibi inapoingia. Labda pengine ndo wakati huo Bibie alipendelea kufika kwenye bustani, na kuwepo kwake yeye kulimzuwia.

Jioni moja karibu jua kuchwa, wakati aliposita kidogo kuupanua mchirizi mmoja kati ya minne iliyokuwa inachirizika kwenye kidimbwi, aliona kijiwe kidogo cheusi kimejitokeza kutoka kwenye kimchirizi cha maji alichokuwa amekichimba. Aliinama kwa kawaida tu kukiokota na akaona hakikuwa kijiwe kidogo isipokuwa ilikuwa ni kifuko kidogo cha ngozi. Kilikuwa kikukuu na kimecha-fuliwa na udongo na pia maji yaliongezea kutia weusi katika hiyo ngozi, hata hivyo kilikuwa hakijaharibika sana hata kutomwezesha kugundua kwamba ilikuwa ni hirizi ya kuvaa mkononi na hivyo lazima ilikuwa na du'a fulani kwa ajili ya huyo mvaaji mhusika.

Mshono wa upande mmoja ulikuwa umefumuka na katika ule uwazi aliona kikasha cha chuma ndani ya hicho kifuko. Aliitingisha hiyo hirizi na akaisikia inachakarisha, hivyo chochote kilichokuwa mle ndani ya hirizi kilikuwa bado madhubuti na hakijaozea ndani ya ardhi. Kwa kutumia kijiti kidogo alikwangua uchafu zaidi kwenye ufa na akaona kama nakshi juu ya kikasha cha chuma. Alikumbuka hadithi za nguvu za uchawi kwa kusugua hirizi na kuwaamrisha majinni kutoka mafichoni mwao huko waliko juu hewani. Alijaribu kutia ncha ya kidole chake kidogo katika ule ufa wa hirizi ili kuona kama utafikia kile kikasha cha chuma. Sauti kali ilimfanya aangalie juu na akaona ule mlango wa kuingilia uwani ambao aliutumia

Khalil akiingilia na kutokea usiku ule wa hafla ya chakula pamoja na Ami Aziz, ulikuwa umefunguliwa kidogo. Hata katika kiza yenye mwanga mfinyu aliona kama umbile limesimama pale. Sauti ilipazwa tena na safari hii aliitambua kuwa ni ile ya Bibie. Mwanga ulijitokeza kwenye upenyo wa mlango wakati kile kiwiliwili kili-poondoka, na baadaye mlango ukafungwa.

Wakati Khalil alipokwenda katika nyumba jioni hiyo kuleta chakula chao, alichelewa sana kurudi. Yusuf aliwaza kwamba labda yeye ndiye aliyehusika na kusababisha malalamiko kutoka kwa Bibie kwa sababu alikuwa amekaa kwa muda mrefu mno bustanini. Kama alikuwa hataki awepo bustanini kwenye nyakati fulani, basi kilicho-hitajika ilikuwa ni kumfahamisha tu. Ni hivyo tu, na atahakikisha yeye hatokuwa pale. Mambo ya siri na minong'ono yanamfanya ahisi kama vile yeye ni mtoto mdogo. Ilimkera kwamba yeye walimdhania kwamba ana azma ya kutaka kufanya utovu wa adabu kwa kumvunjia adabu Bibie jinsi alivyomtizama bila ya heshima. Alikhofu ujumbe gani wa kupigwa marufuku atakaokuja nao Khalil. Je atapigwa marufuku kuingia bustanini tena? Amri gani nyengine ataweka dhidi yake? Kidole chake kilikuwa bado kinaendelea kuchokora ufa wa ile hirizi na sasa kiasi kidogo zaidi cha kikasha cha fedha kilikuwa kimeanza kuonekana.

Aliuhisi ubaridi wake na akawaza iwapo angeweza kumwamrisha jinni kuja sasa na kumwokoa, au labda amwache sasa ili abakie kwa jambo jengine lenye maangamizi makubwa mbele ya safari. Sijui kwa nini lilimjia wazo kama vile Chatu ndo lile jinni linalobweka na wazo hilo lilimchangamsha. Kumbukumbu za ule uwa ambapo humo ndani aliishi siku nyingi kama mateka, zilimjia. Na alipata tena msisimko wa hisia za pumzi za joto shingoni mwake zilizotoka kwa yule msichana.

Khalil alionekana mwenye ghadhabu alipotoka nje. Aliweka sahani za wali uliokuwa baridi na mchicha mbele yao na akaanza kula bila ya kuzungumza. Walikula kwenye mwangaza wa duka ambalo lilikuwa bado lipo wazi. Baadaye Khalil alisuuza sahani yake na kwenda dukani kuhesabu pato la siku na kuanza kujaza mali mpya katika marafu. Alipomaliza kula, Yusuf aliosha sahani yake na kwenda dukani kusaidia. Khalil alikuwa anamsubiri tu kumaliza kwa sababu alizichukuwa sahani mara moja na kurejea tena ndani ya nyumba. Alionekana kama mtu aliyebeba mzigo mzito na hajui nini la kufanya. Na Yusuf hakuthubutu kusema maneno yoyote ya kuonyesha hasira iliyokuwa mdomoni mwake. Hiki kiherehere chote ni cha nini?

Alikuwa tayari keshajilaza juu ya jamvi lake kizani wakati Khalil alipokuja barazani na kulala katika sehemu yake ya kawaida hatua chache mbali na yeye. Baada ya ukimya wa muda mrefu, alisema polepole, 'Bibie zimemruka leo.'

'Kwa sababu nilibaki muda mrefu mno bustanini?' Yusuf aliuliza, huku sauti yake ikionyesha mshangao na kero alilokuwa analihisi.

Khalil alitoa kicheko cha ghafla kizani. 'Bustani! Wewe hufikirii kitu chochote isipokuwa hii bustani! Na wewe sasa akili zinakuruka,' alisema huku akicheka. 'Tafuta jengine kutumia nguvu zako. Kwa nini usitongoze wanawake au labda uwe walii? Badili yake unataka mwisho uwe kama yule Mzee Hamdani. Kwa nini hutongozi wanawake? Hilo ni jambo la kustarehesha. Na jinsi unavyopendeza unaweza kupata dunia nzima. Na kama ukishindwa, yupo Ma Ajuza anakungoja wakati wowote…'

'Usianze tena mambo yako,' Yusuf alisema kwa ukali. 'Ma Ajuza ni mzee na anastahili heshima zaidi…'

'Mzee! Nani anasema hivyo? Mimi nimekuwa naye na si mzee. Ninakuambia ukweli, mimi nimekuwa naye kimapenzi,' Khalil alisema. Kwenye ukimya Yusuf alimsikia Khalil akipumua polepole, na baadaye akamsikia kama anatoa kicheko cha kiroja. 'Wewe unaona kama hilo jambo ni la kuchukiza, ndivyo unavyoona? Lakini mimi sioni kama ni kero wala fedheha. Nilikwenda kwake kwa sababu nilikuwa mhitaji, na nikawa naye kwa kumlipa. Na yeye pia alikuwa na mahitaji yake. Inaweza kuonekana kama vile ni ukatili, lakini kati yetu sote tulikuwa hatuna jengine la kuchagua. Kwani wewe ulitaka mimi nifanyeje? Nimngojee binti wa mfalme anihusudu na kunipenda wakati akija dukani kununua mche wa sabuni? Au jinneyeh aje kuniteka nyara usiku wa kuchumbiwa kwangu na kuniweka kwenye chumba cha chini ya ardhi kama mtumwa wake wa mapenzi?'

Yusuf hakujibu, na baada ya ukimya wa muda mfupi, Khalil aliguna, 'Usijali, jihinishe tu ubaki bikira hadi atakapotokea binti mfalme wako. Sikiliza, Bibie anataka kukuona,' alisema.

'Ohooo la, hapana!' Yusuf alishusha pumzi kwa dhiki. 'Hii sasa imezidi mno. Kwa mintaraf gani? Mwambie tu mimi sitokwenda tena bustanini kama yeye hataki mimi niwe pale.'

'Haya tena umeshaanza mambo yako ya bustani,' Khalil alisema kwa kukereka. Alipiga miayo mara mbili kabla hajaendelea. 'Haihusiki kabisa na jambo hilo! Sivyo unavyofikiria.'

'Sitoweza kumfahamu,' Yusuf alisema baada ya muda.

Khalil alicheka. 'Hapana, hutoweza. Hataki kuongea na wewe japokuwa anataka kukuona. Nilikuambia alikuwa na tabia ya kuku-tizama ulipokuwa bustanini. Nilikuambia hayo kabla. Sasa anataka kukuona wewe ukiwa karibu zaidi. Anataka kukuona wewe mbele yake. Anakutaka ana kwa ana. Kesho.'

'Kwa ajili gani? Kwa nini?' Yusuf aliuliza, alichanganyikiwa kwa kauli ya Khalil na pia namna alivyosema. Kulikuwa na dukuduku na kushindwa katika kauli yake, pia kukubali vitisho na matatizo yasiyoepukana. Hebu niambie inahusu nini, Yusuf alitamani kusema kwa kelele. Inahusika na nini hasa? Mimi siyo mtoto. Unaniwekea mtego gani?

Khalil alipiga miayo na kujikokota kumkaribia Yusuf kama vile alitaka kuongea naye kwa utulivu. Halafu akapiga miayo tena na tena, na akaanza kusogea mbali. 'Ni hadithi ndefu, kweli kabisa, na mimi hivi sasa nimechoka sana. Kesho, Ijumaa. Nitakueleza wakati tukienda mjini,' alisema.

5

'Sikiliza,' alisema Khalil. Walikuwa wamekwenda kusali sala ya Ijumaa. Walizunguka sokoni bila ya kuzungumza, na walikuwa wamekaa ukutani karibu na bandari. 'Wewe umekuwa mstaha-milivu sana. Sijui kama wewe unajua kitu chochote kuhusu jambo hili, kiasi gani umeelezewa na kiasi gani umefahamu, hivyo mimi nitakueleza tangu mwanzo. Wewe si mtoto tena, na si haki kwamba wewe usielezwe mambo haya. Ni hivyo tu tulivyo, siri zote hizi. Takriban miaka kumi na mbili iliyopita Seyyid alimwoa Bibie. Alikuwa Mfanyabiashara mdogo tu aliyekuwa akisafiri baina ya hapa na Zanzibar, akileta vitambaa na vifaa na tumbaku na samaki wakavu, na kuchukua mifugo na magogo ya mbao kupeleka kule. Bibie alikuwa amekuwa kizuka kwa kufiwa na mumewe muda mfupi kabla ya hapo, na alikuwa tajiri. Mume wake alikuwa akimiliki majahazi mengi ambayo yalikuwa yakisafiri mwambao wote huku yakisafirisha shehena za kila aina. Nafaka na mchele kutoka Pemba, watumwa kutoka kusini, viungo vya mapishi na ufuta kutoka Zanzibar. Japokuwa yeye Bibie hakuwa kijana tena, utajiri wake uliwavutia wanaume kutoka koo zilizojulikana na zenye mustakbal wa kupenda kuendeleza biashara zao. Kwa takriban mwaka mmoja mzima aliwakataa wote, na akaanza kujenga sifa mbaya. Si unajua inavyokuwa wanawake wanapokataa posa za kuolewa. Lazima kutakuwa na hitilafu na hao wanawake. Watu wengine walisema Bibie alikuwa mgonjwa, au pengine zimemruka kidogo kutokana na msiba wa kufiwa. Kulikuwa na tetesi pia kwamba alikuwa gumba na alikuwa akipenda zaidi wanawake kuliko wanaume. Wanawake waliokuwa wametumwa kuleta posa kwa Bibie na kurudisha majibu kutoka kwake kupeleka kwenye koo za wanaume waliokataliwa, walisema kwamba kwa mtu ambaye mbovu kama yeye Bibie, alijipa hadhi zaidi kuliko ilivyostahili.

'Alipata fununu kuhusu Seyyid kutokana na soga za umbeya wa kibiashara. Seyyid alikuwa mdogo kwake kwa miaka mingi. Kila mtu alimwongelea vizuri Seyyid wakati ule, hivyo japokuwa walijitokeza waposaji wengi mashuhuri, yeye Bibie alimchagua Seyyid. Salaam zilipelekwa kwa siri kubwa kumtia moyo Seyyid, zawadi walipelekeana na katika muda mfupi tu walioana. Sijui kulikuwa na mapatano gani yaliyoafikiwa, lakini Seyyid alishika biashara na kuiongoza vizuri. Aliwacha biashara ya majahazi, akayauza yote. Ndipo hapo alipogeuka kuwa Seyyid tunayemjuwa sasa, akisafiri mbali huko mabara ya ndani kwenda kufanya biashara.

'Ba wangu alikuwa na kiduka kidogo kijijini pwani ya Mrima kusini mwa Bagamoyo. Niliwahi kukusimulia kabla. Ma wangu alikuwa pamoja na kaka zangu wawili na dada. Yalikuwa maisha ya kimasikini, na kaka zangu mara nyengine walikwenda kutafuta vibarua katika majahazi. Sikumbuki kama Seyyid aliwahi kuja kutuona kabla, lakini pengine nilikuwa mdogo sana. Najua siku moja nilimwona. Ba wangu alikuwa anaongea naye kwa namna ambayo sijawahi kumwona kuongea namna hiyo na mtu yeyote kabla. Sikuelezewa kitu, nilikuwa mtoto tu, lakini nilisikia jinsi walivyomwongelea Seyyid baada ya yeye kuondoka. Ma alisema huyo alikuwa ni mtoto wa Shetani na sasa alikuwa kakumbwa na binti wa iblisi, au ifriti au kibaya zaidi. Kwamba huyo alikuwa ni mbwa na mtoto wa mbwa…na kwamba alikuwa anafanya uchawi na mambo mengine mabaya. Mazungumzo ya kiwazimu namna hiyo. Seyyid aliporejea tena baada ya miezi kadhaa baadaye, alikaa siku mbili na sisi. Aliniletea zawadi, kofia ya lesi iliyowekewa nakshi ya mashina ya yasmini na maumbo ya mwezi mwandamo. Ninayo bado. Lakini nilifahamu sasa kutokana na minong'ono niliyoisikia kwamba Ba alikuwa anadaiwa pesa na Seyyid, pesa ambazo alikopa kwa ajili ya kumnunulia kaka yangu mkubwa hisa katika biashara ndogo ambayo haikufanikiwa. Kaka yangu na rafiki zake walinunua mtumbwi wa kuvulia samaki huko mikokoni, na mtumbwi huo uligonga mwamba. Hata hivyo duka letu lilikuwa muflis halikuweza kulilipa hilo deni. Baada ya siku mbili Seyyid aliondoka. Nilimwona baba yangu akimbusu mkono wake mara kadhaa wakati wakiagana, na baadaye Seyyid alinijia na kunipa sarafu ya pesa.

Nadhani ile namna Ba wangu alivyokuwa akimshukuru sana Seyyid, ilimaanisha kwamba Seyyid alikubali kumwongezea muda, lakini mimi sidhani kwamba niliweza kulifahamu hilo wakati ule. Sikuambiwa chochote wakati ule. Isingewezekana kukosa kuona jinsi Ba alivyokuwa mnyonge aliyekosa furaha na mwenye hamaki. Alitufokea sote na kutumia muda mrefu juu ya msala. Kuna wakati alimpiga kaka yangu mkubwa kwa kipande cha kuni, na hakuna mtu aliyeweza kumsitisha kwa sababu alikuwa akipiga makelele kwa maumivu ya huzuni na akitokwa machozi pale mama yangu na kaka yangu mwengine walipomkaribia. Alimpiga mtoto wake wa kiume na huku yeye mwenyewe akilia kwa aibu.

Halafu siku moja yule shetani Mohammed Abdalla alikuja na kunichukua mimi na dada yangu na kutuleta hapa. Tulikuwa ndo tumewekwa rehani hadi hapo Ba wetu atakapoweza kuyalipa madeni yake. Alikufa muda mfupi tu baada ya hapo, maskini Ba wangu, na Ma na kaka zangu walirudi Arabuni na kutuacha sisi hapa. Waliondoka tu na kutuacha sisi hapa.

Khalil alikaa kimya akitizama tu baharini, na Yusuf alihisi upepo wenye chumvichumvi juu ya maji ukimchoma machoni. Baadaye Khalil akaitika kwa kichwa chake na kuendelea.

'Ni miaka tisa tangu nipo na Seyyid. Tulipofika mara ya kwanza kulikuwa na mtu mwengine dukani. Alikuwa kama umri wangu wa sasa, na yeye alinifundisha namna ya kufanya kazi. Jina lake lilikuwa Mohammed. Magharibi, baada ya kufunga duka alivuta misokoto mingi ya hashish na baadaye akaenda kufanya uasherati. Dada yangu ilikuwa amtumikie Bibie. Alikuwa mwenye umri wa miaka saba na Bibie alikuwa akimwogopesha.' Khalil alicheka ghafla akijipiga mapaja yake. 'Mashaallah, dada yangu alikuwa akilia sana kiasi ambacho ilibidi waniite mie kuzungumza naye ili kumnyamazisha. Hivyo nililala katika nyumba uwani. Ilipoynesha nililala katika ghala ya chakula. Kila siku baada ya sisi kufunga duka na Mohammed kujiondokea kwenda kufanya shughuli zake chafu, nilikwenda zangu ndani kulala. Bibie zilikuwa zimemruka akili, hata wakati ule. Ana ugonjwa, kuna alama kubwa ya baka usoni mwake, kuanzia katika shavu lake la kushoto na kuteremka hadi shingoni mwake.

Alifunika uso wake kwa shali la mtandio nilipomkaribia, lakini dada yangu alinieleza. Dada yangu...alisema Bibie mara kwa mara alijitizama kwenye kioo na kulia. Wakati nilipokuwa nimejilaza uwani Bibie alikuwa anakuja na kunitizama, na nilijifanya kama vile nimelala. Alinizunguka huku akisoma du'a, akimwomba Mola amwondolee maumivu yake. Wakati Seyyid alipokuwa yupo nyumbani alikuwa akikaa kimya, na kutoa hasira zake kwa Amina na mimi. Alitulaumu kwa kila jambo na kututukana kwa matusi makubwa. Wakati Seyyid alipoondoka, alianza tena wazimu wake na kutembea kizani.

'Halafu ndo ukaja wewe,' Khalil akakishika kidevu cha Yusuf na kukizungusha kichwa chake huku na kule, huku akimchekea.

'Ilikuwaje kuhusu Mohammed?' Yusuf aliuliza.

'Siku moja alijiondokea tu wakati Seyyid aliponyanyua mkono kumpiga kwa sababu mahesabu yalikuwa si sahihi. Alisimama tu na kujiondokea zake. Sijui kama walikuwa wanahusiana kidamu… Hakuwahi kuzungumza na mimi kuhusu jambo lolote isipokuwa duka tu. Seyyid aliondoka kwa siku chache na akarudi na wewe, kijana Mswahili maskini kutoka porini, ambaye Ba wake alikuwa juha mkubwa kama wangu alivyokuwa. Nadhani Seyyid alitaka mtu aje kujifunza kuendesha duka ili awepo, ikitokezea siku ambapo mimi sitotaka tena kumfanyia kazi. Ndo wewe ukawasili na kuwa mdogo wangu,' alisema Khalil na huku akitaka kukishika tena kidevu chake, lakini Yusuf akauondoa huo mkono wake.

'Endelea kunisimulia,' Yusuf alisema.

'Bibie hujificha kutoka kwa watu. Hatoki nje asilan. Wanawake wachache wanaokuja kumtembelea ni jamaa zake au watu ambao hawezi kuwafukuza. Alinifanya nivibandike vile vioo kwenye miti ili aweze kuona bustani bila kutoka nje. Ndivyo hivyo alivyoweza kukuona wewe. Kila siku ulivyokuwa unakwenda kufanya kazi bustanini, alikutizama kupitia vioo vyake. Ulimfanya awe kichaa zaidi kuliko alivyokuwa awali. Alisema ni Mola tu ndiye aliyekutuma kwake. Kumtibu.'

Yusuf alilifikiria jambo hili kwa muda mrefu, akiwa amechang-anyikiwa baina ya kustaajabu na kuangua kicheko alichokihisi. 'Kwa vipi?' aliuliza baada ya muda.

'Hapo kwanza Bibie alisema pindi wewe ukimsomea du'a atapona. Baadaye akang'ang'ania kwamba itakubidi umtemee mate. Mate ya wale ambao Mola amewapa baraka yanakuwa mjarab na uwezo mkubwa sana, alisema. Siku moja alikuona umeshika waridi kwenye kiganja cha mkono wako, na alipata uhakika kwamba ukimgusa tu atapona. Alisema kwamba ukiushika uso wake kama ulivyolishika lile ua la waridi, basi ugonjwa wake utatokomea. Nilijaribu kukuzuia usiende kwenye kitalu lakini wewe ulikuwa una shauku kubwa na hicho kitalu. Seyyid aliporejea Bibie hakuweza tena kuendelea kujizuia na huo wazimu wake na alimwelezea. Pindi yule kijana mwenye sura nzuri akinigusa mara moja tu, basi kidonda changu kilichopo moyoni mwangu kitapona. Ndo hapo Seyyid alipokuchukua kukupeleka na kukuacha milimani. Hivi kweli hukushuku jambo hili? Amina alinieleza kwamba Bibie alikuwa akisimama chini ya ukuta wakati wewe ulipokuwa kitaluni na alikuwa akikuita umwonee huruma. Hivi hukumsikia Bibie akisema chochote?'

Yusuf aliitika kwa kichwa kuonyesha kukubali. 'Nilikuwa nikisikia sauti. Nilidhani alikuwa ananung'unika kuhusu mimi, kuniambia niondoke. Wakati mwingine alikuwa akiimba.'

'Haimbi asilan,' alisema Khalil kwa hasira. 'Sidhani kwamba nimewahi kumsikia akiimba hata siku moja.'

'Basi itakuwa labda zilikuwa ni njozi zangu tu. Kuna wakati mwingine usiku mimi husikia muziki unatokea kitaluni, na hiyo pia basi itakuwa ni njozi zangu tu. Mmoja kati ya wasafiri aliyekuja kumtembelea Hamid alihadithia kuhusu bustani huko Herat ambayo ilikuwa nzuri mno na kila mtu aliyetembelea alisikia muziki uliofurahisha roho na akili. Hivyo ndivyo mshairi alivyoelezea. Inawezekana pengine hicho ndicho kilichonipa wazo hilo kichwani mwangu.'

'Hali ya hewa ya kule milimani bila ya shaka ilikutia wazimu na wewe pia,' Khalid alisema huku amekereka. 'Utadhani hizo ndoto zako za ghasia hazitoshi, hivi sasa unasikia hata muziki pia. Nina vichaa wawili mikononi mwangu, ama kweli nina bahati. Seyyid alikuwa na wasiwasi wa kukuacha wewe na Bibie, lakini papo hapo hakutaka kuongozana nawe kwenye msafara. Labda alikuwa anamtembelea Ba wako na hakutaka kujiingiza katika mambo ya fujo.

Au pengine hakutaka wewe ufahamu namna gani yeye alivyo katika ubabe wa ukatili wake. Hata hivyo bado wakati wake haujafika. Na sasa Bibie anakutaka, wewe shetani uliyebahatika. Bibie hakuweza tena kukuona kwa sababu Seyyid aliniamrisha kuviondoa vioo vyote bustanini baada ya yeye kukuondosha wewe, lakini bado anakusikia.'

'Alikuwa anaangalia kutoka mlangoni jana,' alisema Yusuf. Khalil alikunja uso, 'Sidhani kwamba ilikuwa hivyo. Hakusema. Lakini Bibie alikuona wakati wa chakula tulipokuwa tunakula na Seyyid. Sasa ana kichaa kipya na ni cha hatari. Hatari kwako wewe. Sikiliza, anasema wewe sasa ni mwanamme mtu mzima na namna ya kumponyesha donda lake ni kuuchukua moyo wake wote ndani ya mikono yako. Je, umeshafahamu? Sina uwezo wa kusema hasa nini kipo akilini mwake, lakini natumai unaelewa vizuri mkondo anakouelekeza. Je, unaelewa? Au wewe bado mdogo mno kuelewa na pia labda bado hujayaelewa mambo ya kiulimwengu?'

Yusuf aliitika kwa kichwa. Khalil hakuridhika kikamilifu na jawabu lake, lakini baada ya muda naye aliitika kwa kichwa. 'Anataka kukuona wewe. Ameamrisha na amesihi na pia amedai wewe upelekwe kwake. Kama mimi sitokupeleka kwake, kasema, atatoka nje na kuja kukuchukua yeye mwenyewe. Itabidi sisi tujita-hidi kufanya kila litakalowezekana ili kumtuliza hadi hapo Seyyid atakaporejea. Yeye Seyyid atajua jinsi ya kushughulika naye. Mimi niliahidi kwamba nitakuchukua na kukupeleka kwake kumwona hii leo. Jiweke kando mbali naye kadiri utakavyoweza. Usimguse kwa vyovyote, atakachosema na atakachofanya. Jiweke karibu na mimi, na akikukaribia hakikisha unajiweka baina yangu mimi na yeye. Mimi sijui Seyyid atafanya nini atakaporejea, lakini ninalojua ni kwamba maisha yako yatakuwa magumu pindipo akigundua kwamba ulimgusa au ulimfedhehesha Bibie. Hatokuwa na jengine lolote isipokuwa kukuadhibu.'

'Kwa nini nisingekataa tu kuonana naye….?' Alianza Yusuf kusema hivyo.

'Kwa sababu sijui atafanya nini hapo.' Khalil alisema, huku sauti yake akiipaza kujaribu kumsihi Yusuf. 'Anaweza akafanya jambo baya zaidi. Dada yangu yupo mle ndani na yeye Bibie. Mimi ndo nitakuwa na wewe wakati wote.'

'Kwa nini hukuniambia haya yote kabla?'

'Ilikuwa bora kwa wewe kutoyajua haya,' alisema Khalil. 'Hivyo ilikuwa dhahir kwamba wewe hukuwa na kosa lolote.'

Baada ya muda Yusuf alisema, 'Ilikuwa dada yako aliyekuwa jana anatizama mlangoni. Nilihisi kulikuwa na kitu cha ajabuajabu hivi. Lazima ilikuwa sauti inatoka sehemu nyengine. Ulipozungumzia kuhusu habari za dada yako nilidhani ni msichana mdogo, kumbe sasa nafikiria kwamba lazima itakuwa ni yeye niliyemwona…'

'Yeye ni mwanamke aliyeolewa,' Khalil alisema kwa kifupi tu.

Yusuf alihisi moyo wake umempasuka kwa mshtuko. 'Ami Aziz?' aliuliza baada ya muda.

Khalil aliguna. 'Yaani wewe hutoachana na hiyo tabia yako ya kumwita mwita ami, hivi kweli utaacha? Ndiyo, huyo Ami Aziz wako ndiye aliyemwoa mwaka jana. Hivyo sasa amekuwa kaka yangu na pia wewe amekuwa ami yako, na sisi tumekuwa ukoo mmoja uliojaa furaha katika kitalu cha Peponi. Dada yangu ndo amekuwa malipo kwa deni la rehani ya Ba wangu. Wakati Seyyid alipomchukua dada yangu, ndipo aliposamehe lile deni.'

'Hivyo sasa upo huru kuondoka,' alisema Yusuf.

'Niende wapi? Sina pa kwenda mimi,' Khalil alisema kwa utulivu. 'Na pia dada yangu bado yupo hapa.'

6

Alitegemea kukutana na mwanamke mwenye kuropokwa asiye nadhifu ambaye pengine angalimrukia kwa madai yasiyoeleweka. Bibie aliwapokea kwenye chumba kikubwa chenye madirisha yaliyoelekea upande wa uwa uliozungukwa na kuta ndani ya nyumba. Sakafu ilikuwa imewekewa mazulia mazito yenye mapambo, na mito iliyofumwa kwa mapambo iliegemezwa ukutani, mmoja baada ya mwengine. Aya za Koran zilizowekewa fremu na picha ya Kaaba zilitundikwa kwenye kuta zilizopakwa rangi nyeupe ya chokaa. Bibie aliegemea kwenye ukuta mrefu kabisa unaokabili mlango. Pembeni yake kulikuwa na sinia iliyong'arishwa kwa vanishi iliyowekewa chetezo na mrashi uliowekewa marashi ya waridi. Chumba kilikuwa kimefukizwa kwa ubani uliokuwa unanukia. Khalil alimwamkia na kukaa hatua kadha mbali naye. Yusuf alikaa karibu na Khalil.

Uso wake ulikuwa umefunikwa kiasi fulani kwa shali la mtandio mweusi, lakini Yusuf aliona ngozi yake ilikuwa ya rangi ya shaba hafifu na macho yake yalikuwa yamewakodolea wao. Khalil alisema kwanza na baada ya muda alijibu Bibie. Sauti yake Bibie ilisikilizana chumbani kote. Aliibadili sauti na kuipa nguvu kiasi ambacho ilijionyesha kuwa na mamlaka na uhakika. Alivyokuwa anazungumza alilirekebisha shali la mtandio wake kidogo na Yusuf aliona mikunjo ya usoni mwake iliyokuwa imekakamaa ikionyesha kwamba yupo makini na mwenye azma, jambo ambalo yeye hakulitegemea. Khalil alipoanza kuongea tena, Bibie alimkatisha kwa taratibu na kumwangalia Yusuf ambaye alijikurupusha kwa kuangalia kwengine kabla macho ya Bibie hayajamkamata.

'Bibie anakuuliza je hujambo, na anakukaribisha tena nyumbani,' alisema Khalil huku akimgeukia Yusuf.

Bibie alizungumza tena. 'Anatarajia wazazi wako hawajambo, na Mola ataendelea kuwapa afya njema,' Khalil alisema. 'Na kwa hisani yako ukumbuke kuwapelekea salaam zake kwao safari nyengine utakapoonana nao. Na ijaalie mipango yako yote ifanikiwe na matarajio yako yote yatimie na maneno zaidi namna hayo. Anasema, Mola akujaalie upate watoto wengi.'

Yusuf aliitikia kwa kichwa, na safari hii Yusuf hakuwahi kuyaepuka macho ya Bibie. Macho ya Bibie yalikuwa yanamchunguza kwa jazba; aliyapima, akaona yanang'ara kidogo wakati alipokosa kuyakwepa. Yusuf aliangaza chini mara tu Bibie alipoanza kuzungumza tena. Na Bibie aliendelea tu kuongea huku akipaza na kuteremsha sauti yake kama vile akijaribu kumghilibu.

'Sasa tunaanza, mdogo wangu,' alisema Khalil, huku akijitayarisha kushusha pumzi kidogo. 'Bibie anasema amekuona ukifanya kazi bustanini, na amekuona wewe una…. baraka, umeenziwa na Mola. Chochote unachokigusa kinastawi. Anasema Mola amekupa taswira ya Malaika, na amekuleta hapa ili ufanye mema. Hii siyo kufuru Bibie anasema. Itakuwa makosa kama ukishindwa kutimiza kile ambacho umeletwa kukifanya. Hivi ndivyo anavyoendelea kuongea japokuwa ameyasema mengi zaidi kuliko niliyokuambia.'

Yusuf alikuwa bado hajanyanyua kichwa chake kutizama juu, akasikia Bibie ameanza tena. Ilianza kujitokeza sauti ya kubembeleza na akasikia jina la Mola likitajwa mara kadhaa. Bibie alipokuwa anasema, alipata tena kiwango cha sauti yake na kumalizia kwa kurekebisha sauti yake kama ile ya awali alipowakaribisha.

'Anakuambia yeye alikuwa akisumbuliwa na maradhi mabaya. Anarudia hayo mara kwa mara, lakini pia anasema yeye hataki kulalamika. Hili pia anarudia kulisema mara nyingi. Anasumbuliwa na maradhi, lakini hataki kulalamika na kadha wa kadha. Kila aina ya madawa na madu'a hayatibu ugonjwa huu, kwa sababu watu alioonana nao hawakuenziwa na Mola. Sasa anauliza je, utaweza kumtibu? Na kwa hilo atakutunukia hapahapa duniani na atakuombea dua upate thawabu kubwa huko akhera. Nyamaza usiseme hata neno moja!'

Ghafla Bibie aliliondoa shali lake la mtandio. Nywele zake zilikuwa zipo mbali na uso wake ambao ulikuwa umechongoka na wa kupendeza. Baka la rangi ya zambarau lilitia doa upande wa kushoto wa uso wake, na hivyo kutoa taswira ya uso huo kwenda upande na kuonyesha mwenye ghadhabu. Alimwangalia Yusuf kwa utulivu, akingojea kuona woga utakaojitokeza kwenye macho ya Yusuf. Yusuf hakutishika, na alijawa na huzuni kwamba Bibie alitarajia mengi kutoka kwake. Baada ya muda mfupi Bibie alifunika uso wake, na kusema maneno machache kwa upole.

'Anasema hayo ndiyo…' Khalil alisita kulikumbuka neno gani la kuelezea, huku akiguna kwa kutoweza kuvumilia.

'Mateso,' ilisema sauti nyengine iliyotoka nyuma yao. Kutoka kwenye pembe ya jicho lake, Yusuf aliona umbile nyuma yake katika chumba. Alikuwa amehisi kuwepo kwa mtu mwengine lakini hakutizama. Sasa alipogeuka upande ule, aliona kwamba huyo alikuwa mwanamke kijana aliyevaa kanzu ya kahawia iliyofumwa na nyuzi za fedha. Yeye pia alikuwa amevaa shali ya mtandio, lakini ilikuwa imetupiliwa nyuma ikionyesha uso wake na nywele zake kwa kiasi. Huyu ndiye Amina, aliwaza, na hakuweza kujizuia kutabasamu. Kabla hajageuka upande mwengine, ilimpitikia kwamba huyu hakufanana na Khalil. Alikuwa na umbile lililojaa jaa na alikuwa rangi yake kiza kuliko Khalil.

Katika mwangaza wa taa ndani ya chumba, ngozi yake ilionekana kung'aa. Tabasamu la Yusuf lilikuwa bado linaendelea usoni mwake alipomgeukia Bibie, lakini yeye mwenyewe alikuwa amejisahau. Bibie akarudia kujigubika na lile shali lake la mtandio kiasi ambacho kile alichoweza kukiona cha Bibie ilikuwa ni maumbile ya uso wake na macho yake ya kuchunguza. Khalil aliongea na Bibie na kumtafsiria Yusuf. 'Nimemweleza Bibie kwamba umeshasikia kile alichotaka kukueleza, na umeona kile ambacho alitaka kukuonyesha. Kwamba unasikitika kwa maumivu anayoyahisi. Kwamba wewe hujui chochote kuhusu magonjwa, na hakuna uwezekano wowote ambao wewe unaweza kukifanya ili kumsaidia. Je unataka kuongeza chochote? Fanya uwe mkali.'

Yusuf alitingisha kichwa chake.

Bibie alisema kwa msisimko baada ya Khalil kusita, na kwa kipindi kifupi walibishana kwa maneno makali ambayo Khalil wala hakujali kutafsiri. 'Anasema siyo ilmu yako ila kipaji chako ndicho kitakachomponyesha. Anataka wewe umwombee du'a…na…umguse pale. Usifanye! Chochote atakachosema usifanye! Soma du'a kama unaijua lakini usimkaribie. Anasema anakutaka wewe uiguse roho yake na ukiponyeshe kidonda kilicho ndani ya moyo wake. Soma du'a tu halafu tuondoke. Jikurupushe tu ikiwa huijui du'a yoyote.'

Yusuf aliinamisha kichwa chake kwa muda mfupi na kuanza kunong'ona kile ambacho aliweza kukumbuka kati ya zile du'a ambazo imam wa ule msikiti aliwahi kumfundisha. Alijihisi mpuuzi. Aliposema Amin, Khalil alirudia kuitikia ile dua kwa kelele, kama vile walivyofanya Bibie na Amina. Khalil alisimama na kumvuta Yusuf kwa juu ili kumsimamisha. Kabla hawajaondoka, Bibie alimwambia Amina awanyunyizie marashi mikononi mwao na apitishe chetezo kuwafukiza. Yusuf alighafilika kuangalia chini wakati Amina alipomkaribia na aliona kwa Amina hali ya kustaajabu na kudadisi imetanda machoni mwake.

'Usimwambie mtu,' Khalil alimwonya. Siku iliyofuata waliitwa tena, lakini Khalil alikwenda mwenyewe peke yake. *Aka! Laa, hii haiwezekani tena,* alisema. Mabishano yaliendelea kwa muda, angalau labda kwa saa moja nzima. Alitoka nje akiwa amekerwa na kama vile aliyeshindwa. 'Nimemwahidi kwamba kesho utakwenda kumsomea du'a. Seyyid ataniua.'

'Hakuna tatizo, Nitamsomea du'a haraka haraka na halafu tuta-ondoka,' Yusuf alisema. 'Haiwezekani kumwacha maskini mgonjwa bila ya kumhudumia wakati tiba ipo. Nitatilia mkazo du'a za kesho. Hata hivyo, hii ilikuwa miongoni mwa du'a nzito sana za imam…'

'Usijitoe fahamu,' Khalil alisema kwa ghadhabu. 'Ndo maskhara gani hayo? Kama hukuchukua tahadhari utajikuta unauramba utupu wako wa nyuma sasa hivi.'

'Hivi wewe hasa una nini? Kama anataka nimsomee du'a basi ataipata du'a,' Yusuf alisema kwa furaha. 'Vipi utaweza kumnyima kipaji kilichotoka kwa Mola?'

'Mimi sipendi jinsi unavyojifanya kama mpumbavu kwa jambo hili,' alisema Khalil. 'Hili ni jambo zito au linaweza kuwa zito. Hasa kwako wewe. Inanitisha kitu gani hasa anachofikiria huyu Bibie.'

'Nini hasa?' aliuliza Yusuf, huku bado akitabasamu lakini hapo hapo akisumbuliwa na wasiwasi wa Khalil.

'Nani anajua hasa nini kilichopo katika wazimu wake, lakini mimi ninadhani kwamba ni mambo mabaya hasa. Ni namna anavyoonekana kutojali, wala kuogopa kile anachotenda. Na hizi sifa zote anazokupaka…eti wewe malaika wa Mola. Haya yamepin-dukia mipaka hata ya mazungumzo ya kichaa. Wewe siyo Malaika. Wewe huna kipaji. Na itakuwa vyema kama ukijikumbusha kuogopa mambo haya yote.'

Bibie alitabasamu walivyokwenda siku iliyofuata. Ilikuwa jioni na ukumbini kulikuwa kunafuka joto. Katika chumba alichokuwa amewapokea, jua lilipenya kupitia mapazia mepesi na ndani ya chetezo vipande vidogo vidogo vya udi vilikuwa vikiwaka polepole na kuisha kwa kutoa moshi wa kufukiza chumba.

Alionekana hakuwa na shauku kubwa kama walipokuja ile mara ya kwanza. Bibie alikuwa kajiegemeza kidogo kwenye mito, ingawa macho yake bado yalikuwa yakimulika kwa kuwachunguza. Amina alikaa sehemu ile ile kama awali, na yeye pia alitabasamu wakati Yusuf alipotizama upande wake. Yusuf aliangaza macho yake kwenye viganja vyake ili kuanza du'a yake na aliuhisi ukimya mzito umekikumba chumba. Alisikia wimbo wa ndege kwa mbali kutoka kitaluni na mbubujiko wa mchirizi wa maji kwa mbali hivi. Alizuia tabasamu lake, na kuuendeleza ule ukimya kadri alivyoweza na baadaye alianza kunong'ona kama vile anataka kumalizia. Hitimisho lake la *Amin* lilijibiwa na kusikika kama mwangwi, na alipomtizama Bibie ambaye alikuwa ameanza kuzungumza, aliona macho yake yakimetameta kwa furaha.

'Bibie anasema alipata nafuu baada tu ya du'a yako ya kwanza,' alisema Khalil huku akikunja uso wake. Bibie alikuwa ameongea kwa muda mrefu zaidi kuliko hayo aliyoyatafsiri. Hiyo ilionekana dhahir kutokana na tafsiri ya mkato ya Khalil hata Bibie akamgeukia Amina kwa mtazamo wa kudadisi. 'Bibie anataka uje tena kumsomea du'a,' Khalil aliendelea kusema kama vile hataki. 'Na uwe unakula hapa ndani ya nyumba…sisi sote wawili. Anasema tunakula nje kama mbwa au wazururaji wasiokuwa na makwao. Bibie anataka wewe ule hapa kila siku. Nahisi hii italeta shari. Lazima useme hii haiwezekani kwako….au sivyo…kipaji chako kitakuletea balaa.'

'Wewe mwambie tu Bibie,' alisema Yusuf.

'Nimemwambia, lakini anataka kukusikia wewe mwenyewe unajisemea, halafu mimi nitatafsiri. Sema chochote, lakini tikisa kichwa chako kama vile unakataa. Kutikisa kichwa chako mara moja au mbili kwa nguvu itatosha.'

'Tafadhali mwambie Bibie mimi ninajihisi mpumbavu kuwa na mazungumzo haya yasiyowezekana kuhusu kula ndani ya nyumba yake,' alisema Yusuf, na alihisi kama vile Amina alikuwa akitabasamu nyuma yake. Au pengine alitarajia tu kwamba Amina alikuwa akitabasamu. Khalil alimkodolea macho Yusuf.

Walirudi tena siku iliyofuatia, na tena baada ya siku hiyo. Wakati walipokuwa kazini dukani haikuwa aghalabu kumzungumzia Bibie, lakini baada ya kwenda kumsomea du'a kuhusu donda lake, Khalil hakuweza kuzungumza kingine chochote isipokuwa hicho tu.

Yusuf alimtania na alijaribu kumtuliza khofu yake, lakini Khalil hakuweza kuondosha wasiwasi wake na kuropokwa kwake. Alimshutumu Yusuf kwa kufurahia kuvishwa kilemba cha ukoka kwa kusifiwa na Bibie mwenye wazimu, bila ya kugutukia hatari aliyokuwa amejiingiza. Seyyid atasema mimi nimefanya ukosefu wa adabu, alisema Khalil. Atanilaumu mimi. Hivi wewe hufahamu nini atakachoweza kufanya Seyyid?

Ilimchukua siku chache kwa Yusuf kuanza tena shughuli zake za bustani. Khalil alimsihi asiende tena huko, lakini baada ya siku chache Yusuf akatupilia mbali hiyo rai na kwenda tena bustanini, hata kumfanya Khalil kuwa na sura yenye ghadhabu. Hivi hasa kwa nini wewe bado unataka kurudi kule tena? Aliuliza.

Kwani wewe huwezi kutengeneza bustani yako mwenyewe hapa nje? Mwanzoni baada ya kugundulika kwa minong'ono yote ya siri iliyomhusu yeye, aliona aibu. Lile wazo tu la kwamba Bibie alikuwa anamchungulia wakati yeye anafanya kazi na kujenga ndoto za njozi ilimfanya achukie. Mzee Hamdani hakujali kwamba Yusuf hakuwapo bustanini na wala hakuonyesha ishara yoyote ya kukosa kuwepo kwake, isipokuwa tu zile nyimbo zake za ibada zilipaa zaidi kuonyesha majonzi wakati akiwepo chini ya kivuli cha mtende. Mchana mmoja hakukuwa na shughuli nyingi za kufanya hapo dukani, na Khalil alikuwa hakutulia hata ikamfanya Yusuf apuuzie mbali na aende zake kitaluni. Mzee Hamdani alimkaribisha kimya-kimya tu, na alibakia pale zaidi kuliko kawaida yake. Yusuf alisafisha dimbwi la maji na kutoa magugu kwenye majani, huku akiimba kwa sauti ya chini nyimbo moja wapo ambayo alijifunza alipokuwa safarini. Alijitahidi kutotizama upande wa mlango wa uwani isijekuwa kulikuwa na mtu kasimama hapo. Lakini alishindwa, na alikuwa na hisia za matumaini kusubiri kukaribia wakati wa wao kwenda tena kutembelea ndani ya nyumba.

'Anasema alikusikia ukifanya kazi bustanini leo,' alisema Khalil. 'Ufanye kazi huko mara nyingi zaidi. Anasema nenda mle ndani wakati wowote.'

Bibie alizungumza kwa muda mrefu. 'Wewe una kipaji, anasema na kurudia tena na tena. Hiki ndicho anachokisema muda wote. Wewe una kipaji, wewe una kipaji,' Khalil alisema na kusita, kama vile anatafuta maneno yaliyokuwa sahihi. 'Ikiwa bustani inakupendeza basi…yaani…hii ndiyo….'

'Furaha kwake,' alisema Amina. Japokuwa alisema machache tu, wakati pale Khalil aliposhindwa kupata neno, Yusuf alikuwa daima akimhisi Amina yupo nyuma ya bega lake.

'Na anapenda wewe uimbe,' alisema Khalil, huku akitikisa kichwa chake kama vile haamini. 'Siamini kwamba mimi nimekaa hapa ninafanya mambo haya. Usijichekeshe. Wewe unafikiri haya ni maskhara? Anasema sauti yako inapoza moyo wake, kwamba Mola lazima ndiye aliyekuongoza kuimba na kukuleta hapa kama malaika wa tiba.'

Yusuf alichekelea kwa kuona jinsi Khalil alivyokereka. Alipomwangalia Bibie alimwona naye amekenua meno, uso wake umenawiri kwa furaha. Ghafla alimwita, kwa uhakika kiasi ambacho Yusuf hakuwa na namna ya kukataa. Alisimama na kumwendea. Alipomkaribia zaidi, aliteremsha shali la mtandio wake hadi kufikia kwenye viwiko vya mikononi na aliona kwamba Bibie alikuwa amevaa blauzi ya buluu ya mng'aro iliyokuwa na shingo ya mraba na pembezoni kulikuwa kumefumwa nakshi za vikofia viduchu vya fedha. Bibie alipapasa baka lililokuwa shavuni mwake na kulilenga kwa kidole chake huku akimwelekeza Yusuf kuweka mkono wake juu ya hilo baka usoni. Kukenua kwa meno yake kukabadilika na kugeuka kuwa tabasamu nyenyekevu, na hapo Yusuf alijiwa na hisia za kutokujali. Alijua kulikuwa na uzito kwa mkono wake kumgusa. Khalil alisema kwa utaratibu akimwambia, la, hapana. Bibie polepole alijifunika uso wake na shali la mtandio na kunong'ona Alhamdulilah. Yusuf alirudi nyuma na kujiondoa, na alimsikia Khalil akiguna polepole nyuma yake.

'Usimkaribie tena mara nyengine,' Khalil alisema baadaye. 'Hivi wewe huogopi. Hivi wewe hufahamu kitakachoweza kutokea? Na jiweke mbali na hicho kitalu. Na usiimbe.'

Lakini Yusuf hakujiondoa kutoka kwenye kitalu. Khalil alimchunguza huku akizidi kuwa na shaka naye na alibishana naye kwa ghadhabu ajiweke mbali na hicho kitalu. Lakini Yusuf alipitisha muda zaidi humo kitaluni, na alikuwa makini akiangaza macho yake na kufungua masikio yake ili kutambua sauti yoyote au mwendo wowote kutoka kwenye nyumba.

Mzee Hamdani alianza kumwachia kazi za kufanya, na alitumia muda wakati wake mwingi zaidi kivulini huku akiimba kasida zake za furaha za kumsifia Mwenyezi Mungu. Kuna wakati mwingine Yusuf alimsikia Amina akiimba na hilo lilifanya mwili wake usisimke na kuwa na hisia tele ambazo hakuzisaka wala hakuweza kuzizuia. Na kuna wakati mwingine kivuli kilijitokeza kwenye upenyo wa mlango, na hilo lilimpa hisia ya kutambua vyema furaha ya mapenzi ya siri. Magharibi ilipoingia alikuwa na shauku ya kuitwa ndani ya nyumba japokuwa kulikuwa na upinzani na kero lililozidi kuongezeka kutoka kwa Khalil. Siku moja Khalil alikuwa amekereka mno kiasi ambacho alifikia kukataa kuitikia mwito.

'Huyo Bibie mwache apotelee mbali. Sisi hatwendi. Yametosha na kupindukia mpaka,' alipiga kelele. 'Kama kukitokea mtu yeyote akagundua mambo haya yote yanayotokea basi sisi tutachekwa sana au zaidi ya hivyo. Watadhani sisi ni wendawazimu. Mwendawazimu kama yule chakaramu kabisa. Hebu fikiria fedheha itakayomwangukia Seyyid!'

'Basi mimi nitakwenda mwenyewe binafsi,' alisema Yusuf.

'Kwa nini? Hivi hujui yanayotokea?' Khalil aliuliza, huku sauti yake ikipaa kwa mayowe ya uchungu huku akijaribu kusimama. Alionekana kama vile yupo tayari kumtandika Yusuf ili kumshawishi aweze kuiona mantiki. 'Atafanya mambo ya aibu na kukulaumu wewe. Mimi sipendi jinsi wewe unavyolichukulia jambo hili kama vile ni utani. Umepitia maishani mwako mbwa mwitu-watu na pia umepitia maisha ya mwituni. Kwa nini hasa wewe unataka kujiwekea aibu ya maisha?'

'Hakuna aibu,' Yusuf alisema kwa utulivu. 'Bibie hawezi kunifanyia madhara yoyote.'

Khalil alikiinamisha kichwa chake ndani ya kiganja cha mkono wake wa kushoto na walibaki wamekaa kimya kwa dakika nyingi. Baadaye Khalil alinyanyua uso wake na kumtizama Yusuf kwa mshangao wa kumstaajabu, huku akionekana kazidi kupigwa butwaa na mara ghafla tu akaelewa. Macho yake yalionekana kujaa hasira na maumivu, na ncha pembeni ya midomo yake zilitetemeka. Alikaa chini kwenye jamvi bila ya kutamka hata neno moja, huku akitizama mbele. Na wakati Yusuf aliponyanyuka ili kuelekea kuingia ndani ya nyumba, aligeuka kumtizama.

'Kaa chini, mdogo wangu. Usiende,' alisema kwa taratibu, mara tu wakati Yusuf alipotoka barazani kuelekea kitaluni. 'Kaa hapa chini na wacha tuongee kuhusu mambo haya yote. Usijiletee fedheha wewe mwenyewe. Sijui unafikiria nini, lakini mwisho wake ni mbaya. Hii siyo hekaya ya vichimbakazi. Kuna mambo mengi hapa bado huyaelewi.

'Haya basi nieleze,' Yusuf alisema kwa utulivu lakini hapo hapo alikuwa kasimama kidete bila ya woga.

Khalil alitingisha kichwa chake huku amekereka. 'Kuna mambo mengine huwezi ukayarukia hivi hivi. Kaa chini na tutaanza. Ukienda basi ujue utajiletea aibu wewe mwenyewe na sisi sote.'

Yusuf alielekea kwenye kitalu bila ya kunena hata neno moja, akidharau kelele za Khalil za kumhimiza arudi.

8

'Jina lake ni Zulekha. Anataka kuhakikisha kwamba unalijua jina lake,' Amina alisema. Yeye Amina aliketi kulia kwa Yusuf, akimkabili lakini mbali na Bibie. Huku akijikurupusha kumsikiliza, Yusuf alichukua fursa ya kuuchunguza uso wake Amina. Uso wake ulikuwa mviringo kuliko alivyodhani hapo awali alipokuwa anamtizama kwa harakaharaka na macho yake yalionyesha uchangamfu fulani wa kutojali sana ambao ulijitokeza kwa bashasha. Yusuf alitingisha kichwa chake kama kumridhia na akamwona anatabasamu, lakini hapo hapo alihisi Bibie alikuwa anamkodolea macho kwa makini na hivyo alijikalifisha kwa kuacha kuonyesha tabasamu kwa Amina.

'Khalil hakukueleza mambo yote ambayo Bibie aliyasema,' Amina aliendelea kusema. 'Bibie alifahamu hivyo. Khalil alikuwa anasema kile alichokitaka. Na labda mara nyengine alikosa msamiati wa kuyaelezea maneno…. wakati Bibie alipotumia lugha fasaha ambayo kidogo ngumu.'

'Wewe unaongea vizuri zaidi kuliko yeye. Nitamweleza. Inakuwaje kwamba wewe unaongea vizuri zaidi? Ni jambo gani hasa ambalo hakunieleza?' Yusuf aliuliza.

Amina aliyapuuza maswali na kumgeukia Bibie akingojea aseme maneno yake. Bibie aliongea kwa kifupi, kwa sauti nyororo kama ya mahaba, na baadaye Bibie akamwacha Amina na kumtizama Yusuf.

'Kwani Khalil hajakueleza kwamba Bibie moyo wake umeumia na fedheha na maumivu. Anasema maumivu humletea furaha hata japokuwa yanaisokota mishipa yake. Du'a zimempatia nafuu, nafikiri. Bibie anasema imempa nafuu.'

Yusuf alitaka kupinga. *Puuza habari hiyo*. Alimtizama Bibie na aliona macho yake yalikuwa yanameremeta kwa majimaji. Haraka haraka Yusuf aliinamisha kichwa chake kusoma du'a, ghafla akawa na hakika kwamba ile hali ilikuwa na changamoto kuliko alivyodhani na asingefaulu.

'Anataka wewe uwe unakuja kula humu ndani kila magharibi. Au hata kulala ukumbini kama ukitaka,' Amina alisema, sasa akiwa anatabasamu dhahir. 'Hata hivyo Khalil hatokuruhusu ulale ndani ya nyumba. Atafanya vurugu na kumsitishia Bibie. Lakini yeye anataka uje wakati wowote unapotaka, na siyo kungoja kualikwa.'

'Tafadhali mshukuru,' Yusuf alisema.

'Hakuna haja ya kutoa shukrani,' Amina alisema kwa utulivu, akizungumza kwa niaba ya Bibie. 'Kuwepo kwako kunampa furaha na hivyo ni yeye ndiye anayekushukuru wewe. Anataka wewe uzungumze, umwambie zaidi kuhusu unakotoka, na ulikwenda wapi, ili aweze kukufahamu. Na kwa kukurudishia fadhila, kama kuna chochote anachoweza kufanya ili kuyafanya maisha yako hapa yawe ya furaha, huna budi kumwambia.'

'Je, aliyasema yote hayo kwa maneno yake machache tu?' aliuliza Yusuf.

'Alisema hayo na zaidi ambayo Khalil hakukueleza wewe,' alisema Amina. 'Maneno yake hayo yalimtisha.' Amina alisema. 'Maneno ya Bibie yalimtisha.'

'Je, wewe hayakutishi?'

Amina alichekelea lakini hakujibu. Bibie aliuliza kitu, na Amina alimpindukia Bibie huku bado cheko lipo usoni mwake.

Kile alichokisema Amina pia kilimfanya Bibie atabasamu, na wakati Yusuf alipowaangalia alitetemeka bila ya kujijua na mastaajabu, alijihisi kama vile yupo dhaifu. Yusuf alisimama na kujitayarisha kuondoka. Bibie alimwita kwa ishara kama alipofanya awali na akateremsha shali lake la mtandio ili kuonyesha uso wake. Akamsogelea na kugusa lile baka la rangi ya zamaradi ambalo alilihisi kama lina joto kwenye kiganja chake. Alikuwa anajua kwamba ingebidi kufanya hivyo pindipo Bibie angemwomba tena kurudia kufanya hivyo.

Alitoa sauti ya kuguna kimyakimya na kumshukuru Mweyezi Mungu. Yusuf alimsikia Amina akiteremsha pumzi na kusimama. Alimsindikiza Yusuf mlangoni hadi kitaluni, na kwa sababu hakuufunga mlango hapo hapo, Yusuf aligeuka na kusema naye. Hakuweza kuona uso wa Amina, lakini kivuli cha mwanga wa mwezi uliokuwa unachomoza ulimwezesha kuona taswira ya umbile lake waziwazi.

'Kwa kaka na dada, wewe na Khalil hamfanani kabisa,' alisema Yusuf. Hakusumbuliwa na kutofanana kwao, lakini alikuwa na shauku ya kumweka Amina abaki naye kwa muda mrefu kadiri itakavyowezekana.

Hakujibu kitu, na kwa sababu alikuwa ametulia kimya tu, Yusuf hakutarajia kwamba alikuwa na nia ya kumjibu. Baada ya muda mfupi aligeuka na kuanza kuondoka kupitia eneo la bustani lililojaa kiza, na kuona kama labda Amina naye atajaribu kumzuia kuondoka.

'Wakati mwingine mimi hukutizama kutoka hapa nilipo,' Amina alisema.

Alisita na kugeuka nyuma, na kuanza kutembea polepole kuelekea kwa Amina.

'Unaifanya hii kazi ionekane kama vile ni ya furaha…kazi hii,' alisema kama vile ni jambo la kawaida tu, huku akiondoa mkazo au shinikizo kwenye maneno yake kwa makusudi. 'Na ninakuonea wivu kila nikikutizama. Nilipokuona ukichimba michirizi ya maji niliwaza jinsi inavyovutia. Wakati mwingine, pale bwana anapokuwa hayupo, mimi hutembea kitaluni usiku. Kuna wakati mmoja uliokota hirizi…'

'Ndiyo,' alisema, huku akiigusa kupitia shati lake, ambapo hiyo hirizi ilining'inia kwenye uzi shingoni mwake. 'Mimi nimegundua kwamba ninaweza kumwita yule jinni mwema kwa kuisugua hirizi, na atafanya chochote nitakachomwamrisha.'

Amina alicheka polepole, huku akiishusha sauti yake chini, na baadaye akapumua tena. 'Amekupa nini, huyo jinni wako mwema?' aliuliza.

'Hadi sasa sijamwomba anifanyie chochote. Bado nipo naendelea kupanga mipango yangu. Hakuna haja ya kumwita huyo jinni kutokana na shughuli zake nyingi zilizomzinga ili tu kumwambia aniletee kijipambo kisichokuwa na thamani.' Alisema. 'Na pindipo nitamwomba kitu cha kipuuzi huenda nikamkera na pengine hatorejea tena.'

'Nilipokuja hapa nilikuwa na hirizi, lakini siku moja niliitupilia mbali huko nje ya ukuta,' alisema Amina.

'Labda ndiyo hii.'

'Haiwezekani kama hiyo uliyonayo wewe inamleta jinni mwema,' alisema Amina.

'Kwa nini uliitupilia mbali?' Yusuf aliuliza.

'Niliambiwa itanilinda na kuniepusha na maovu lakini haikufanya hivyo. Natumaini hirizi yako ina maadili mema kuliko ile yangu niliyoitupilia mbali, na kwamba itakulinda wewe vizuri zaidi kuliko ilivyonifanyia mimi.'

'Hakuna chochote kinachoweza kutulinda sisi kutokana na maovu.' Yusuf alisema, na akaanza kutembea kukielekea kile kivuli kilichokuwa mlangoni. Amina alijirudisha nyuma na kuufunga mlango wakati Yusuf bado alikuwa hatua kadhaa mbali na yeye.

Duka lilikuwa limefungwa na Khalil hakuonekana popote pale wakati Yusuf aliporejea. Majamvi yao yalikuwa tayari yametandikwa kwa ajili ya kulala na Yusuf alijinyoosha jamvini, huku akitafakari maswala ya kumwuliza Khalil wakati atakaporejea. Alimsubiri kwa uvumilivu, akifurahia kwamba amejipatia muda zaidi kuliko alivyotarajia. Na jinsi muda ulivyozidi kusonga mbele, ndivyo alivyoanza kupata wasiwasi kuhusu Khalil. Huyu angeweza kuwa amekwenda wapi? Mwezi mkubwa uliokuwa umeshachomoza robo angani, ulionekana karibu mno na mzito hata Yusuf aliona ni mateso kuutizama. Mawingu yaliyojaa kiza yalionekana yakikimbizana karibu na miduara ya mwanga huku yakijigeuza mithili ya maumbile makubwa ya kuchusha yaliyoteseka. Mawingu ya kiza yalitanda angani nyuma yake, huku yakifunika nyota.

Aliamka ghafla, akiwa ameshtushwa kwa kupigwa na virungu vya maji ya joto vilivyotokana na dhoruba. Mvua kubwa ilikuwa inamiminika kote ikimzunguka huku, ikikung'uta kwa nguvu upande wa baraza kutokana na upepo mkali. Mwezi ulikuwa umeshapotea, lakini maji yaliyokuwa yakimiminika yalitoa mwangaza wa kijivu uliong'aa na kumulika vivuli vya vifundo vya msitu na miti utadhani vilikuwa majabali makubwa chini ya sakafu ya bahari.

Kitone cha Damu

1

'Mwache ajizungumzie yeye mwenyewe,' Khalil alisema wakati Yusuf alipomwuliza kuhusu Amina. Alikuwa amerejea alfajiri, usiku wa kuamkia ile dhoruba, akionekana mwenye machofu na alikuwa matimutimu, nywele zake zikiwa na vifundo vidogovidogo vilivyokuwa vimesokotana na vibanzi vidogo vya vitawi pamoja na nyasi zilizokauka. Alifungua duka kwa uangalifu, akiepukana na vituko, bila ya kutoa sababu za kutokuwepo kwake. Bila ya kuonyesha uhasama wa dhahiri, alijitenga na Yusuf, na kutwa nzima alijaribu kumwepuka Yusuf na kuepuka kila jitihada za kuwa karibu naye. Alirudia hali ya usuhuba wao wa zamani wa kutofanyiana maskhara na kunyamaziana kimya. Wakati Yusuf alipomwuliza aliwezaje kuepukana na kuroa kwa dhoruba, Khalil alijifanya kutoonyesha dalili ya kumsikia. Yusuf alijaribu mbinu nyingi za kurudisha usuhuba na kumtuliza Khalil, lakini hatimaye Yusuf alijichokea na kumwachilia aendelee na kusononeka kwake mwenyewe.

Khalil alileta sahani zao za chakula magharibi ile na alirudi na kujifanya kuonyesha tabasamu la kughilibu lakini hata hivyo alishindwa kuficha jinsi alivyokuwa anasononeka na hasira zake. *Kwa nini hutaki kuzungumza?* Yusuf aliuliza, lakini Khalil alimwonyesha tu sahani za chakula na akaanza kula. Walikula kimyakimya, na baadaye Yusuf alisimama kurejesha sahani na kuwatembelea Bibie na Amina. Alidhani Khalil angalisema kitu wakati alipokuwa ndani ya nyumba, na pengine angalilazimisha kumzuia na kuwapa onyo kuhusu mambo yanayoendelea na kutoa amri na vitisho. Alidhani pengine Khalil angalijaribu kumzuia, labda hata kwa kutumia ubabe, lakini mwenzie wala hata hakumtupia jicho pale Yusuf aliposimama na kwenda ndani ya nyumba.

Bibie alijaa tabasamu na kumkaribisha, sauti yake kali ilikuwa ikipanda na kushuka kwa mkazo wa sauti laini iliyosikilizana chumba kizima. Alikuwa na shauku ya kuzungumza, na aliwa-simulia kuhusu kuwasili kwake katika nyumba, alipokuja kuishi na mumewe wa kwanza, Mola amrehemu. Mumewe alikuwa mtu mzima, labda miaka khamsini hivi, na yeye alikuwa anakaribia kuwa na miaka kumi na tano. Huyo bwana alikuwa amefiwa na mkewe na mtoto mchanga wa kiume miezi michache tu iliyopita. Hiyo ilitokana na maradhi na husuda za watu wengine. Huyo mtoto mchanga wa kiume alikuwa ndo mtoto pekee kati ya watoto wake wote aliyeweza kubakia hai kwa zaidi ya wiki kadhaa. Wengine wote walikuwa hai kwa muda uliotosha kupewa majina tu. Na huyo mume wake aliweza kumkumbuka kila mtoto. Hadi mwisho wa maisha yake huyo bwana hakuweza kumzungumzia mkewe na watoto bila kutiririka machozi, Mola awarehemu wote. Bibie alikulia kwenye huo mji, na alijua simanzi za huyo mume wake, jambo ambalo kila mtu alimsifia huyo bwana. Pamoja na huzuni na misiba, alikuwa mwema kwake. Hadi kufikia kiasi cha mwaka au miaka miwili hivi ya mwisho wa maisha yake, wakati maradhi yake yalipomfanya awe mtu wa karaha na kero. Ndivyo hivyo Bibie alivyokuja kuishi katika nyumba hii na kuja naye Mzee Hamdani ambaye wakati huo hakuwa mzee hivyo.

Alikuwa ni yeye Mzee Hamdani aliyetengeneza kitalu. Siyo kwamba kulikuwa hamna kitu hapa, la hasha. Baadhi ya miti mikubwa ilikuwa imeshapandwa, lakini yeye aliisafisha ardhi na kujenga madimbwi, na kucheza humo kutwa kama mtoto. Nyimbo zake zilikuwa zikimkera mumewe, na hivyo ilibidi Bibie ampige marufuku. Baba yake Bibie alimtunukia Mzee Hamdani kama zawadi ya harusi. Alikuwa anamfahamu tangu alipokuwa mtoto, yeye pamoja na mtumwa mwengine mtu mzima zaidi akiitwa Shebe ambaye alifariki miaka mingi iliyopita, Mola amrehemu. Wakati wa harusi yake alipokuwa akiolewa na Seyyid, zaidi ya miaka kumi iliyopita, Bibie alimtunukia uhuru wake Mzee Hamdani. Japokuwa wakati ule, sheria haikuruhusu kuuza au kununua watu, lakini wale ambao walikuwa wameshikiliwa hawakuhitajika kuachiliwa ili wawe huru na waache wajibu wao. Lakini wakati alipomtunukia Mzee Hamdani uhuru wake, yeye aliukataa, na ndo mpaka leo yupo hapa, bado yupo kitaluni na kasida zake, maskini mzee.

'Anasema je, unajua kwa nini aliitwa Hamdani?' alisema Amina, huku macho yake yamejaa machofu. 'Kwa sababu mama yake, ambaye alikuwa mtumwa, alimzaa wakati wa utu uzima wake. Alimwita Hamdani kushukuru kwa kuzaliwa kwake. Mama yake alipofariki, baba yake Bibie alimnunua Hamdani kutoka katika ukoo uliommiliki. Ulikuwa ni ukoo maskini, wenye madeni hadi shingoni.'

Katika hali ya ukimya, Bibie alimtizama Yusuf kwa muda mrefu, huku akitabasamu kwa furaha. Tabasamu liliendelea kubakia usoni mwake huku akiendelea kuongea, lakini safari hii hakuongea kwa muda mrefu.

'Anakutafadhalisha uje ukae karibu naye zaidi,' Amina alisema. Yusuf alijaribu kumtizama Amina machoni mwake ili kuweza kupata mwongozo, lakini alijikurupusha na kukwepa kumwangalia Yusuf. Bibie alilipapasa zulia karibu naye, huku akimchekelea utadhani Yusuf ni mtoto mwenye kuona haya. Baada ya Yusuf kuketi, Bibie aliuchukua mkono wa Yusuf na kuuweka juu ya kidonda chake, huku mkono wake umekaa juu ya mkono wa Yusuf. Alifunga macho yake na kutoa sauti ya kufurahia, sauti ambayo ilikuwa ikionyesha faraja na starehe. Alivyokuwa amekaa karibu sana naye, Yusuf aliona kwamba nyama ya usoni na shingoni mwake ilikuwa imekakamaa na yenye unyevu. Katika kipindi kifupi Bibie aliuwacha mkono wake na Yusuf alisimama haraka na kurudi nyuma.

'Anasema bado hujamsomea du'a,' alisema Amina, sauti ikiwa ndogo na kama inatokea mbali. Yusuf alimumunya maneno kama kawaida yake na kuondoka haraka, huku mkono wake ukiwa bado una joto kutokana na uso wa Bibie.

Ilikuwa baada ya tukio hilo ndipo Yusuf alipomwuliza Khalil kuhusu Amina. Khalil alimtizama kwa chuki, uso wake mwembamba ulijiviringisha kwa dharau kiasi ambacho Yusuf alihisi Khalil angalimtemea mate. 'Mwache ajizungumzie yeye mwenyewe,' alisema, na alirudi kwenye mifuko ya sukari aliyokuwa anaipanga kwenye meza ya duka. Ukimya mzito ulibakia baina yao jioni yote. Yusuf hakuwa na wasiwasi wa kuleta suluhisho, japokuwa kulikuwa na wakati ambapo aliwaza labda pengine Khalil angaliongea ili kumtolea hasira zake na dukuduku lake. Yusuf alikuwa na utulivu uliojaa ukaidi kwa hayo mambo aliyokuwa anayafanya, japokuwa alikuwa na wasiwasi na alikuwa hana hakika kiasi gani angeweza kuruhusu hayo mambo kuendelea. Angalau angaliweza kujua kuhusu njama na minong'ono kama ingaliwezekana, na alipata furaha iliyoje kwa kumwona na kumsikiliza Amina. Hakujua hasa wapi alipoipata ari hii ya kujifanyia hivi. Pamoja na yote aliyosema Khalil, na pia yale ambayo alikuwa anayajua yeye mwenyewe na kujiambia yeye mwenyewe, yeye hangeweza kukataa kwenda kila alipoitwa ndani.

Siku iliyofuata Yusuf alimtafuta Mzee Hamdani wakati akiwa ameketi chini ya kivuli cha mti wa mtende akiwa na kitabu chake cha kasida. Mzee alikereka na kumtizama, kama vile aliyekuwa akichagua kuhamia chini ya mti mwingine, ambapo angeweza kukaa kwa amani.

'Tafadhali usiondoke,' Yusuf alisema, na kitu fulani katika sauti ya Yusuf kilionyesha ukaribu uliomfanya mzee kusita kuondoka. Mzee Hamdani alingojea kidogo na kuilegeza misuli yake ya uso. Alitingisha kichwa chake kuonyesha kukubali huku akisitasita na kuwa na wasiwasi, na kama kawaida yake hakutaka kubughudhiwa kwa maneno ya mtu yeyote. *Haya endelea.*

'Kwa nini uliukataa uhuru wako wakati Bibie alipokutunukia? Huyu Bibie?' Yusuf aliuliza, huku akimkunjia uso mzee na akim-karibia, akiwa kamkasirikia.

Mzee alingojea kwa muda mrefu, huku akiangaza chini. Alita-basamu, meno yake machache marefu yenye rangi ya manjano yaki-onyesha uzee. 'Hivi ndivyo nilivyojaaliwa,' alisema.

Yusuf hakukubali kudanganywa kwa kile ambacho aliwaza kilikuwa ni kukwepa na alitikisa kichwa chake kwa haraka kama kumkanusha mzee wa kitalu.

'Lakini wewe ulikuwa mtumwa wake….ni mtumwa wake. Je, hivyo ndivyo unavyotaka maisha yako yaendelee kuwa? Kwa nini hukuukubali uhuru wako wakati alipokutunukia?'

Mzee Hamdani alivuta pumzi. 'Wewe hufahamu kitu?' aliuliza kwa ukali, na baadaye kusita kama vile hatoendelea kusema tena. Baada ya muda aliendelea kusema tena. 'Walinipa uhuru wangu kama zawadi. Bibie alinipa. Ni nani hasa aliyemwambia kwamba yeye angaliweza kunipa? Ninaujua uhuru unaozungumzia wewe. Nilikuwa nao huo uhuru papo hapo nilipozaliwa. Wakati watu hawa wanaposema wewe ni mali yangu, wewe ninakumiliki, inakuwa kama mvua inayopita, au jua linalokuchwa mwisho wa siku. Siku inayofuata jua litachomoza tena wakitaka wasitake. Ndiyo hivyo hivyo kwa uhuru.

Wanaweza wakakufunga jela, wakakufunga minyororo, wakakud-hulumu shauku na mahitaji yako madogo, lakini uhuru siyo jambo wanaloweza kukunyang'anya. Wakishamalizana na wewe, bado inakuwa kamwe hawajakumiliki, sawa na wakati ulipozaliwa walivyokuwa hawakuweza kukumiliki. Je, unanifahamu vizuri? Hii ndiyo kazi niliyopewa nifanye, huyo aliyekuwa ndani kule angali-weza kunipa nini zaidi kilichokuwa huru kuliko hicho?'

Yusuf aliwaza kwamba hizi zilikuwa fikra za kizee. Bila ya shaka kulikuwa na hekima katika mazungumzo yake, lakini ilikuwa ni busara ya ustahimilivu na udhaifu, labda inayo haiba, lakini siyo wakati ambapo waonevu wababe wanakukandamiza chini na kuku-miminia harufu zao mbaya zilizojaa mashuzi yaliyonuka. Alin-yamaza kimya, lakini aliona kwamba alikuwa amemhuzunisha mzee wa watu, ambaye hakuwahi hata siku moja kumtamkia maneno mengi kiasi hicho, na wakati huo Yusuf alihisi ingalikuwa afadhali kama asingalifanya hivyo.

'Hivi kwenu ni wapi?' Yusuf alimwuliza mzee ili kujipendekeza na kumtuliza, na alifanya hivyo ili apate kumwuliza habari za mama yake. Yusuf alitaka kumwelezea Mzee Hamdani kile ambacho kilimtokea yeye mwenyewe, na pia kuhusu jinsi yeye pia alivyompoteza mama yake. Mzee Hamdani alichukua kitabu chake cha kasida bila ya kumjibu, na baada ya muda akamwashiria aondoke.

2

Kwa muda wa siku tatu kila jioni aliingia ndani ya nyumba, huku akijibu kijasiri dharau aliyoionyesha Khalil. Jitihada zake zote kumrubuni Khalil ili waweze kuzungumza hazikufanikiwa. Hata wateja wa dukani walimwulizia Khalil kwa kujali kutokana na matukio yaliyokuwa yakiendelea. Usiku wa tatu wakati Yusuf alipokuwa anaikaribia kiza iliyokuwa inaelekea kitaluni, Khalil alimwita Yusuf. Yusuf alisita kidogo lakini akaamua kumpuuza na kuendelea kutembea kupitia kijia kilichokuwa hakionekani lakini kilichoelekea mlango wa uwani ambao sasa ulikuwa umeachwa wazi kwa ajili yake. Alijibu swali ambalo alikuwa ameulizwa na Bibie, kuhusu mama yake, kuhusu safari ya kuelekea bara na kuhusu muda wake alipokuwa mji wa milimani. Bibie aliegemea ukutani, huku akitabasamu na kumsikiliza.

Hata wakati Amina alipotafsiri, Bibie alikuwa bado anamtizama Yusuf. Mara nyingine shali lake la mtandio liliteremka hadi mabegani mwake, na kufanya kovu lake lililoanzia shingoni hadi kifuani lionekane wazi, hata hivyo hakuonekana kujali kuufunika mtandio wake. Wakati Yusuf alipomtizama Bibie akijinyoosha, alihisi kiini cha upweke nafsini mwake. Aliuliza maswali, lakini hasa akiwa anamlenga Amina, ambaye aliyakwepa kwa makusudi na kuleta majibu marefu yaliyomlenga Bibie. Yusuf aliridhika kusikiliza. 'Kidonda kilimjia Bibie wakati alivyokuwa kijana, mara tu baada ya kuolewa na mume wake wa kwanza,' alisema Amina. 'Kwa kuanzia ilikuwa ni alama ndogo tu, lakini jinsi wakati ulipoendelea ilizidi kuchimba ndani zaidi na zaidi hadi kufikia moyoni mwake. Maumivu yalikuwa makali mno kiasi ambacho alishindwa kuvumilia kuonana na watu wengine, ambao wangemwumbua kutokana na kusawajika kwake na kuvicheka vilio vya maumivu yake. Lakini sasa wewe unamtibu na du'a zako na kule kumgusa kwako, anaanza kuona jinsi anavyopata nafuu.'

'Wewe ulihisi vipi ulivyokuja hapa mara ya kwanza? Je, ulifikiri nini…ulihisi ulikuja kwa sababu gani?' alimwuliza Amina.

'Nilikuwa mdogo sana hata kuweza kufikiri,' alisema kwa utulivu. 'Na kwa vile mimi nilikuwa miongoni mwa watu waliostaarabika, hakukuwa na chochote cha kuogopa. Shangazi yangu Zulekha alikuwa anajulikana sana kwa huruma zake na uswalihina wake, na bustani na nyumba hii zilikuwa mithili ya pepo, hususan kwa msichana maskini kama nilivyokuwa mimi, kutoka shamba. Wakati watu walivyofika kututembelea, walituhusudu hasa jinsi ya uzuri wa bustani. Mwulize mtu yeyote mjini kama huamini ninachosema. Na kila mwaka wakati wa kutoa zaka, shangazi Zulekha alitoa zaidi na zaidi kwa maskini. Hakuna hata mtu mmoja aliyeondoka kutoka nyumba hii bila ya kupewa chochote. Biashara za Seyyid zilizidi kuneemeka, wakati Bibie aliendelea kuteseka na ugonjwa huu wa ajabu. Hii ni kazi ya Mola, ambaye hekima yake hatuwezi kuihukumu.'

Yusuf hakuweza kujizuia kutabasamu. 'Kwa nini unaongea kwa namna ambayo si ya kawaida wakati mimi nilikuuliza swali dogo tu?' aliuliza.

Bibie alisema ghafla, huku sauti yake ikionyesha ukali aliojaribu kuuzuia. Baada ya muda mfupi sauti yake ikatulia na Yusuf alimwona Amina akisita kwa mashaka kabla hajaanza kutafsiri tena.

'Bibie anasema hataki kunisikia mimi nikiongea sana, ila kukusikiliza wewe tu. Jinsi unavyoongea kwa kupendeza, anasema, japokuwa maneno yako unayoyasema ni mageni kwake. Hata wakati unapokaa kwa utulivu, mwanga unamulika kutoka machoni mwako na mwilini mwako. Na jinsi nywele zako zinavyopendeza.'

Yusuf alimtizama Bibie kwa mshangao. Aliona macho yake yakijaa machozi na uso wake uking'aa kwa ujasiri. Alipogeuka nyuma na kumtizama Amina, alimwona ameinamisha uso wake. 'Anataka umwekee pumzi zako usoni mwake na hivyo kumwezesha kupata nafuu,' alisema Amina.

'Labda ingekuwa bora ningeondoka sasa,' alisema Yusuf baada ya kipindi kirefu cha ukimya wa woga.

'Anasema taswira yako inampa faraja kubwa mno hata kumsababishia mateso,' alisema Amina, huku uso wake ukiwa bado umeinamia chini, lakini kicheko katika sauti yake kilikuwa dhahir.

Bibie alizungumza kwa hasira, na japokuwa Yusuf hakuweza kuelewa maneno, alifahamu kwamba alikuwa anamwambia Amina aondoke. Yusuf pia alisimama baada ya Amina kuondoka chumbani, bila kujua jinsi gani angaliweza kuondoka. Bibie alikuwa amekaa huku kaukaza mgongo wake moja kwa moja akiwa amejinyanyua kidogo na amejaa hasira, uso wake ulikuwa umejikunja kwa kero. Povu la hasira lilianza kupungua polepole, na akamwashiria Yusuf amkaribie. Kabla hajaondoka chumbani alikigusa kidonda cha Bibie chenye rangi ya zambarau kilichokuwa kinang'aa, na alikihisi kinapwita mkononi mwake.

Amina alikuwa anamngojea kizani karibu na mlango wa sebule. Yusuf alisimama mbele yake, huku akitaka kumwekea mkono wake lakini aliogopa Amina hangemkubalia asilan kama angethubutu kufanya hivyo. 'Inabidi nirejee ndani,' alinong'ona. 'Ningoje bustanini. Subiri.'

Yusuf alisubiri bustanini, mawazo yake yakitafakari kila kilichowezekana kutokea. Upepo mwanana ulivuma kupitia miti na vichaka, na uzito wa sauti za wadudu wa usiku waliofarijika zilienea kwenye hewa iliyojaa harufu nzuri. Amina pengine atamkaripia kuhusu Bibie, jambo ambalo linaakisi lile onyo la kupigwa marufuku alilowahi kumwusia Khalil.

Au pengine Amina angemwambia alishajua kwamba yeye Yusuf alikuwa akirudi ndani ya nyumba kila jioni ili akae naye yeye Amina, kwa sababu yeye Yusuf alikuwa anaendekeza ndoto za kitoto. Na wakati ulivyozidi kuendelea kupita, kungoja kwake kulionekana kama vile hakuna mwisho, na hivyo wasiwasi wake ukazidi kuongezeka. Atakuja kugundulikana ananyemelea bustanini usiku wa manane, akiwa anapanga mipango ya wizi usiokuwa na aibu. Ghafla wazo likampitikia kwamba pengine Khalil alikuwa anakuja kumtafuta na angefanya fujo. Kwa mara kadha alijizuia kutokuondoka. Hatimaye aliposikia sauti kutoka mlangoni, aliikimbilia kwa faraja.

Amina alimzuia Yusuf alipomkaribia. 'Siwezi kukaa kwa muda mrefu,' alimnong'oneza. 'Unaona sasa Bibie anachotaka kukifanya. Nisingekuambia alichokuwa amesema, lakini angalau sasa unakijua anachokitaka kukifanya sasa. Bibie anang'angania kwa hiyo shauku yake…Wewe inabidi uwe mwangalifu…na ujiweke mbali na yeye.'

'Nikikaa mbali sitoweza kukuona wewe,' alisema Yusuf. Baada ya kimya kirefu aliendelea, 'Na mimi ninataka kuendelea kukuona, japokuwa hutolijibu hata swali langu moja.'

'Maswali gani?' aliuliza, na Yusuf alihisi kama vile alimwona Amina akitabasamu kizani. 'Hakuna wakati wa kuuliza maswali. Bibie atasikia.'

'Baadaye,' Yusuf alisema, huku mwili wake umejaa furaha 'Baada ya Bibie kulala. Wewe unaweza kuja bustanini.'

'Bibie amekasirika. Tunalala chumba kimoja. Atasikia….'

'Mimi nitakungojea hapa,' alisema Yusuf.

'Hapana. Sijui,' alisema Amina. Akaondoka na kuufunga mlango wa sebule. Alirudi baada ya dakika chache. 'Bibie anasinzia, au labda alijifanya tu kusinzia. Maswali gani?'

Yusuf wala asingejali kuhusu maswali yoyote, lakini aliogopa kwamba angejaribu kumgusa Amina asingalimruhusu tena kumkaribia. 'Hivi kwa nini wewe na Khalil hamfanani kabisa? Na mnaongea namna tofauti…siyo kama kaka na dada. Inakuwa kama vile mnaongea lugha tofauti kabisa.'

'Sisi siyo kaka na dada. Kwani yeye hajakuambia? Kwa nini hajakuambia? Baba yake aliwaona watu wanahangaika kuwapakia wasichana wadogo wawili katika mashua. Walikuwa wanaogelea katika kina kifupi cha maji na wasichana wadogo walikuwa wanalia. Baba yake Khalil aliita kwa kelele na kukimbilia majini. Wale wateka nyara walimwachilia msichana mmojawapo lakini waliweza kutoroka na yule mwengine. Baba yake Khalil alinichukua nyumbani na baadaye nikawa mtoto wao wenyewe wa kulea. Hivyo tuliendelea kukua kama kaka na dada, lakini hatuhusiani kidamu.'

'Hapana, hakuniambia,' Yusuf alisema polepole. 'Na yule mwengine? Msichana mwengine?'

'Dada yangu? Sijui kilichomtokea dada yangu. Au kilichomtokea mama yangu. Sikumbuki chochote kuhusu baba yangu. Chochote. Nakumbuka tulichukuliwa tukiwa usingizini na tulitembea kwa siku chache. Je, una maswali mengine yoyote?' Amina aliuliza kwa uchungu akifanya kama vile ni dhihaka, na Yusuf aliipata hiyo kinaga ubaga akiwa kizani na hilo lilimfanya kunywea kabisa.

'Hivi unakumbuka nyumbani kwenu…wapi palipo, ninamaanisha?' Yusuf aliuliza.

'Nadhani nakumbuka kukiitwaje…Vumba au Fumba, na ninafikiri ilikuwa karibu na bahari. Mimi nilikuwa na umri wa miaka mitatu au minne hivi. Sidhani hata kama ninaweza kukumbuka sura ya mama yangu. Sikiliza, sasa lazima niondoke.'

'Ngoja,' Yusuf alisema, na akanyoosha mkono wake ili kumchelewesha asiondoke. Aliushika mkono wake, naye Amina hakuleta pingamizi yoyote.

'Je, amekuoa? Ni mumeo?'

'Ndiyo,' alijibu kwa utulivu.

'Hapana,' alisema, sauti yake Yusuf ilijaa uchungu.

'Ndiyo,' Amina alisema. 'Lakini je, hukujua hata hilo? Hilo daima lilifahamika…Alinieleza yote hayo nilipofika tu hapa tangu mwanzo. Yeye Bibie! Ile hirizi uliyoiokota, nilipewa wakati baba yake Khalil aliponichukua kunilea kama mwanawe. Kulikuwa na bwana mmoja alikuja kutayarisha makaratasi ya kuruhusu mimi kulelewa, na yeye ndiye aliyenitengenezea hiyo hirizi. Yeye alisema hiyo hirizi itanilinda mimi daima, lakini wala haikunilinda. Angalau ninayo maisha yangu. Lakini ninajua kwamba ninayo hayo maisha kwa sababu hayana kitu, yamejaa mapungufu, kwa sababu ya yale ninayonyimwa. Yeye, Seyyid, hupenda kusema kwamba wengi waliokuwa Peponi ni watu maskini na wengi waliokuwa Jahanam ni wanawake. Kama Jahanam ipo duniani, basi ipo hapa.'

Yusuf hakuwa na la kusema, na baada ya muda mfupi aliuwacha mkono wa Amina, huku akiwa ameghumiwa na aina ya utulivu mkubwa aliouonyesha Amina wakati alipouzungumzia uchungu na kushindwa kwake. Yusuf asingeweza kudhani kabisa kutokana na tabasamu za Amina za upole na ukimya wa kujiamini kwamba aliyaweka moyoni mateso yote ya aina hiyo.

'Nilizoea kukuona ukifanya kazi kitaluni,' alisema Amina. 'Khalil alikuzungumzia na jinsi ulivyoletwa hapa. Na mimi nilikuwa ninawaza kwamba kivuli na maji na udongo ulikusaidia katika kupunguza maumivu kwa yale ambayo umenyang'anywa. Nili-kuonea wivu, na niliwaza kwamba itatokea siku moja utaniona hapa mlangoni na kunilazimisha na mimi pia nitoke nje. Njoo nje kucheza, nilifikiria labda wewe ungalisema hivyo. Lakini waliku-ondoa na kukupeleka mbali kwa sababu Bibie alianza kupata wazimu juu yako. Hata hivyo inatosha kwa hayo yote…Sasa ulitaka kuuliza maswali mengine yoyote? Basi lazima niondoke.'

'Ndiyo,' alisema Yusuf. 'Je, utamwacha Seyyid?'

Amina alicheka kimyakimya na kumgusa Yusuf kwenye shavu lake. 'Nilitambua tu kwamba wewe ulikuwa mwananjozi,' alisema Amina. 'Nilipokuwa nikikutizama bustanini nilihisi wewe ulikuwa ni mwananjozi. Bora nirudi ndani ya nyumba kabla Bibie hajaanza tena. Jitenge mbali na Bibie. Unasikia?'

'Ngoja! Nitakuonaje wewe? Bila ya kuja.'

'Hapana,' alisema Amina. 'Kuna kipi cha kukiona? Mimi sijui.'

Baada ya Amina kuondoka aliuhisi mpapaso wa mkono wa Amina ulipomgusa ulikuwa kama alama iliyobakia kwenye shavu lake, na hivyo alijigusa ili kulihisi joto lake liking'aa.

3

'Kwa nini hasa ulifanya kama vile ni mambo ya ajabu na kujinunisha kiasi hicho? Ungaliweza kunieleza yote haya kwa utulivu tu,' alisema Yusuf akiwa amekaa karibu na Khalil, ambaye alikuwa tayari kesha-jinyoosha juu ya jamvi lake.

'Ningaliweza,' Khalil alisema huku akisitasita.

'Kwa nini basi hukufanya hivyo?' aliuliza Yusuf.

Khalil aliketi kitako, huku akilivuta shuka lake kujizungushia mabegani ili kujikinga na mbu ambao walikuwa wanawazunguka huku wakitoa vilio vyao vikali. 'Kwa sababu haikuwa rahisi hivyo. Hakuna kitu rahisi, na hili halikuwa jambo ambalo mimi ningaliweza kukuhadithia wewe kivile, eti ningesema, unaonaje habari hii?' Khalil alisema. 'Na hicho wewe unachokiita ununaji wa ajabu, hiyo ni kwa sababu unanifanya mimi nione aibu kwa mambo unayoyafanya.'

'Sawa, samahani kwamba nilikuwa nimekuaibisha na siyo kwamba umenuna, lakini hata hivyo hivi sasa basi unaweza kunieleza zaidi kidogo kile ambacho unachokiona si rahisi.'

'Je, alikueleza chochote kuhusu yeye mwenyewe…' Khalil aliuliza.

'Alisema baba yako alimwokoa kutoka kwa watekaji nyara, na baadaye alimlea kama mwanawe.'

'Ndo hayo tu? Ah, kumbe siyo mengi,' Khalil alisema, huku akipandisha mabega yake kwa kununa. 'Hata sijui yule muuza duka Mzee Kimbaombao aliipata wapi hiyo ari. Wale watu walikuwa na bunduki... labda. Halafu yeye akaingia majini huku akitawanyisha maji kote na akawapigia makelele wawaachilie watoto. Yeye alikuwa hajui hata kuogelea.

'Tuliishi katika mji mdogo kusini mwa hapa, sehemu ya kimaskini tu. Nilikuambia habari hizo. Wateja wa duka hilo walikuwa ni wavuvi na wakulima wadogo waliokuja kuuza mboga zao na mayai kwa ajili ya misumari kiasi tu au kipande cha nguo au ratili ya sukari. Na ikitokea bahati yakaja magendo, daima yalifurahiwa. Ndo hivyo alivyokuwa Amina, ni magendo ya kuuzwa mahali popote, kama vile dada yake alivyouzwa. Nakumbuka alivyokuja, alikuwa akilia na alikuwa mchafu… akitishika. Kila mtu mjini alijua hadithi yake, lakini hakuna hata mtu mmoja aliyekuja kumwulizia, hivyo aliishi na sisi. Ba wangu alimwita 'kifa urongo,' Khalil alisema na baadaye alitabasamu.

'Asubuhi yake Ba wangu alimwita Amina mara tu yeye alipokuwa tayari kula mkate wake, naye ndo aliyemletea huo mkate halafu akaketi naye huku Ba akimlisha vipande vidogo vidogo, utadhani alikuwa kinda wa ndege. Mkate wa uwele na samli iliyoyeyushwa kila siku asubuhi, na alikaa huku akisema sema vineno vidogo na kufungua mdomo wake wazi kabisa kwa ajili ya kulishwa vipande vidogo Ba alivyommegea. Amina alimfuata mama yangu wakati akifanya shughuli zake, au alinifuata mimi wakati nilipokuwa nakwenda nje. Ipo siku moja Ba wangu alisema Amina tutampa jina letu, ili aweze kuwa mtoto wa ukoo wetu. Mola alituumba sote kutokana na tone la damu, ndivyo Ba alivyokuwa akisema. Amina alikuwa anaweza kuzungumza na watu wa pale kwa ufasaha zaidi kuliko yeyote yule miongoni mwetu. Yeye ni Mswahili kama wewe, japokuwa aliongea kidogo tofauti na wewe.

'Halafu alikuja Seyyid. Sehemu hii ni rahisi kueleweka. Amina alipokuwa na miaka saba, maskini Ba wangu mjinga, Mola amrehemu, alimtunukia Seyyid ikiwa ni sehemu ya malipo. Na mimi ndo niliwekwa rehani kwa Seyyid hadi hapo Amina atakapofikia umri wa kuolewa, isipokuwa kama Ba wangu angaliweza kunikomboa kabla ya hapo. Lakini Ba wangu alifariki na Ma wangu na kaka zangu wote walirejea Arabuni na kunitelekeza mimi hapa na aibu yetu. Wakati yule shetani Mohammed Abdalla alipokuja kutuchukua, alimvua nguo Amina na kumpapasa kwa mikono yake iliyojaa najisi.'

Khalil alianza kulia polepole, machozi yakimdondoka polepole usoni mwake.

'Seyyid aliniambia baada ya harusi kwamba kama nikitaka kubaki basi ningeweza kufanya hivyo,' Khalil aliendelea kusema. 'Hivyo nilibakia kumlinda maskini msichana ambaye Ba wangu alimwuza utumwani, Mola amrehemu.'

'Lakini hakuna haja tena kwa wewe wala yeye kubakia hapa. Amina anaweza kuondoka akitaka. Nani anaweza kumzuia?' Yusuf alisema akitoa ukelele.

'Ndugu yangu, ama kweli wewe jabari,' Khalil alisema, huku akitoka machozi kwa kucheka. 'Sisi sote tunaweza kutoroka na kwenda kuishi milimani. Ni yeye mwenyewe Amina ataamua. Kama akiondoka bila ya ridhaa ya Seyyid, basi itabidi mimi nirudie tena kuwa rehani au kulilipa deni.

Hayo ndiyo yaliyokuwa makubaliano yenyewe. Na hii ndiyo maana ya heshima. Hivyo Amina hatoondoka, na wakati akibakia hapa, na mimi ninabakia.'

'Vipi unaweza kuzungumzia habari za heshima….?'

'Hivi wewe unahisi ningezungumzia nini zaidi ya hilo?' Khalil aliuliza. 'Maskini Ba wangu, Mola amrehemu, yeye na Seyyid wameninyang'anya utu wangu. Kama si wao walionifanya kuwa mwoga asiyekuwa na thamani kama unavyoniona mimi hapa, basi nani mwengine aliyefanya hivyo? Au labda mimi ndiyo hulka yangu, au ndiyo namna tunavyoishi…mila zetu. Lakini yeye Amina, wamemvunja moyo wake kabisa. Kuna nini la kushikilia zaidi ya hilo? Kama hutaki niliite hilo heshima, basi liite chochote unachotaka.'

'Mimi wala sijali kuhusu hiyo heshima yako,' Yusuf alisema kwa ghadhabu. 'Hilo ni neno tu jengine la utukufu ambalo waja hufichia ukweli. Mimi nitamchukua Amina mbali na hapa.'

Khalil alijilaza na kujinyoosha juu ya jamvi. Alisema, 'Ule usiku Seyyid alipomwoa Amina, nilifurahi.' Aliendelea kusema, 'Japokuwa haikuwa hafla ya kupendeza kama ile harusi ya Wahindi tuliyoiona miaka mingi iliyopita. Kulikuwa hakuna kuimba wala vito vya thamani…hakukuwa hata na waalikwa. Nilifikiri kuanzia sasa Amina hatokuwa tena mithili ya yule ndege mdogo katika tundu, aliyeimba zile nyimbo zake za simanzi. Je, uliwahi kumsikia akiimba mara nyingine usiku? Nilihisi ndoa itamwondolea aibu katika maisha yake. Anaweza kuondoka akitaka! Kwani nani aliyekuzuia wewe kuondoka miaka yote hii? Utakwenda naye wapi Amina? Seyyid wala hatohitaji kunyoosha mkono dhidi yako. Utashutu-miwa machoni mwa watu wote, kisahihi. Mhalifu wa jinai. Kama ukibakia mji huu, hutakuwa na usalama wowote. Je, Amina alikue-leza chochote? Ninamaanisha je, yeye amejisabilia kwako?'

Yusuf hakujibu, lakini alihisi uchungu wake ulianza kupungua na aliona kwamba kwa kupata pingamizi kwa ile azma yake ya kibabe ya kutaka kumchukua Amina, moyoni mwake ilianza kupata faraja. Pengine wala hakukuwepo lolote la yeye kufanya ili kupata ufumbuzi wa mambo. Na, japokuwa kumbukumbu ya Amina akiwa amesimama kizani kando ya mlango wa sebule ilikuwa bado inamsi-simua, alikuwa tayari akihisi kwamba hisia zake zilikuwa zinaanza kupoa na kugeuka kuwa hazina iliyojaa mapenzi ambayo ilitakiwa kufunguliwa katika nyakati za utulivu. Ilikuwaje hata akaongelea kuhusu kumchukua na kuondoka naye? Amina angalimcheka waziwazi na baadaye kuomba msaada. Halafu Yusuf alihisi sauti ya Amina yenye uchungu wakati alipomzungumzia Ami Aziz na wakati alipozungumzia maisha yake na kuyafananisha na Jahanam. Aliuhisi mkono wake kwenye shavu lake, mkono wake Amina kwenye shavu lake. Kicheko chake Amina kwa swali lake Yusuf kama je, angeweza kumwacha Ami Aziz…

'Hapana, Amina hakusema kitu. Anahisi mimi ni mwananjozi,' Yusuf alisema baada ya ukimya mrefu. Alidhani Khalil angemwuliza maswali zaidi, lakini baada ya muda alimsikia Khalil akivuta pumzi na kuendelea kulala.

Yusuf aliamka huku akijihisi amechoka sana na kama mtu mwenye makosa. Usiku mzima wakati akiwa amesinzia na kuamka, alijiuliza kama ayawache mambo kama yalivyo au aongee na Amina na kulishinikiza wazo hilo naye. Alihisi kwamba Amina hangemgeuka na kumkejeli, kwa jinsi alivyoelezea maisha yake yeye Amina na yale yake Yusuf, jinsi Amina alivyozungumzia alipokuwa akimwangalia na namna ya kuendesha maisha yao pamoja. Kulikuwa na shauku ya mambo hayo katika hisia zake kwa Amina, na japokuwa hakuwa na maneno yote yaliyoonyesha shauku yake kwa Amina, alitambua kwamba hilo halikuwa jambo jepesi lililoibuka tu kwake yeye binafsi. Lakini hayo yote yalikuwa kama minong'ono tu ukilinganisha na kile kitakachofuata laiti kama Amina angemridhia. Pamoja na yote hayo, Yusuf aliazimia kuongea naye Amina. Angemwambia Amina: *Kama hii ni Jahanam, basi ondoka. Na uniruhusu nije nawe. Wametulea sisi tuwe woga na watiifu, kuwaheshimu japokuwa wao wanatutumilia tu. Ondoka na uniruhusu nije nawe. Mimi na wewe sote tupo sehemu isiyotambulikana. Wapi kwingine kunaweza kuwa kubaya zaidi? Huko hatutakuwa na kitalu kilichozungukiwa na ukuta, popote tutakapok-wenda, kwenye mivinje iliyoshamiri na vichaka visivyotulia na miti ya matunda na maua yenye rangi za kupendeza yasiyotarajiwa. Wala harufu chungu ya utomvu wa machungwa wakati wa mchana na harufu ya kuvutia ya asumini wakati wa usiku, bila ya harufu ya mbegu za komamanga na nyasi tamu zinazopandwa kwenye mipaka ya matuta. Bila ya sauti ya mbubujiko wa maji kwenye dimbwi na michirizi. Bila ya furaha ya kitalu cha minazi na mitende wakati wa jua kali la mchana. Hakutokuwepo muziki wa kufurahisha hisia. Itakuwa kama kwenye mateso, lakini itawezekanaje kuwa mbaya zaidi kuliko haya tuliyonayo sasa?* Na hapo Amina angetabasamu na kumgusa shavu lake Yusuf kwa mkono wake na kulifanya shavu lake limeremete. *Wewe ni mwananjozi,* Amina angemwambia na baadaye angeahidi kwamba wangejenga chao wenyewe ambacho kingekamilika zaidi kuliko hicho.

Yusuf hangejutia wazazi wake, alijisemea mwenyewe. Hange-wajutia. Walimtelekeza miaka mingi iliyopita ili kujikomboa wao wenyewe, na yeye sasa angewatelekeza. Ikiwa walipata unafuu wowote kwa kumweka yeye Yusuf utumwani, itakwisha sasa wakati yeye atakapokwenda kuanzisha maisha yake mwenyewe. Na wakati yeye akiwa huru anazunguka nchi, angeweza pia kuwatembelea na kuwashukuru kwa kumpa nafasi ya kupata mafunzo magumu ya kumwezesha yeye kuanza maisha.

4

Duka lilifurika wateja siku hiyo, na Khalil alijishughulisha na kujituma kwa shauku bila ya kujali sana, hivyo kumfanya hata yule mnunuzi aliyekosa furaha, kutabasamu. Wanununzi wote walisema kwamba sasa hivi ameurudia uchangamfu wake. Alham-dulilahi, Mungu mkubwa! Maskhara yake yalipindukia mpaka mara nyengine kukaribia kuwa kashfa. Hata hivyo aliwatumikia wateja kwa usuhuba mkubwa sana kiasi ambacho hakuna aliyejali. 'Kimemtokezea nini huyu?' wateja waliuliza. Yusuf alitabasamu na kunyanyua mabega huku akigusa kidogo komwe lake la uso kwa upande wa kushoto. Sababu kadhaa zilibuniwa kuhusu uchangamfu wa Khalil. Walihisi ilikuwa ni shauku ya ujana, isiyoyumkinika lakini njema na ya kufurahisha. Bora kufurahi sasa kabla hujaon-doka. Kuna mtu alihisi kwamba labda ilikuwa ni misokoto ya bangi ndiyo iliyomfanya hivyo. Pengine huyu hajaizowea na akili yake imemsanif. Mwanamke ambaye alikuja kununua koroboi mbili za mafuta ya nazi kwa ajili ya nywele zake na kufanyiwa mafumbo ya shauku yaliyoashiria starehe za kukandwa kwa hayo mafuta, alipata mshangao na kujiuliza kama kulikuwa na mtu aliyeupakaa pilipili uume wa Khalil. Wazee waliokuwa wamekaa barazani waliangalia na kupayuka kwa vicheko vya furaha. Japokuwa Khalil aliepuka kumwangalia, lakini Yusuf aliweza kuuona wazimu wa raha zake Khalil kwa jinsi alivyokuwa anatupia macho yake huku na kule, na hivyo alimwepuka Khalil.

Ilipofika mchana wakati harakati za kazi zilipopungua, Khalil alijikurupusha na kuchukua sanduku kuliweka pembezoni mwa duka na kukalia juu yake kujitafutia usingizi. Yusuf hakuweza kukumbuka hata mara moja Khalil kuwahi kufanya vile, na alihisi kujipweteka huko kwa ghafla kulikuwa kunahusika na ununaji na wendawazimu wake Khalil. Alimwona Mzee Hamdani akiku-purushana na ndoo za maji na alihisi kwamba alikuwa anayajaza madimbwi. Maji yalikuwa yanatikisika na kumwagika pembezoni mwa ndoo kabla mzee hajaanza kutembea kuelekea bustanini. Mtikisiko wa maji katika ndoo ulirowanisha miguu yake na kufanya matope. Yusuf alimwangalia huku akitamani kwa wivu na kukereka, lakini hakujisumbua kumkimbilia na kumsaidia. Hata hivyo mzee alikuwa amejishughulisha kama kawaida yake na hakuonyesha dalili yoyote kwamba alihisi Yusuf yupo. Baadaye Yusuf alimwona mzee akiondoka bila ya kutizama nyuma, huku akijiburuza kupitia njia ya wazi kwa kasi zilizofanana na mbio za jongoo. Sauti yake ilipaa na kushuka kwa mahadhi yasiyoweza kusikilizana vizuri, na ambayo yalisikika kama vile maneno yaliyoimbwa kinyumenyume.

Kwa wakati uleule wa kawaida wa jioni, Yusuf aliingia ndani ya nyumba. Alijisemea mwenyewe kwamba hii sasa itakuwa ndiyo mara ya mwisho. Atamsomea du'a Bibie haraka haraka na kumwona Amina na halafu…kumtafadhalisha Amina aondoke naye, ikiwa yeye Yusuf atathubutu kufanya hivyo. Mlango wa sebule ulikuwa wazi na yeye akaingia ndani huku akipiga hodi kwa utulivu. Chumba kilikuwa kimefukizwa na Bibie alikuwa amekaa peke yake akimn-gojea. Alisita mlangoni akiogopa kuingia. Bibie alitabasamu na kumkaribisha ndani. Yusuf aliona Bibie kavalia hasa, kanzu yake ya rangi ya malai iliyokuwa ikimeremeta kwa nyuzi za rangi ya kahawia ya kaharabu. Aliteremsha shali lake la mtandio na kusogea mbele, akimpungia mkono Yusuf kwa kumwashiria aharakishe kumkaribia. Yusuf alichukua hatua mbili mbele na kusita, moyo ukimdunda, huku akihisi lazima aondoke.

Bibie alianza kumsemesha kwa sauti ya chini. Sauti yake ilijaa hisia na tabasamu lake lilizidi kulainika huku akizungumza. Yusuf hakuwa na uhakika ni kitu gani hasa Bibie alimtaka yeye afanye, hata hivyo hakukosea kuutambua ule mtazamo wa hisia kali na hamu ya kumtamani iliyojitokeza usoni mwa Bibie. Bibie aliviweka viganja vyake juu ya matiti yake na kuvibonyeza halafu akasimama. Yusuf alitetemeka wakati Bibie alipomwekea mkono wake juu ya bega lake. Yusuf alianza kurudi nyuma na Bibie alimfuata. Yusuf aligeuka kukimbia, lakini Bibie alilikamata kwa nguvu shati la Yusuf kwa nyuma na alilihisi shati lake likichanikia mikononi mwa Bibie. Yusuf alipokuwa anakimbia nje ya chumba, alisikia mayowe makali ya uchungu ya Bibie, lakini yeye hakutizama nyuma na wala hakusita.

'Umefanya nini?' Khalil alimpigia makelele wakati Yusuf alipompita kwa kasi kwenye kiza la bustani. Yusuf alikaa barazani huku akijihisi kama vile amepooza na kushikwa na maudhi, kutokana na kuzidiwa na hali yake ya kudhalilishwa kusikovumilika. Yusuf alingojea barazani akiwa katika hali ya kuhisi kama vile muda hauendi na huku hisia zake zikiyumba baina ya aibu na hasira. Alihisi labda ingefaa aondoke mara moja, kabla matokeo ya vurugu hizo hayajaanza kujitokeza. Lakini hakufanya lolote la aibu, ilikuwa tu jinsi walivyomlazimisha kuishi, kuwalazimisha wote kuishi namna hiyo, jambo ambalo lilikuwa la aibu. Njama na chuki zao na kutamalaki kwa kulipiza kisasi ndiyo vilivyosababisha hata maadili ya kawaida yawe kama vile hongo ya kubadilishana mali kwa mali. Angejiondokea zake, hakukuwa na jambo rahisi kuliko hilo kwake. Kwenda mahali ambapo angaliweza kuondokana na mateso ya kukandamizwa na kushurutishwa na kuepukana na madai yote ya yeye kushutumiwa. Lakini alijua kwa kipindi kirefu kwamba moyoni mwake kumejaa huzuni za upweke, na kokote atakapokwenda upweke huo utabaki naye, kutafuta njia ya kuupunguza au kuusambaza huo uchungu ni kazi bure. Angaliweza kwenda kwenye ule mji uliopo mlimani, ambako Hamid angemsumbua na maswali yake ya kujionyesha kama vile yeye ni mswalihina na Kalasinga kumpotosha kwa njozi zake. Au kwenda kuishi pamoja na Hussein milimani kama vile walii. Angeweza kupata afueni kidogo huko. Au kwenda kwa Chatu, na kuwa kikaragosi katika baraza la wazee kwenye kihimaya chake kibovubovu na kilichochakaa. Au kwenda Witu, kumkuta mama yake Mohammed yule mvuta bangi na nchi yake tamu iliyojaa njozi ambayo aliipoteza kwa sababu ya kuvunja miiko. Na huko kote yeye Yusuf angeulizwa kuhusu baba yake na mama yake, na dada yake na kaka yake, na ameleta kitu gani, na anatarajia kuondoka, na nini. Kwa maswali hayo yote, yeye hangeweza kuwa na jawabu lolote isipokuwa majibu ya kukwepa tu. Seyyid aliweza kusafiri kote huko kwenye nchi za ajabu kwa kupitia wingu lake la manukato ya mafuta mazuri, akiwa amebeba vijizawadi na kujiamini kwa ubora wake wa kuwa muungwana. Na mzungu akiwa ndani ya mapori hakuogopa chochote akiwa amekaa chini ya bendera yake na kuzungukwa na maaskari waliobeba silaha. Lakini Yusuf alikuwa hana bendera wala ujanja wa kujifanya kwamba yeye ni muungwana. Yusuf alitafakari na kufahamu kwamba hiyo dunia ndogo aliyokuwa akiijua yeye ndiyo hiyo tu aliyokuwa nayo mikononi mwake.

Khalil alikuja kwa kasi kutoka kizani, mkono wake ameunyanyua kama vile anakuja kumpiga Yusuf. 'Nilikuambia hili jambo litaleta matatizo,' alisema kwa ghadhabu. Alimvuta kwa miguu na kuanza kumburuza. 'Tuondoke hapa. Twende mjini. Mjinga wewe, mjinga… Nikuambie anachosema? Kwamba wewe ulimvamia na kupasua nguo zake kama mnyama, baada ya yeye kukukarimu kwa wema wote ule. Bibie anataka mimi nikalete watu kutoka mjini ili aweze kutoa shutuma mbele ya mashahidi. Watakupiga sana na kukutemea mate….na nani anajua watafanya nini zaidi.'

'Sikumgusa,' alisema Yusuf.

Khalil aliondoa mkono wake na kuanza kumpiga magumi, huku akijitupa juu yake kwa ghadhabu zake. 'Mimi ninajua, ninajua! Lakini kwa nini hukunisikiliza?' Khalil alimpigia kelele. 'Eti sikumgusa Bibie! Thubutu kusema hivyo mbele ya umati ambao Bibie ataukusanya hapa.'

'Kwani kitatokea nini?' Yusuf aliuliza, huku akimsukuma Khalil kwa ghadhabu na huku akisimama.

'Lazima uondoke.'

'Kama mhalifu wa jinai? Nitakwenda wapi? Nitaondoka nitakapotaka mwenyewe. Na hivi kitatokea nini watakaponikamata?'

'Kila mtu atamwamini Bibie,' alisema Khalil. 'Nilimwambia nitawaleta watu anaowataka kutoka mjini. Bila ya hivyo Bibie atapiga mayowe kutaka msaada. Watu wote wataamini atakachosema Bibie. Pengine Bibie ataacha vurumai zake ikifika kesho asubuhi kama tukimpuuza, lakini mimi sidhani. Wewe lazima uondoke. Hivi wewe huwafahamu watu hawa? Watakuua.'

'Kanichania shati langu kwa nyuma. Hiyo inathibitisha mimi nilikuwa ninamkimbia yeye,' alisema Yusuf.

'Wacha kufanya dhihaka!' Khalil alisema kwa kelele, huku akitoa kicheko cha kutoamini.

'Hivi unadhani nani anapoteza muda kukuuliza wewe swali hilo? Nani anajali? Ati nini – kutoka nyuma?' Aliangalia mgongo wa Yusuf na hapo alishindwa kujizuia kukenua meno kwa cheko la kejeli. Khalil alijikuta anatafakari kwa muda, akijaribu kukumbuka kitu fulani.

Waliharakisha kwenda forodhani na walichagua sehemu yenye kiza kiza ambapo waliketi na kuzungumza kwa muda mrefu sana. Yusuf alikataa kuondoka usiku wa manane kama vile utadhani yeye ni mhalifu wa jinai, na pamoja na kuhimizwa na Khalil, Yusuf aling'ang'ania kwamba yeye atasubiri hadi hapo atakaposhutumiwa ili aweze kujitetea kabla hajaondoka. La, la, la, Khalil alimpigia kelele, huku sauti yake ikivuka kasi za ghasia za mawimbi ya bahari ambayo yaliendelea kukung'uta ukuta wa ufukwe uliokuwa chini ya miguu yao.

Ilikuwa inakaribia usiku wa manane walipoanza kurejea dukani. Mji ulikuwa umeelemewa na kuwa kimya kabisa, isipokuwa kwa majibwa yaliyokondeana yaliyokuwa yakizurura mitaani, mbwa ambao daima walikuwa wakimtisha Yusuf katika ndoto zake. Walipofika tu dukani, Yusuf alipata hisia kwamba kuna jambo, kama vile kulitokea kitu wakati wao walipokuwa wameondoka. Baada ya muda mfupi tu alijua bila ya shaka yoyote kitu gani kilikuwa kimetokea. Ilikuwa ni harufu ya yale mafuta mazuri yaliyojulisha kuwepo kwa Ami Aziz. Yusuf alimtupia jicho Khalil na akajua kwamba na yeye pia ameshafahamu. Firauni alikwisharejea.

'Seyyid mwenyewe,' Khalil alisema kwa mnong'ono wa kusita-sita. 'Itakuwa alirejea wakati wa magharibi. Sasa hakuna mwengine isipokuwa Mola tu ndiye atakayeweza kukuokoa.'

Pamoja na yote hayo, Yusuf alihisi kama amepata furaha kwamba Ami Aziz amerejea. Ilimshangaza Yusuf kwamba hakuhisi woga wowote wa Mfanyabiashara. Alijaa tu hamu ya kutamani kujua jinsi yeye atakavyoweza kumweleza Ami Aziz kuhusu hizo shutuma.

Je, atamgeuza kuwa sokwe na kumtokomeza kwenye kilele cha mlima uliokauka kama vile yule jinni alivyomtendea yule mchanja kuni? Wakati Khalil alipoendelea kuzungumzia janga litakalom-kumba Yusuf, yeye Yusuf mwenyewe aliendelea kutandika jamvi lake kwa utulivu bila ya kujali, kiasi ambacho Khalil alilazimika kukaa kimya.

5

Ami Aziz alitoka nje alfajiri. Alipotokea, Khalil aliukimbilia mkono wa Mfanyabiashara kama kawaida yake kwa ari kubwa, huku akiubusu mkono na kumwamkia kwa shauku kubwa. Ami Aziz alikuwa amevaa kanzu na makbadhi yake miguuni, lakini akiwa bila ya kofia yake, hii ikionyesha siyo jambo rasmi na kumfanya aonekane mtu wa kawaida tu na siyo wa kukhofia. Alimgeukia Yusuf kumtizama, lakini hata hivyo uso wake ulionyesha maudhi makubwa na hakumpa mkono wake kuubusu kama alivyokuwa akifanya kwa kawaida.

'Hivi ni tabia gani hii ya ajabu ajabu ninayoisikia?' Ami Aziz aliuliza, akimwamrisha Yusuf arudie kukaa kwenye jamvi lake wakati alipokuwa akisimama. 'Inaonyesha wewe umerukwa akili. Je, una maelezo ya kuniambia?'

'Sijamtendea lolote baya. Nilikaa naye kwa sababu alinialika kwenda ndani. Shati langu lilichanwa kwa nyuma,' alisema Yusuf, huku sauti yake ikitetemeka kwa kero. 'Hiyo inadhihirisha mimi nilikuwa ninamkimbia,'

Ami Aziz alitabasamu na kukenua meno, akishindwa kujizuia. 'Ah, Yusuf,' alisema kwa kejeli. 'Sikukuambia kwamba hulka zetu zina thamani ndogo tu? Kwa nini umetaka kuyarudia tena? Nani angali-weza kufikiria wewe kuwa na hulka hiyo? Kutoka nyuma? Eti hiyo ndo inathibitisha hivyo. Hakuna uovu uliokusudiwa au kutendeka kwa sababu shati lako lilikuwa limechanwa kutoka nyuma.'

Khalil aliingia kati na kuelezea katika lugha ya Kiarabu, ambapo Ami Aziz alisikiliza kwa kitambo na baadaye kumwashiria imetosha. 'Mwache aseme yeye mwenyewe.' Ami Azi alisema.

'Sikufanya chochote,' Yusuf alisema.

'Wewe ulikwenda ndani ya nyumba mara nyingi,' alisema Ami Aziz, huku uso wake ukikakamaa tena. 'Hivi wapi ulijifunza tabia hizi? Nakuachia nyumba yangu na wewe unaigeuza kuwa sehemu ya umbea na kuleta aibu.'

'Nilikwenda ndani ya nyumba kwa sababu Bibie alitaka mimi nimsomee du'a kwa ajili ya donda lake.'

Ami Aziz alimtizama Yusuf huku kanyamaza kimya, kama vile anajiuliza nini aseme au afanye baada ya hapo. Jinsi alivyomtizama, Yusuf alikumbuka namna ileile ya jinsi alivyokuwa akitizama wakati wa safari yao huko bara. Baada ya kutafakari, ilikuwa kawaida yake Mfanyabiashara kuachilia mbali mambo yachukue mkondo wake bila kuyaingilia kati. Hicho kilikuwa ni kipindi cha ukimya kabla ya vurumai kuachiliwa lijitokeze. 'Ningalikuchukua nilipoondoka,' hatimaye alisema Ami Aziz. 'Ningalipaswa kuyajua hayo… Bibie ni mgonjwa. Ikiwa hakuna chochote cha aibu kilichotokea, basi tuyawache kama yalivyo. Hususan kwa vile shati lako lilichanwa kutoka nyuma. Lakini jambo hili lote lisiongelewe kabisa na watu wa nje. Hata hivyo lilikuwa kosa kwa upande wako kwenda ndani mara kwa mara.'

Khalil aliongea tena kwa haraka kwa lugha ya Kiarabu. Ami Aziz alitikisa kichwa kwa harakaharaka mara kadhaa kuonyesha kukubabaliana naye, na kumjibu kwa Kiarabu. Baada ya maongezi kiasi, Ami Aziz alimpa ishara kwa kuelekeza kidevu chake dukani.

'Hasa kwa nini wewe ulikuwa ukienda ndani kila mara?' Ami Aziz alimwuliza baada ya Khalil kuondoka kwenda kufungua duka.

Yusuf alimtizama Mfanyabiashara bila ya kujibu. Ami Aziz sasa alikuwa amekalia jamvi ambalo Khalil alikuwa amelilalia. Mguu wake mmoja aliukunja kwa chini na alikuwa ameuegemea mkono wake aliounyoosha. Yusuf alihisi kwamba wakati alipokuwa anamngoja kusema, tabasamu lake lile la utulivu na ucheshi lilianza kuchomoza katika uso wa Ami Aziz.

'Ili kumwona Amina,' alisema Yusuf. Kauli hiyo ilichukua muda mrefu kuweza kutoka mdomoni mwake. Yusuf aliona tabasamu la Ami Aziz likizidi kupanuka na kutulia kikamilifu mdomoni mwa Ami Aziz.

Mfanyabiashara alitupia macho yake upande wa duka na Yusuf naye alifuatilia mwelekeo huo. Khalil alikuwa kwenye meza ya duka, akiwatizama kwa ghadhabu na chuki. Khalil aligeuka na kuendelea kufungua vilango vya duka.

'Je, una la ziada?' Ami Aziz aliuliza, huku akimkabili tena Yusuf. 'Hakika wewe umekuwa jabari, au sivyo?' Jinsi ulivyojizatiti katika kipindi cha wiki chache hizi!'

Kwa sababu Yusuf alichukua muda mrefu kujibu, akiwa anajadili kichwani mwake kiasi gani anaweza kusema na ingeleta tofauti gani, hivyo Mfanyabiashara alianza kusema tena. 'Nilitembelea mji wako wa zamani wakati nilipokuwa safarini na nilikwenda kumwona baba yako. Nilikusudia kufanya makubaliano na yeye, kukuweka hapa kwangu na kunifanyia kazi kwa malipo, na badili yake kumsamehe madai yangu yote. Lakini niligundua kwamba baba yako alikuwa amefariki, Mola amrehemu. Mama yako haishi tena pale na hakuna mtu aliyeweza kunieleza alikuwa amekwenda wapi. Labda alirudi kwao. Hivi ni wapi huko?'

'Sijui,' Yusuf alisema. Hakupata hisia ya kupotelewa isipokuwa uchungu wa ghafla kwamba mama yake pia alikuwa ametelekezwa mahali fulani. Macho yake yalijaa machozi kwa mawazo hayo, na alimwona Ami Aziz akitikisa kichwa chake kwa muda mfupi

kwa kuona jinsi Yusuf alivyoonyesha majonzi yake. Mfanyabi-
ashara alingoja, kama vile ameridhika kumwachia Yusuf aamue
kikomo cha mambo yale. Katika ukimya mrefu, Yusuf hakudiriki
kusema kile ambacho kilikuwa kinamsumbua moyoni mwake.
Ninataka nimchukue yeye niende naye. Ulifanya kosa wewe kumwoa.
Kumnyanyasa kama vile yeye hana chochote ambacho ni chake
mwenyewe. Kuwamiliki watu jinsi unavyotumiliki sisi. Hatimaye
Ami Aziz alinyanyuka na kumpa mkono wake ili Yusuf aubusu.
Wakati Yusuf aliposogea mbele na kutumbukia kwenye mawingu
ya manukato yake ya mafuta mazuri, aliuhisi mkono wa Ami Aziz
ukiwekwa nyuma ya kichwa chake kwa muda mfupi na halafu Ami
Aziz alimgusa kwa kikofi kikali.

'Tutazungumzia mipango baadaye, ili kuona kazi ya namna
gani utaweza kunifanyia.' Ami Aziz alisema kwa furaha. 'Naanza
kuchoka na safari zote hizi. Unaweza kunifanyia baadhi ya safari
zangu. Pengine utaweza hata kukutana tena na rafiki yako wa zamani
Chatu. Hata hivyo, muwe waangalifu, nyote wawili. Khalil! Na wewe
pia. Kuna minong'ono kuhusu vita baina ya Wajerumani na Wain-
gereza, huko, juu mipaka ya kaskazini. Niliyasikia haya kutoka kwa
wafanyabiashara walioko mjini wakati niliporejea jana mchana.
Siku yoyote kuanzia hivi sasa Wajerumani wataanza kuwateka nyara
watu ili kuwafanya wawe wapagazi katika jeshi lao. Hivyo kuweni
macho. Mkiwaona tu wanakuja fungeni duka haraka na mjifiche.
Si mmeshasikia nini Wajerumani wanaweza kufanya, au hapana?
Haya basi, endeleeni na kazi zenu.

<h1 style="text-align:center">6</h1>

'Anakupenda wewe,' Khalil alisema kwa furaha. 'Si nilikuambia
wakati wote, Seyyid ni shujaa, nani anaweza kupinga? Amerudi,
kamtizama mara moja tu Bibie na akajiwazia mwenyewe, *huyu*
mwanamke kichaa alikuwa anamtesa kijana wangu anayependeza.
Hawa wanawake daima ni matatizo tu na huyu wangu ndo kinara wa
manyani, alaaniwe huyu. Mtu yeyote anaweza kutambua kwamba
huyu ni mwendawazimu, na kisauti chake cha kulalamika kwa

kukera na mazungumzo tele kuhusu kidonda chake. Na shati lako lililochanika! Jamani shati lako lililochanika! Mkasa gani huu! Wewe una malaika wema wanaokulinda na kukusimamia katika mambo yako. Sasa Seyyid atakutafutia mke, ili akuepushe na matatizo. Mmoja katika vibinti vidogo virembo, labda kati ya hao wanaoishi katika maduka huko mashambani. Nafikiri alikuwa tayari anaye kichwani mwake kwa ajili yako hata kabla hajaenda safarini. Labda hata mimi ataninunulia mmojawapo na tutaweza kufunga ndoa ya pamoja. Labda watakuwa dada wawili. Labda itakuwa nafuu kupata wawili kwa wakati mmoja. Atamlipa kadhi bei nusu tu kufanya shughuli, na labda itabidi kufua nguo mara moja tu baada ya usiku wa harusi. Tunaweza kukodi nyumba mojawapo upande wa pili wa barabara halafu tukaishi pamoja. Wake wetu watazaa mapacha na kusaidiana kwa kazi za nyumbani, na tutaweza kujikalia tu juu ya jamvi kwenye barza na kuzungumza….labda kuhusu hali ya ulimwengu kwa ujumla.

Hiyo itakuwa vizuri. Au angalau kukamilisha matakwa ya Mwenyezi Mungu. Halafu asubuhi tutavuka barabara kwenda kusimamia biashara ya Seyyid. Je, unaonaje wewe?'

Khalil aliwatangazia wateja harusi yao ya mpigo iliyokuwa inakuja, akiwaalika kwenye tafrija ambayo imeahidiwa na Seyyid. Aliwaambia, si mnamfahamu tena Seyyid, kila kitu kitakuwa halali na safi kabisa. Aliielezea hiyo hafla: wacheza ngoma, waimbaji, wachezaji ngoma wa juu ya magongo, mhadhara wa watoto wa kiume na wa kike wakiwa wamebeba sinia zenye vyetezo vya kufukiza udi huku wakishindikizwa na wanaume wanaonyunyiza maji ya mawardi kutoka kwenye mirashi, yaani ushindwe wewe tu. Hafla zenye kila aina ya vyakula. Na muziki wa kutumbuiza usiku kucha. Yusuf alitabasamu pamoja na wengine wote. Isingewezekana kutofanya hivyo, kwa jinsi Khalil alivyobuni na kurembesha vituko vyake vya kichakaramu. Wakati wateja walipomwuliza Yusuf kuthibitisha, aliwajibu kwamba Khalil zimemfyatuka akili kidogo. 'Kapagawa,' alisema Yusuf. 'Wala msimwendekeze huyo. Bila ya hivyo mtamfanya azidishe wazimu wake na baadaye hatoshikika kabisa.'

Wakati Mzee Hamdani alipofika kwa ajili ya kazi zake za desturi kitaluni, Khalil alimpigia kelele kumwita, 'Walii, mwenye makarama, sisi sote wawili tunaoa, sote wawili. Je, hushangai? Seyyid wetu atatu-jengea maisha yetu. Tuimbie kasida ukipata wasaa. Nani angaliweza kututabiria sisi bahati kama hii? Kwa taarifa yako, huyu hutompata tena bustanini. Yeye atakuwa na matuta mengine ya kupiga hivi karibuni, na vichaka vya kuvipunguza.'

Hapo mwanzoni Yusuf alichukulia kama vile Khalil alikuwa anafanya uchale kama kujiliwaza kwa vile mambo hayakuharibika sana. Ami Aziz hakulitilia maanani sana lile suala la Bibie na Yusuf hakuthubutu kumkabili kuhusu Amina. Atakapokuwa tayari kufanya hivyo, Ami Aziz atalishughulikia suala lake kama inavyos-tahili. Baadaye alifahamu kwamba Khalil alikuwa anamdhihaki tu. Baada ya mazungumzo yote yale ya hisia kali na ujabari, alibakia na ukimya wa kushindwa kuumudu unafiki wa Mfanyabiashara. Aliwaza kwamba wao wote wawili walikuwa hawana tofauti yoyote, wote walikuwa watoa huduma bure na kwa hiyari yao kwa mfan-yabiasahara. Walibakia kuwa watu wa kubusu mikono tu. Khalil alikuwa tayari keshahifadhi maelezo kuhusu unyonge wake, kwamba yeye alikuwa pale ili kulipia kosa ambalo Ba wake alimkosea Amina. Yusuf hakuwa na maelezo yoyote kwa nini anabakia kumtumikia Mfanyabiashara.

'Bora sasa uanze kumwita Seyyid,' Khalil alisema huku akicheka.

7

Mara ya kwanza kujua kuhusu askari, ilikuwa wakati walipowaona watu wakikimbizana barabarani na huku wakilipita duka. Ilikuwa jioni, wakati ambapo watu walikuwa wakitembea mitaani kupunga upepo na kuongea, na wengine walikuwa wakirudi majumbani mwao kutoka mjini. Ghafla vikundi vya watu wachache vilianza kutawanyika, vikikimbia barabarani au kukimbilia mashambani, huku wakipiga kelele kuhusu askari. Khalil alikimbilia ndani ya nyumba, akipiga kelele kutoa onyo, wakati Yusuf akifunga duka haraka ilivyowezekana. Waliketi kizani upenyoni huku mioyo yao ikipiga kwa nguvu, na huku kila mmoja akimchekea mwenziwe. Hapo awali harufu za bidhaa ziliwakaba koo zao, lakini baadaye walipumua kwa urahisi baada ya kuizoea hiyo harufu. Kwa kuchungulia kwenye nyufa baina ya mbao za milango ya duka, waliweza kuona sehemu ya uwazi na barabara yenyewe. Kabla ya muda mrefu kupita waliona mlolongo wa askari wakitembea bila ya kuharakisha wakiwa nyuma ya Afisa wa Kizungu, aliyekuwa amevaa nguo nyeupe. Wakati mlolongo ulipokaribia, waliona kwamba Mjerumani alikuwa mrefu na kijana mwembamba, na isitoshe alikuwa na tabasamu. Walibadilishana tabasamu baina yao, na Khalil alirudi nyuma kutoka kwenye kitundu kidogo cha kuchungulia kwenye mabao ya dukani na aliketi na kupumua.

Askari walitembea katika gwaride pekupeku wakiwa hawana viatu huku wakipiga hatua za kiaskari zilizokamilika. Afisa aligeuka katika uwanja wazi uliokuwa mbele ya duka, na watu wake pia waligeuka kwa kasi pamoja naye. Mara walipofika katika eneo la uwanja, mlolongo wa askari ulitawanyika kama kidani ambacho uzi wake ulikuwa umekatwa.

Kimyakimya walijipweteka kwenye vivuli vyovyote walivyoweza kuvipata na walitupa mizigo yao na kujitupa pale uwanjani huku wakiwa na tabasamu kubwa na wakipumua. Afisa alisimama kwa muda mfupi, huku akiifikiria hiyo nyumba na hilo duka lililofungwa. Halafu, huku akiwa bado anatabasamu, alianza kutembea polepole bila ya haraka kuelekea walipokuwapo. Wakati Afisa alipoanza kutembea, watu walianza kuzungumza na kucheka miongoni mwao, na mmoja wao alitoa tusi kwa sauti kubwa.

Yusuf hakuliondoa jicho lake kutoka kwenye kutundu kidogo cha kuchungulia, na alimwangalia Mjerumani aliyekuwa anatabasamu huku akiwa amejaa woga usoni mwake. Afisa alisita barazani na baadaye aliondoka na kutoonekana tena na Yusuf. Kiti na meza za kukunja zililetwa barazani kutoka miongoni mwa wale askari waliokuwa wanapumzika baada ya kusikika amri za kelele. Afisa aliketi, uso wake ukiwa karibu mno na vilango vya duka. Hapo ndipo Yusuf alipotambua kwamba yule Afisa hakuwa kijana kama alivyoonekana kutoka mbali. Ngozi ya uso wake ilikakamaa bila ya mikunjo, kama vile alikuwa amewahi kuungua au alikuwa na maradhi. Tabasamu lake lilikuwa mithili ya mikunjo ya ulemavu. Meno yake yalijitokeza kama vile ngozi yake iliyokakamaa usoni mwake ilikuwa imeanza kuoza na kuifyeka ngozi kavu iliyozunguka pembeni mwa mdomo wake. Ulikuwa kama uso wa maiti na Yusuf alishitushwa na ubovu wa sura yake ilioonyesha ukatili.

Askari waliamrishwa na sajini wa jeshi wanyanyuke. Huyo alikuwa mtu mkakamavu na mwenye maguvu aliyemkumbusha Yusuf, Simba Mwene. Alisubiri miongoni mwa yale makundi ya watu walioonyesha kutokuridhika. Wote walikuwa wakiangalia upande wa Afisa wa Kijerumani, ambaye alikuwa akiangalia mbele na mara moja moja akinyanyua bilauri na kuigusisha mdomoni mwake. Hakunywa kilichomo katika bilauri lakini aliegeza bilauri katika midomo yake iliyokuwa na maradhi halafu akamwaga. Hatimaye aliwatupia macho askari na Yusuf alimwona akitingisha kichwa kwa kuwapa amri ya kukubali.

Askari waliruka kutimiza amri hata kabla hiyo amri haikutoka mdomoni mwa sajini. Kwa kasi kubwa isiyokuwa na makosa utadhani miujiza, na kwa usahihi, walisimama katika mstari wa kijeshi, na kujigawa katika makundi ya watu watatu watatu huku wakikimbia kuelekea sehemu mbalimbali. Askari watatu miongoni mwa kundi lote walibakia kumlinda kiongozi wao. Kila pembezoni mwa duka alisimama askari mmoja na yule askari wa tatu alizungukia nyumba na hatimaye kuusukuma na kuufungua mlango wa kitalu. Afisa mwenyewe alinyanyua bilauri hadi mdomoni mwake huku akiinamisha na kukimwagia kinywaji ndani ya mdomo wake uliokuwa wazi. Alifyonza kwa uroho, hata uso wake ukageuka kuwa mwekundu kwa jitihada zake za kufyonza. Kiasi fulani cha kinywaji ambacho kilikuwa na rangi ya chokaa kilidondokea chini ya kidevu chake, na alikipangusa kwa upande wa nyuma wa mkono wake.

Yule askari aliyekuwa ameingia ndani ya bustani alirudi na kutoa taarifa yake. Ilichukua muda kidogo hadi Yusuf kuweza kufahamu kuwa alikuwa anazungumza kwa Kiswahili, alisema bustani ilikuwa na matunda kiasi lakini ni hiyo tu hakuna zaidi, na mlango wa kuingilia ndani ya nyumba ulikuwa umefungwa. Afisa hakumtizama askari, lakini baada ya kumaliza na kwenda kukaa chini ya mti, Afisa aligeuka na kutizama duka lililokuwa limefungwa nyuma yake. Yusuf alihisi kama vile yule Afisa alikuwa anamtizama moja kwa moja machoni mwake.

Ilionekana kama vile ulipita muda mrefu kabla askari kuanza kurejea, wakiimba na kupiga kelele huku wakiwaswaga mateka wao mbele yao. Eneo la uwanja lililokuwa hapo mbele lilijaa watu. Afisa wa Kijerumani alisimama na kutembea hadi mwisho wa baraza, huku ameshika mikono nyuma ya mgongo wake. *Gogu na Magogu*, Khalil alimnong'oneza Yusuf masikioni. Wengi wa watu walioletwa walionekana kuwa na woga huku wakiswagwa katikati, huku waki-angalia kote kwa kimya kama vile wapo katika maeneo wasiyoy-atambua. Baadhi yao walionekana wana furaha wakizungumza miongoni mwao wenyewe huku wakipiga makelele ya maskhara na maaskari. Lakini maaskari hawakuonekana kama vile wamefu-rahika na maskhara hayo. Walingoja kwa kipindi kifupi miongoni mwa hao watu waliokuwa wakifanya maskhara, na kuwanyamazisha na kuwapiga vibao vikali na kuviondoa vicheko usoni mwao.

Wakati askari wote walipokuwa wamerejea, na mateka walikuwa wamekusanywa katikati huku wakiwa wametoa tabasamu zao, sajeni alitembea kiaskari hadi barazani ili kupokea amri. Afisa wa Kijeru-mani alitoa ishara ya kichwa ya kukubali na sajini alipokea amri kwa kufoka kelele za kijeshi kabla ya kurejea kwa askari wote. Mateka walikusanywa na kupangwa katika mistari miwili huku wakiwa kimya, na katika kiza iliyokuwa inatanda waliswagwa kuelekea mjini. Afisa wa Kijerumani alikuwa mbele ya mlolongo uliokuwa unajikokota, mwili wake ukiwa umenyooka na mwendo wake ukiwa na usahihi wa kutokujionyesha. Sare yake ya vazi jeupe iling'aa katika mwanga uliokuwa unafifia.

Kabla mlolongo haujapotea machoni, Khalil alitoka nje ya duka na kuzunguka pembezoni ili kuchunguza kama kulikuwa na usalama ndani ya nyumba. Bustani ilijiinamia kimya, hali yake ya kuwa na muziki usiku ilionyesha dalili ya woga usioeleweka katika kiza. Yusuf alikwenda kuchunguza masalia yaliyowachwa na askari katika kambi yao. Alikaribia kwa uangalifu mkubwa, huku akinusa nusa kama vile alitarajia labda askari wangeacha harufu kali katika hiyo njia yao. Ardhi ilikuwa imepondwapondwa na miguu yao, na kulibakia hali ya wasiwasi hewani. Baada tu ya mti wa msufi, alikuta marundo ya kinyesi ambayo mbwa walikuwa tayari wameshaanza kuyanyofoa kwa hamu. Mbwa walimwangalia kwa wahka huku wakimchunguza kwa macho ya chini chini. Miili yao ilijipindua kama vile kukilinda chakula chao kutokana na uchu wa mtizamo wa Yusuf. Yusuf alitizama kwa mshangao wa muda mchache, akishtuka kuutambua uchafu ule. Mbwa walimtambua mla kinyesi walipomwona.

Aliuona tena woga wake uking'aa baada ya kuzaliwa tena katika mwanga wa mbalamwezi na akakumbuka alivyouona ukipumua. Kule kulikuwa ni kuzaliwa kwa tishio la kwanza la kutelekezwa kwake. Sasa, pale alipotazama njaa iliyodhalilishwa ya mbwa, alifikiri kwamba alifahamu ingekua na kuwa kitu gani, aliifahamu hatima ya hali ile. Safu ya mlolongo wa askari ilikuwa bado inaonekana machoni mwake aliposikia kelele zilizofanana na zile za kufungwa kwa komeo za milango nyuma yake pale bustanini. Alitizama kote harakaharaka na kuukimbilia mlolongo wa askari huku macho yake yakiwa wazi kabisa.

Ingram Content Group UK Ltd.
Milton Keynes UK
UKHW010020030523
421049UK00019B/464